uyirkkolli

# உயிர்க்கொல்லி

பிரெஞ்சு சிறுகதைகள்

# உயிர்க்கொல்லி

பிரெஞ்சு சிறுகதைகள்

## நாகரத்தினம் கிருஷ்ணா (பி. 1952)

மொழிபெயர்ப்பாளர்

புதுச்சேரியைப் பூர்வீகமாகக்கொண்ட நாகரத்தினம் கிருஷ்ணாவுக்குக் கடந்த இருபத்தைந்து ஆண்டுகளாக பிரான்சு நாட்டின் கிழக்கில் ஸ்ட்ராஸ்பூர் நகரில் வாசம். சமூகவியலில் முதுகலைப் பட்டம். சொந்தமாக வணிகம் நடத்தி வருவதோடு ஆங்கிலம் – பிரெஞ்சு மொழிபெயர்ப்பாளராகவும் செயல்பட்டு வருகிறார். நவீன பிரெஞ்சு இலக்கியத்தினைத் தமிழுக்கு அறிமுகப்படுத்து வதில் ஆர்வம் கொண்டவர். இதுவரை தமிழில் இவரது இரண்டு நாவல்கள், நான்கு சிறுகதைத் தொகுப்புகள், மூன்று கட்டுரைத் தொகுப்புகள், மூன்று மொழிபெயர்ப்புகள் (பிரெஞ்சிலிருந்து தமிழில்) ஆகியன வெளிவந்துள்ளன.

முகவரி : *10, Rue Herschel,*
*67200 - Strasbourg, FRANCE*

மின்னஞ்சல் : *nagarathinam.krishna@neuf.fr*

# உயிர்க்கொல்லி

பிரெஞ்சு சிறுகதைகள்


தமிழில்

நாகரத்தினம் கிருஷ்ணா



காலச்சுவடு பதிப்பகம்

**உயிர்க்கொல்லி** • சிறுகதைகள் • பிரெஞ்சிலிருந்து தமிழில் : நாகரத்தினம் கிருஷ்ணா •

முதல் பதிப்பு : நவம்பர் 2011 • வெளியீடு : காலச்சுவடு பப்ளிகேஷன்ஸ் (பி) லிட்., 669 கே. பி. சாலை, நாகர்கோவில் 629 001.

காலச்சுவடு பதிப்பக வெளியீடு : 408

**vuyirkolli** • Short Stories • Translated from French by : naakarattinam krishNaa •

Language : Tamil • First Edition : November 2011

Published by Kalachuvadu Publications Pvt.Ltd., 669 K.P. Road, Nagercoil 629 001, India • Phone : 91 - 4652 - 278525 • e-mail : publications@kalachuvadu.com

ISBN : 978-93-80240-63-3

11/2011/S.No. 408, kcp 717, 18.6 (1) 600

# பொருளடக்கம்

# முன்னுரை

வணக்கம் நண்பர்களே!

தமிழ் மட்டுமே அறிந்த நபர்களின் பிரச்சினைக்காக பிரெஞ்சு நீதிமன்றமோ, காவல்துறையோ மொழிபெயர்ப்புக்காக அழைப்ப துண்டு. அங்கே எனது வேலை தமிழில் சொல்லப்படுவதை பிரெஞ்சுக்கும், பிரெஞ்சில் சொல்லப்படுவதைத் தமிழுக்கும் சார்பற்று மொழிபெயர்க்க வேண்டும். இரண்டு தொலைபேசிகளுக் கிடையேயான இணைப்புபோல என்று கருதலாம். மொழிபெயர்ப்புக் கான கால அவகாசமும் குறைவென்பதால் ஓர் எந்திரம்போல இயங்கிவிட்டு வீடு திரும்புவேன். ஆனால் ஒரு படைப்பை மொழி பெயர்க்கிறபோது எடுத்துக்கொள்ளும் காலம் அதிகம். காரணம் ஓர் எந்திரமாக அல்ல மனிதனாக இருந்து மொழிபெயர்க்க வேண்டியிருக்கிறது. படைப்பைக் காட்டிலும் மொழிபெயர்ப்பில் குற்றம் கண்டுபிடிப்பவர்கள் கூடுதலாக இருப்பார்கள் என்பது என் அனுமானம். அவர்களைத் திருப்திப்படுத்த இயலாதென்றாலும் சமாதானப்படுத்தும் வகையிலாவது மொழிபெயர்ப்பு இருக்க வேண்டும். முடிந்தவரை குறையின்றி செய்திருக்கிறேன். மொழி பெயர்ப்பையும் சொந்தப் படைப்பாகவே மொழிபெயர்ப்பாளர்கள் பலரும் நினைப்பார்கள். நானும் விதிவிலக்கல்ல. அதுபோன்றதொரு நினைப்புடன் செயல்படுகிறபொழுது நல்லதொரு மொழிபெயர்ப்பை வாசகனுக்கு அளிக்க முடியும்.

ஒரு படைப்பு மொழிபெயர்க்கப்படுகிறபோது, இருவரின் படைப்பு என்றாகிறது – ஒருவர் மூல ஆசிரியர், மற்றொருவர் மொழி பெயர்ப்பாளர். மொழிபெயர்ப்பில் எனக்கும் ஈடுபாடிருப்பதால் ஒரு விதிமுறை வைத்திருக்கிறேன், என்வரையில் நல்லதொரு மொழி பெயர்ப்பென்பது நூலாசிரியர், மொழிபெயர்ப்பாளர் என்கிற இருவர் கலந்துகொள்ளும் பந்தயம். எல்லைக் கோட்டைத் தொடும் வரை ஒருவரையொருவர் முந்தாமல் ஓடி இருவருமே ஜெயிக்க வேண்டும். இதைத்தவிர வேறு இலக்கணங்கள் ஏதும் இருப்பதாக நான் நினைப்பதிலை.

எந்தப் படைப்பாளியும் எனது படைப்பு உலகமயமாக்கப்படவிருக்கிறது, 135 மொழிகளில் வரவிருக்கிறது, பிரபஞ்சத்திற்காக எழுதுகிறேன் என உட்கார்ந்துகொண்டு எழுதுவதில்லை. ஒருவித சூன்யத்தை முன்னிலைப் படுத்தி எழுதினாலும் சூன்யத் திரையை விலக்கினால் முன்வரிசையில் அமர்ந்திருப்பவர்கள் அவரது நண்பர்கள், சக எழுத்தாளர்கள், பதிப்பாளர், வாசகர்களென்கிற அவரது இனம். ஆக அவர்களுக்காக எழுதுகிறார். ஆனால் அப்படைப்பு மொழிபெயர்க்கப்படுகிறபொழுது அவ்விடத்தை மொழிபெயர்ப்பாளரின் இனம் நிரப்புகிறது. ஆக தமிழுக்கு வருகிற பிற படைப்பு, தமிழின் சாயலைப் பெற வேண்டும்.

ஓர் அந்நிய மொழியில் சொல்லப்பட்ட படைப்பை நமது மொழிக்குக் கொண்டுவருகிறபோது வாசகனுக்கும் மூல ஆசிரியனுக்குமிடையே உள்ள இடைவெளியை முடிந்தவரை குறைக்க முயல்வதும் மொழிபெயர்ப்பில் கவனத்திற்கொள்ள வேண்டிய ஒன்று. அதை முறையாய்க் கடைபிடித் திருக்கிறேன். இத்தொகுப்பிலுள்ள சிறுகதையாசிரியர்களில் பலரைத் தமிழ் வாசகர்கள் அறிந்திருக்க வாய்ப்பில்லை. ஆனால் உலக இலக்கியங் களைக் குறித்து எதிர்கால உரையாடலில், இவர்கள் இடம்பெறப்போவது உறுதி.

உலக இலக்கியத்தில் பிரெஞ்சு மொழிக்கென்று தனி இடமுள்ளது. அதை அறிவதில் தமிழ் முந்திக்கொண்டிருக்கிறதென்பதும், அப்பணியில் இந்த அணிலுக்கும் சிறு பங்குண்டென்பதும் மனதிற்கு நிறைவான விஷயங்கள். படைப்புலகம் சில நண்பர்களை எனக்கு அளித் திருக்கிறது. அவர்களில் திரு. கண்ணனும் ஒருவர். *காலத்திற்கும் காலச்சுவடிற்கும்* நன்றி. திரு. எம்.எஸ். அவர்களின் நுணுக்கமான பார்வை வரம் இந் நூலுக்கும் வாய்த்தது. அவருக்கும் மனமார்ந்த நன்றிகள்.

ஸ்ட்ராஸ்பூர், **நாகரத்தினம் கிருஷ்ணா**
அக்டோபர் 2011.

# ஒளிரும் சிவப்பும் ஓர் நிறமே*

எவ்லன் கான்லன்

சூசான், புத்தகங்கள் என்ன சொல்கின்றன என்பதை நீ தெரிந்துகொள்ள வேண்டும். சமீபகாலம்வரை புத்தகங்களென்றால் முகத்தைத் திருப்பிக்கொண்டிருந்தவள், இப்போது அவற்றைத் தொட்டதற்காக வருந்திக்கொண்டிருக்கிறேன், கிறிஸ்துமஸ் கேக்கிற்கு முன்னால் உட்கார்ந்துகொண்டு புலம்புகிற குடிகாரனைப்போல. வாசிப்பதில் பாதிப்பென்று ஏதுமில்லை அதாவது உடல்ரீதியாக. இப்போதாவது 'ஏதோவொரு இடத்திற்கு' எனக்கு வரமுடிந்திருக்கிறதே என்பதை நினைக்கையில் மகிழ்ச்சியாகவும் இருக்கிறது. 'போன்னர் *(Bonner)* 'கோல்' விழாமல் தடுத்தபோது நீ எங்கிருந்தாய் என யாரேனும் கேட்டால், கூச்சமோ வெட்கமோயின்றி அதற்கான பதிலை என்னால் சொல்லமுடியும். அன்றைக்கு எனது சகோதரியின் பிள்ளைகளில் ஒருவனுக்கு உடல்நலமில்லாமல் இருந்ததால், இங்கே டப்ளினில் *(Dublin)* அவள் வீட்டில்தானிருந்தேன். கட்டிலில் படுத்தபடி, ஒருவர் மாற்றி ஒருவர் தலைவரைக்கும் போர்வையை இழுத்துப் போர்த்தியபடி, தொலைக்காட்சி பார்த்துக்கொண்டிருந்தோம். என்னுடைய முறை வந்தது. நானும் போர்வைக்குள் தலையை இழுத்துக்கொள்கிறேன். சட்டென்று அது நடந்து முடிந்துவிட்டது. நல்லவேளை, அக்காட்சியை மறு ஒளிபரப்புச் செய்தார்கள். அப்படித்தான் அன்றைக்கு அமெரிக்கர்கள் பாக்தாத் நகரில் குண்டுமழை பொழிந்தபோது 'பப்' *(Pub)*பொன்றில் இருந்தேன். சுற்றிலும் நிறைய அமெரிக்கர்கள். டப்ளினில் குறைந்தபட்சம் ஒரு அமெரிக்கனையாவது பார்க்கமுடிகிற 'பப்'பும் அதுவொன்றுதான். அயர்லாந்து நாட்டின் பாரம்பரிய இசையைக் கேட்பதற்கென்றே அமெரிக்கப் பிரஜைகள் அங்கே கூடுகிறார்கள். வாசிப்பை நிறுத்திக்கொண்ட வாத்தியக் குழுவினருடைய பார்வை இப்போது தொலைக்காட்சிப் பெட்டியின் மீது ஆணி அடித்ததுபோலப் பதிந்திருக்கிறது. எங்களைப்போலவே வாத்தியக் குழுவினர் நடந்துகொண்டதும் தொலைக்காட்சிப் பெட்டி

யில் அவர்கள் பார்வை பதிந்தவிதமும் என்னவோபோலிருந்தது. குண்டுகள் விழுகிறபோது எழுந்த சீழ்க்கை ஒலியை, அதிநவீன சிந்தெசைசர் எழுப்பும் இசையுடன் இணைத்துக் கற்பனை செய்யக்கூட சங்கடமாக இருந்தது. அமெரிக்கர்களைத்தவிர மற்றவர் முகங்கள் வெளுத்துப்போயிருந்தன. அதற்குப்பிறகு, தொடர்ந்து வாசிக்க இசைக் குழுவினருக்கு ஆர்வமில்லை. சூசான், அந்தச் சமயத்தில் நீ எங்கிருந்தாய்? பொதுவாக, நீ சீக்கிரம் உறங்கச் செல்பவளில்லையா? அப்படித்தான் போப்பாண்டவர் வந்த அன்றைக்கு நான் 'கோர்க்' *(Cork)* கிலிருந்தேன். உனக்கு ஞாபகமிருக்கிறதா? போப்பாண்டவர் நிகழ்ச்சி நிரலில் 'கோர்க்' இல்லையென்பதைத் தெரிந்து வைத்திருந்த மக்கள் கூட்டம் கூட்டமாக அங்கே போனார்கள். சூசான் ... நீ எங்கிருந்தாய்? சொல்ல வேண்டாம், அவசியமில்லை, நீ எங்கே இருந்திருப்பாயென்று எனக்குத் தெரியும். புத்தக வாசிப்பை நான் தொடங்கியதற்குக் காரணம் வேண்டுமெனில் 'எங்குமில்லை' பிரதேசத்திலிருந்து நான் வந்ததற்காகவென்று சொல்லலாம். கென்னடியை சுட்டபோது நீ எங்கிருந்தாயென யாரேனும் உன்னைக் கேட்டால், உன்னிடத்தில் அதற்கான பதிலுண்டு என்பதை நான் அறிவேன். ஆனால் என்னைக் கேட்டால் வழக்கம்போல 'எங்குமில்லை' யென்றுதான் சொல்ல வேண்டும்.

அதாவது, என் சகோதரியுடன் சாலையை ஒட்டியிருந்த கால்வாய்க் கரையில் கையில் டார்ச்சுடன் (அது சரியாக எரியாது, பேட்டரிக்கும் பல்புக்கும் சரியான தொடர்பை உண்டாக்கவென்று அவ்வப்போது அதன் தலையில் தட்ட வேண்டும் அல்லது ஏதாவது செய்தாக வேண்டும்) கடைவரை நடந்து சென்றதையும் சேறு படிந்திருந்த நமது காலணிகளில், பனியில் உறைந்திருந்த புற்கள், கோட்டோவியங்கள் எழுதியதையும் ஞாபகப்படுத்திக்கொண்டு, நீயென்றால் அதனை, 'ஏதோவொரு இடமாக' அடையாளப்படுத்துவாய். என்னால் முடியாது. வழியில் வாத்தியக்குழு – சரியாய்ச் சொல்ல வேண்டுமெனில் 'துருத்திக் குழல் வாத்தியக்குழு' *(The bagpipe band)* – மற்ற வாத்தியக் குழுவிடமிருந்து அவர்களைப் பிரித்துப் பார்க்கவோ அல்லது அக்குழுவினர் துருத்திக் குழல்களைப் பிரதான வாத்தியக் கருவிகளாகக்கொண்டிருந்ததாலோ, ஏதோவொரு காரணத்திற்காக அவ்வாறு பெயரிட்டு அழைத்ததாக ஞாபகம் – கிளாடிஸ் மஹெஃபி வீட்டில் (அதாவது அவள் கிராமத்திற்குத் திரும்பும்வரை குடியிருந்த வீட்டில்) ஒத்திகை பார்த்துக்கொண்டிருந்தார்கள். கிளாடிஸ்ஸுக்குத் தொழில் விபச்சாரம். விபச்சாரி. அதனாலென்ன? விபச்சாரிகள் 'எங்குதானில்லை'? 'எங்குமில்லை' மாதிரியான இடங்களிலும்கூட இருக்கத்தான் செய்கிறார்கள். சட்டென்று எவருக்கும் பிடித்துப்போகும் பெண்மணி, நேர்மையற்றவளென்கிற பேச்சிருந்தாலும் அன்பானவள், சிறுவர் சிறுமியர் புடைசூழ இருப்பவள். அவர்கள்மீதான அவளது பிரியத்தை ஹிக்கரி ஹோலரு *(Hickory Holler)*க்கும் ஒருபடி மேலேயென்று சொல்லலாம். பையன்களும் பெண்களும் பார்ப்பதற்கு கடைக்காரர்கள், விவசாயிகள், கூலிகள், வாடகை ஊர்தி ஓட்டுநர்கள் போலிருந்தனர். கடைக்குப் போகும்போதெல்லாம், தவறாமல் குறிப்பாக

இரவு நேரங்களில், "கால்வாய்ப் பக்கமாக நடக்கவேண்டாம், சாக்கடையில் விழுந்து தொலைப்பீர்கள்" என்று அம்மா எச்சரிப்பதுண்டு. அவளது எச்சரிக்கையை மீறுவதென்றால் எங்களுக்குக் கொண்டாட்டம். அதற்காகவே கால்வாய்ப் பக்கமாய் நடந்து செல்வதுண்டு. வீட்டைவிட்டு வெளியே வந்தவுடன் முதல் வேலையாக டார்ச் லைட்டை எரியவிடுவோம். கற்றையாக ஒளி வெளிப்பட்டதும் பரந்திருக்கும் வானத்தில், மேல்வானத்திலிருந்து அடிவானம்வரையிலும் தலைக்குமேலேயும் பின்னர் கீழிறக்கி காலணிகள்மீதும் பாய்ச்சுவோம் – பின்னர் பால்வெளியில் ஒளிக்கற்றையை ஆட்டம் போடச் செய்து, அதனைக் கேலிசெய்தபடி கடந்து செல்வோம். எனக்கென்ன தோன்றுகிறதென்றால், ஒருவேளை டார்ச் ஒளியை ஒத்திகை பார்த்துக்கொண்டிருந்த வாத்தியக்குழுவினரில் ஒருவன் கண்டிருக்கலாம். பிறகு வெளியில் வந்து எங்களிடத்தில் ஜான் எஃப் கென்னடி சுடப்பட்டதை அதாவது, அவர் இறந்துபோனதைச் சொல்லியிருக்கலாம், நாள்முழுதும் இயக்கத்திலிருந்த வயர்லெஸ்மூலம் அவர்களுக்கு அச்செய்தி கிடைத்திருக்க வேண்டும். ஆனால் என்னை வியக்கவைக்கும் விடயம், ஒத்திகையின்போது துருத்திக்குழல்கள் எழுப்பிய சத்தத்துக்கிடையே, கென்னடி கொலையுண்ட செய்தியை அவர்களால் எப்படிக் கேட்க முடிந்தது என்பதுதான். இன்னொரு சாத்தியமும் இருக்கிறது : காலதாமதமாக வந்த இசைக் கலைஞர்களில் ஒருவன் அச்செய்தியைக் கொண்டுவந்திருக்கலாம், அல்லது வெகுநேரத்திற்கு முன்பாகவே கென்னடி இறந்த செய்தியை அவர்கள் தெரிந்துவைத்திருந்து, எங்களைக் கண்டதும் செய்தி இன்னமும் எங்களை எட்டவில்லை என்பதை யூகித்து, சொல்லிவிடுவது நல்லதெனத் தீர்மானித்திருக்கலாம். நாங்கள் 'எங்குமில்லை' பிரதேசத்திலிருந்து வந்தவர்கள் என்பதால், கென்னடி இறந்து பலமணி நேரங்கள் ஆகியிருக்கவேண்டும், தெரிந்திருக்க வாய்ப்பில்லை. அச்சம்பவத்திற்குப் பிறகு, 'எங்குமில்லை' பிரதேசத்திலிருந்து வந்திருந்த அநாமதேயப் பெண்ணென்றவகையில் எனக்கேற்பட்ட வலிகளுக்கு நிவாரணம் தேடுவது அவசியமாயிற்று. வாசிக்கத் தொடங்கினேன். ஒருநாளிரவு, கிளாடிஸ் 'மாக்எம் (திருவாளர் மாக் எம் – *MacM*) என்ற வாடிக்கையாளரோடு இருக்கையில் அவளுக்கு ஒருவித வலிப்பு வந்திருக்கிறது. அச்செய்தி மடமடவென்று பரவ, அன்று முதல் அவள் வீட்டிற்கு வருவதை ஆண்கள் நிறுத்திக்கொண்டார்கள். ஆனாலும் அவள் தங்களைப் பற்றி எதையாவது உளறிக் கொட்டிவிடப் போகிறாள் என்றஞ்சியதால், வழக்கமாகக் கொடுத்துவந்த பணத்தை அவர்கள் நிறுத்தவில்லை. 'கிளாடிஸ்'க்கும் இந்த ஏற்பாடு ஒருவகையில் மகிழ்ச்சியைத் தந்தது. கிடைத்த பணம் அவளை அண்டியிருந்த சிறுவர் சிறுமியர் வளர்ப்புக்குத் தேவையானதாக இருந்தது. சூசான், இரவு விடுதிகளில் புழங்கும் பெண்களை எடுத்துக்கொள், தெருவிளக்கு அளவில் விரலில் மோதிரத்தை அணிந்திருந்தும், அவர்கள் விரல்களில் நீலம் பாரிக்காததும் அவை இற்றுப்போகாததும் ஆச்சரியம். சூசான் செல்லம்! 'எனக்குத் திருமணமென்று ஒன்று நடந்தால், எனது வாழ்க்கையின் பல ஏக்கங்களையும் பூர்த்திசெய்து கொள்வேன். ஆனால் அவற்றுள் எனது திருமணம் ஒன்றல்ல' என்று நான் கூறுவதற்கு ஒருபோதும்

வாய்ப்பில்லையென்று பலரும் நினைக்கின்றனர், அதில் உண்மையில்லை. சிறுமியாக இருந்தபோது இளம்பிள்ளைவாதத்திற்கு ஆசைப்பட்டதுண்டு. நமது உயிருக்கு அதனால் ஆபத்தில்லை என்பதும் ஊனம் நமது வசீகரத்தைக் கூட்டவல்லது என்பதையும் அறிந்துவைத்திருந்தேன்.

நான் 'எங்குமில்லை' பிரதேசத்திலிருந்து வந்தவளென்பதை நினைவிற் கொண்டால், இந்த ஊனம் அந்த ஊனமென்றல்ல, எதுவென்றாலும் சந்தோஷப்பட்டிருப்பேன். கடைசியில் புத்தகங்களைத் துறந்தவளாகவும் எதிலும் பிடிப்பற்றவளாகவும் வாழ்க்கையை அமைத்துக்கொள்வேனென்று பலரும் எதிர்பார்த்தார்கள், அப்படியேதும் நடந்துவிடவில்லை. தீப்பெட்டி வேண்டுமா? அதற்கென்ன தருகிறேன். நீ மெழுகுவர்த்தியில் சிகரெட் பற்றவைக்கிறபோதெல்லாம் எங்கோவொரு மாலுமி மரணிக்கிறான் தெரியுமா? நானும் என்பங்கிற்கு சரக்குகளோடு நிறைய கப்பல்களை மூழ்கடித்திருக்கிறேன். குளியலறையில் மின்சாரத்தைத் துண்டித்துவிட்டு மெழுகுவர்த்தி ஏற்றிவைப்பதை சமீபக் காலங்களில் வழக்கமாக்கிக் கொண்டிருக்கிறேன், அதுவொரு சுகமான அனுபவம். அதிகம் செலவு பிடிக்கிற உணவு விடுதிகளுக்கெல்லாம் சென்றதுண்டு. அங்கும் அவர்கள் மெழுகுவர்த்தியைத்தான் ஏற்றிவைக்கின்றனர். நான் ஏதோ பெரிதாகச் சாதித்துவிட்டேனென்று சிலர் சத்தியம் செய்யக்கூடும். என்னைக் கேட்டால், ஊனமுற்றவளாக இருந்திருந்தால் கூடுதலாகச் சாதித்திருப்பேன், நான் வேறுபட்டவள் என்பது தெரிந்திருக்கும். ஆனால் புத்தகங்கள், சூசான் புத்தகங்களைப் பற்றித்தான் பேசிக்கொண்டிருந்தேன். கழுத்துவரை அமிழ்ந்துவிட்டேன், சுவைத்தேன், கவளம் கவளமாக விழுங்கிவைத்தேன், ஒரு சிலர் உயிர்ச்சத்து மாத்திரைகள் எடுத்துக்கொள்வதில்லையா? அப்படி. திக்குத்தெரியாத ஒரு தேசத்திலிருந்த என்னுடைய அனுபவங்கள் எப்படியிருந்திருக்குமென்று கற்பனை செய்து பார். நம்மைப் பற்றிப் புத்தகங்கள் கொண்டிருந்த அபிப்பிராயங்கள் தவறானவை என்பதைப் புரிந்துகொண்டபோது காலம் கடந்திருந்தது. எனது வாழ்க்கையில் சோதனை மிகுந்த காலமென்று சொல்ல வேண்டும். இன்றைக்கும் புத்தகங்கள் ஒவ்வொன்றும் எனக்குக் காதற்கடிதங்களாகவே படுகின்றது. என்ன . . . அவை அயோக்கியர்களால் எழுதப்பட்டவை. புத்தகங்களை எழுதியவர்கள் நம்மைச் சுத்தமாக மறந்திருப்பது எரிச்சல் ஊட்டுகிறது. அதாவது, அப்புத்தகங்களில் உண்மையில் என்ன சொல்லப்பட்டிருக்கிறது என்பதை நாம் அறியும்வரை அது தொடரக்கூடும். எதையாவது சொல்லித் தொலைத்திருக்கலாம், நம்மைப்பற்றி எதையுமே சொல்லாமலிருப்ப தென்பது ஆக மோசம். புத்தகங்களில், பெண்கள் பிள்ளைபெறுவதை நான் வாசித்ததில்லை, சூசான் சொல்லு! நீ வாசித்திருக்கிறாயா? நேற்று வரை இருந்த, குடும்ப எண்ணிக்கையில் ஒன்றைக் கூட்டவேண்டிய நேரம்; பிரசவித்திருக்கிற தங்கள் மனைவியரைப் பார்க்கவென்று வேக வேகமாய் மருத்துவமனைப் படிகளிலேறி மூச்சிறைக்க நடந்துவரும் கணவன்மார்கள்; பெண்களருகே பச்சைக் குழந்தைகள் (சற்று முன்புவரை அப்படியேதுமில்லை) அல்லது இறந்துபோன மனிதனுக்கு நான்கு பிள்ளைகள் (ஏதோ அவையெல்லாம் வானத்திலிருந்து குதித்ததைப்போல)

என்றெல்லாம் எழுதுபவர்கள், சம்பந்தப்பட்ட பெண்ணின் பிரசவங்கள் குறித்துப் பேசுவதில்லை. குமட்டலில்லை, வாந்தியில்லை, பிரசவ வேதனைகளில்லை, தங்கள் கணவன்மாரிடம் இரவு நேரங்களில் கொஞ்சம் முதுகுப்பக்கம் தாங்கிப்பிடியுங்களேன் என்கிற கெஞ்சுதலில்லை, கிழித்தலில்லை, கத்தரிப்பு அல்லது வெட்டுதலில்லை, அலறலில்லை, வீறிடுதலில்லை, இரத்தப் பீச்சுகளில்லை, விரிந்த கருப்பையில்லை. ஆக, பிறப்பைக் குறித்து அவர்களுக்கு எதுவுமே தெரிய வேண்டாம், தெரிந்தென்ன ஆகப்போகிறது. அதைத் தெரிந்துகொள்ளாதவரை யுத்தத்திற்கு ஆள் திரட்டுவது அவர்களுக்கு ரொம்பச் சுலபம். ஆசான்! அங்கே அதோ! முலைக்காம்பில் பாலுறிஞ்சுகிறதே அக்குழந்தை, மிகப் பெரிய யுத்த வீரனென்று ஒருநாள் பேரெடுக்கக்கூடும். தாராளமாக எடுக்கட்டும், ஊர்பேர் தெரியாத பெண்ணொருத்தியின் சராசரி ஆண் சிநேகிதன் கூடத்தான் நினைத்தால் ஹீரோவாக முடியும். உதாரணத்திற்கு, தீப்பிடித்த பக்கத்துவீட்டுச் சிறுவர் சிறுமியரைக் காப்பாற்றுதல் அல்லது லிஃபேயில் *(Liffey)*இல் குதித்துத் தற்கொலையிலிருந்து ஒருவனை மீட்பது மாதிரியான செயல்கள் – உண்மையில் இதிலேதும் ஹீரோத்தனம் இருப்பதாக நான் நினைப்பதில்லை. சொல்லப்போனால் இவையெல்லாம் அடுத்தவர் விவகாரங்களில் அனுமதியின்றித் தலையிடுவது. 'ம் . . . என்ன சொல்ல வருகிறேன் என்பது உனக்குப் புரியுமென்று நினைக்கிறேன். ஹீரோவென்று பேரெடுக்க யாரையாவது கொல்ல வேண்டுமென்பதில்லை. நமக்கு ஆர்வமூட்டும் பல விடயங்களில் சூதிருக்கிறது. ஆசான்! இன்னொரு விடயம் . . . நீ முதலில் ஓரிடமாக நின்று நான் சொல்வதைக் காதில் வாங்கு. எளிதில் உணர்ச்சிவசப்படுவதும் வேளைக்கு உறங்கச் செல்வதும் உனக்கு வழக்கமாகிவிட்டது. நான் யாருக்காகவும் அடங்கிப்போகின்றவள் அல்ல. எதற்காக அடங்கிப் போக வேண்டும்? அவர்கள் அடங்கிப் போகின்றவர்களா என்ன? ஒரு போதும் நடவாது. ஆசான்! உன்னால் நேற்று நடந்தவொன்று நினைவுக்கு வருகிறது. ஒரு பிள்ளை தனது தாயிடம், "அம்மா . . . நான் நல்லபிள்ளையாக நடந்துகொள்கிறேனா?" எனக் கேட்டது. அந்தப் பிள்ளை பரம சாதுவாகவே இருக்கட்டும், அப்படியிருப்பதால் பலனுண்டா? சொல்லேன். சில விடயங்களை நாம் அவசியம் தெரிந்துகொள்ள வேண்டும், அதில் தப்பானவையும் அடக்கம். என்ன தெரிந்துகொள்ள வேண்டுமென ஒரு சில விநாடிகளில் தெரிவிக்கிறேன்.

நான்மாத்திரம் புத்தகமொன்று எழுதுவதென தீர்மானித்தால், பயப்படவேண்டாம் நன்கு கேட்டுக்கொள், நானொன்றும் எழுதுவேனென்று தீர்மானமாகச் சொல்லவில்லை. எதற்காக முகத்தை இப்படி 'உம்'மென்று வைத்திருக்கிறாய் ஆசான்! கொஞ்சம் சிரியேன், சிரிப்பதால் ஒன்றும் குடிமுழுகிப் போகாது. சிஸ்டர் பிரிஜித்தா, 'ஆங்கிலத்தில் நான் திறமைசாலி'யென அடிக்கடி சொல்வாள். ஏனோ அதனைக் கொஞ்சம் வருத்தத்துடன் அவள் காலணியில் பார்வையைப் பதித்தபடி சொல்வாள். அவளைப் பொறுத்தவரையில் ஆங்கிலத்தில் கெட்டிக்காரியாக இருப்பவள் ஐரிஷ் மொழியில் கெட்டியாக இருக்கமுடியாதென நம்புகிறாள், பாவம் பிரிஜித்தா. 'ஏதோவொரு தேசத்திற்கு' அழைத்துச் செல்லும் வார்த்தை

களுடைய தந்திரத்தை அல்லது வழிமுறைகளை நான் நேசித்ததை மீண்டுமிங்கே நினைத்துப் பார்க்கிறேன். *'Hangar'* என்னும் சொல்லுக்கு, 'விமானத்தை நிறுத்திவைக்கும் கூடம்' என்று அறியவந்தபோது சந்தோஷ மாக இருந்தது. அச்சந்தோஷம் *'Hanger'* பற்றி நினைக்கும்போதும் எனது அறையை ஒழுங்குபடுத்துகிறபோதும் ஞாயிற்றுக் கிழமை பிரார்த்தனைக் காக தேவாலயம் செல்லவென்று எனது கோட்டை எடுக்கிறபோதும் விமானத்தில் பயணிக்கும் சந்தோஷமாகத் தொடர்ந்தது. பிரார்த்தனைகள் எனது ஆன்மாவிற்குக் கடவுளின் அனுக்கிரகத்தைப் பெற்றுத் தருகின்றன. ஒருமுறை, வயிறுமுட்ட ஜவ்வரிசிப் பாயசம் குடித்ததைப்போல ('கஸ்டர்ட்' என்றால் உண்மையில் பிரியம்) உணர்ந்தேன். பிரார்த்தனை முடியும் தருவாயிலிருந்தது, வீட்டிற்குத் திரும்பியதும் சாப்பிட வேண்டும் என நினைத்துக்கொண்டேன். பிரார்த்தனையில் இருந்தாலும் அல்லது உணவருந்தப் போகிறோம் என்றாலும் சின்னச் சின்ன விடயங்கள் மிகவும் முக்கியம். அப்படித்தான் ஒரு ஞாயிற்றுக் கிழமை பிரார்த்தனை யின்போது என்ன செய்தேன் தெரியுமா? அடிக்கடி நேரத்தைப் போக்க வென்று, வரிசையாக எதையோ மெல்லிய குரலில் பட்டியலிட்டு முணு முணுத்தேன். பட்டியல் வரிசை அவ்வப்போது மாறும். ஒருமுறை 'பத்து கட்டளைகளை' முடிந்தமட்டும் வரிசையாக யோசித்துச் சொல்லிப் பார்த்துக்கொண்டதுண்டு. சூசான்! நான் புரிந்துகொண்டது என்ன வெனில், 'ஓரினச் சேர்க்கை'யினராக நாம் இல்லாதிருப்பின் 'கட்டளை களுக்கும்' நமக்கும் எந்தச் சம்பந்தமும் இல்லையென தாராளமாகச் சொல்லலாம். 'பிறன் மனையாள் நயவாமை நன்று'[1] என்ற வாக்கியம் எல்லோருக்கும் பொருந்தும். சூசான்! உன்னிடத்தில் அதை மறைத்து என்ன ஆகப்போகிறது, என்னோட இந்த மாற்றத்திற்கு அதுவுமோர் காரணம். ம்... நல்லது, மறுபடி புத்தகங்களுக்கு வருகிறேன். நான் மாத்திரம் புத்தகமொன்று எழுதமுடியுமெனில், நமது சார்பாகச் சொல்ல வேண்டியதை ஒளிவுமறைவின்றிச் சொல்வேன்: என் பிள்ளைகளை ஈவு இரக்கமின்றிக் கொன்றது, என் மகன்களைப் போர்முனைக்கு அனுப்பியது, விடுதியொன்றில் குவளையில் மூத்திரம் போனது (குறித்துக் கொள், மறுநாள் காலை விடுதியில் தங்கியிருந்தவர்களுக்கு அக்குவளை யால் நோய் ஏதும் வராமலிருக்க வெந்நீர்கொண்டு கழுவினேன்). நாயொன் றுடன் புணர்ந்தது (குறித்துக்கொள், மனிதர்கள் அனைவரும் இப்படித் தானிருப்பார்களோ என்ற ஐயம் நாய்க்கு வந்துவிடக்கூடாது என்பதற் காகப் பிறகு அதை பழையபடி கீழே இறக்கி, விட்டுவிட்டேன்). சூசான், என்ன?.. நான் சொல்வது உனக்கு அதிர்ச்சியாக இருக்கிறதா? உலகெங் கும் கோவில்கள், தேவாலயச் சுவர்களில் மனிதர்கள் மற்றும் விலங்கு களின் புணர்ச்சியைக் காட்சிப்படுத்தியிருக்கிறார்களென்பது உனக்குத் தெரியுமா? உண்மைதான், கற்களுக்கும் சொற்களுக்கும் வேறுபாடுகள் இருக்கின்றன. கற்களைக் குற்றம் சொல்வது எளிது. போருக்குச் சென்ற என் பிள்ளைகள், பிறர் பிள்ளைகளைக் கொன்றாலும் பரவாயில்லை! எந்த விக்கினமுமின்றித் திரும்பவேண்டுமென பிரார்த்தனை செய்வதுண்டு. கொல்லப்பட்ட பிள்ளைகள் சம்பந்தமாக நான் வாய் திறப்பதில்லை. வாய் திறந்தால், பிற பெண்மணிகளும் என் வழியைப் பின்பற்றிவிடுவார்

களென்கிற அச்சம். எனக்குப் பிரச்சினையேதுமில்லை, இதுபோன்ற அபத்தமான கதைகள் இருக்கும்வரை. ஆனால் நான் சொல்வதை ஒருவரும் நம்பப் போவதில்லை. குதிப்பேன், தாவுவேன், உயர்ந்த கட்டடங்களுக்கு மேலாகப் பறந்து செல்வேன் என்றெல்லாம் எழுதுகிறேனென்று வைத்துக் கொள், மாயையைத் தத்ரூபமாக வெளிப்படுத்தியிருக்கிறேனென்று புகழ் வதற்கு ஒரு கூட்டமுண்டு. பதிலாக எனது உயிர்வாழ்க்கை இரண்டு விடயங்களுக்கு ஆசிர்வதிக்கப்பட்டிருக்கிறது : ஒன்று கற்பனைத்திறன், மற்றது ஈரத்தன்மைகொண்ட யோனி எனப் புத்தகத்தைத் தொடங்கி னாலோ (உனக்கு வேண்டுமானால் அது ஆசிர்வதிக்கப்பட்டதாக இருக்க லாம்) பலருக்கும் அது கற்பனையல்ல, உண்மை. எனது நிஜ வாழ்க்கை யைத்தான் எழுத்தில் சொல்லியிருக்கிறேன் என்பார்கள். கட்டடங்களி லிருந்து கீழே குதிப்பது, ஓரிடத்திலிருந்து மற்றோர் இடத்திற்குப் பறந்து செல்வது எளிதான விடயமல்ல, ஆச்சரியப்படவைப்பது. ஆனால் மற்றது? சூசான் . . . உண்மை நான் மறுக்கவில்லை. உன் தரப்பில் நியாயமிருக்கிறது, நான் கவனத்துடன் எழுத வேண்டும்.

தங்களுக்கு நேர்ந்த இன்னல்களை மீள்பார்வை செய்யவென்று ஒரு சிலர் எழுதுகின்றனர் அல்லது பிறருக்கு இன்னல்களை இழைத்து, நாளும் தங்கள் இதயத்தில் சுமக்கும் சங்கடங்களின் பாரத்தை இறக்கி வைப்பதற்காகவென்று ஒரு சிலர் எழுதுகின்றனர். நான் எல்லாவற்றையும் இறக்க வேண்டும். எல்லாவற்றையும் ஒருமுறையாவது பார்த்தாக வேண்டும். அப்படிப் பார்ப்பதிலிருந்து என்னை விடுவித்துக்கொள்ள முடியாதென் றாலும் பரவாயில்லை. பிரச்சினைகளுக்கான தீர்வுகளையறிய நீ முயற்சிக் காதவரை, அவற்றைப் பார்ப்பதற்கு உனக்கு உரிமையுண்டு. பள்ளியில் படிக்கிற காலத்தில் சரித்திரப் பாடத்தை நீ விரும்பியது உண்டா? சூசான் . . . உனக்கு பார்னெல் *(Parnell)* பிடிக்குமா? எனக்கு பார்னெலையும் பிடிக்கும், கிட்டியையும் *(Kitty)* பிடிக்கும், மைக்கேல் கோலின்ஸையும் *(Michael Collins)*[2] வாசிக்க விரும்பினேன். முப்பதாண்டு யுத்தத்தை[3] எனக்கு அறவே பிடிக்காது. எது எப்படியோ அவை சொல்வதனைத்தும் உண்மை யென்று நான் கொள்வதில்லை. ஆக, சில பொய்களும் இருக்கின்றன. 'சில பொய்களும் இருக்கின்றன' என்பதை ஏற்றுக்கொள்கிறபோது, அவை உண்மையென்று சொல்வதுங்கூட பொய்களாக இருக்கலாமில் லையா? சரித்திரமெழுதும் எண்ணம் எதுவும் எனக்கில்லை. காரணம் இருக்கிறது. நமக்குப் பிடித்தமான செய்தித் துணுக்குகளின் அடிப்படையில் என்ன எழுதமுடியும்? சாமர்த்தியமிருந்தால் வேறொன்றுடன் முடிச்சுப் போடலாம். மற்றபடி அதிலிருந்து பெரிதாகத் தெரிந்துகொள்ள ஏதுமில்லை. அதற்குச் சரித்திரம் என்ற பெயர்வைத்து நம் தலையில் கட்டியதைத் தவிர வேறென்ன நடந்தது. எங்கிருந்து இவர்களுக்குச் செய்திகள் கிடைக் கிறதோ? நான் செய்திகளையும் விரும்புவதில்லை. பெரும்பாலும் அவை நடந்து முடிந்த அல்லது நடக்கவிருக்கிற போர்கள் குறித்தே பேசுகின்றன. அச்செய்திகளின் பின்னணியில் நம்மைப் பயமுறுத்தும் எண்ணமிருக்கிறது. உலகில் செய்திகள் மாத்திரம் இல்லையெனில், ஆண்களில் சிலர் நன் னடத்தையுள்ளவர்களாக இருந்திருப்பார்கள். நமக்குத் தொடர்பில்லாத நாடுகளுடைய செய்திகளில் நம்மை மூழ்கடிக்கிறார்கள். அப்படிச்செய்வ

தால் உள்ளூர் அபத்தங்களிலிருந்து மக்களைச் சுலபமாய்த் திசைதிருப்ப முடிகிறது. சொல்லப்படும் செய்திகள் நமக்குச் சந்தோஷத்தை அளித்து விடக் கூடாதென்கிற நல்லெண்ணத்துடன் கணிசமான நேரத்தை ஒதுக்கிச் செயல்படுகின்றனர். இரவில் நம்மை வேதனைப்படுத்துவது போதாதென்று, மறுநாளும். யார் எக்கேடுற்றாலும் அவர்களுக்கென்ன? மாலை நேரங் களில் செய்தித்தாள் அலுவலகங்களில் என்ன நடக்கிறது தெரியுமா, முதலில் 'அம்மாக்கள்' வீட்டிற்குத் திரும்புகிறார்கள். அவர்கள் போன சிறிது நேரத்திற்கெல்லாம் 'யுத்தங்களில்' ஆர்வமில்லாத ஒண்டிக்கட்டைப் பெண்களும் வீட்டிற்குத் திரும்புகிறார்கள். வீட்டில் தனிக்கட்டையா யிருக்கும் ஆண்களும் அப்பாக்களும் தங்கிவிடுகிறார்கள். இந்த அப்பாக்கள் ஏற்கனவே அதாவது, திருமண பந்தத்தில் தங்களை இணைத்துக்கொள்ளும் வரை இரவு முழுக்க நின்று வேலைசெய்யப் பழகியிருந்தவர்கள். எனவே, இரவுநேரங்களில் வேலைசெய்வதில் அவர்களுக்கு ஆட்சேபணைகளில்லை. சூசான், எந்த நேரமும் குண்டுபோடக்கூடும் என்பதாகத்தானே இங்கு நிலைமையிருந்தது, பேயறைந்ததுபோலப் பெண்கள் இருக்கவும் அதுதானே காரணம். ஆனால் அப்படியேதும் நடக்காதென அறியவந்தவுடன், நீண்ட விடுமுறைக்குத் தயாரானோம். என்ன நடந்தது. மீண்டும் பழையபடி அதே நிலைமை. இரவுநேரங்களில் கண்விழித்துப் பணிபுரியும் ஆண்களுக்கு உலகில் 'அமைதி' திரும்பிவிடக்கூடாது. சூசான்! இந்த ஆண்களால் நமக்கேதும் பிரச்சினைகள் கூடாதென்றால், அவர்களைக் கட்டிலில் போட்டு கூரையைப் பார்த்தபடி படுக்கச் செய்யவேண்டும், அப்படி யில்லையெனில் சமையற்கலையிலோ அல்லது ஆடை அலங்காரத்திலோ இழுத்துப்போட வேண்டும். ஒருமுறை பத்திரிகையாளன் ஒருவனோடு இரவொன்றைக் கழிக்கவேண்டியிருந்தது. இருவரும் ஒன்றாகப் படுத்தோம். அந்த மாதிரியான நேரத்திலும் அவன் தனது பணியையே நினைத்துக் கொண்டிருந்தான் என்பது என் அபிப்பிராயம். கிட்டத்தட்ட மூன்று விநாடிகள் அவன் பரவசத்தில் இருந்திருக்கலாம். அதாவது நான் அந் நிலையை அடைவதற்குச் சற்று முன்பாக: கண்கள் வெறித்தபடி இருக் கின்றன, வாழ்க்கையின் அரிதான அத்தருணத்தின்மீது பிடிப்பற்று ஒட்டிக் கொண்டு, போகத்தின் உச்சத்தில் ஸ்தம்பித்தவன், ஒருவித பயத்துடன், வெள்ளத்தால் இழுத்துச் செல்லப்பட்டவன்போல அல்லது சூறைக்காற் றால் வாரிச் செல்லப்பட்டவன்போல் சட்டென்று விலகினான். புணர்ச்சி யில் ஆர்வமிருந்தபோதிலும் அதன் அந்தரங்கத்தில் அக்கறைகொள்ளாத வன் என்பது புரிந்தது. அவர்கள் செய்திகளைச் சேகரிக்கிற இலட்சணமும் புரியவந்தது: புணர்ச்சிக்குப் பிறகும் தூக்கமென்பதில்லை, இரவு முழுக்கக் கண்விழித்திருக்கிறார்கள், தங்களைச் சுற்றிலும் பகலாகவே இருக்கிற தென்கிற நினைப்புடன் செயல்படுகிறார்கள் என்பதை எனது சொந்த அனுபவம் உறுதிப்படுத்தியது. சிறிது நேரம் கடந்திருக்கும். விடிகின்ற நேரம், உணர்ச்சியின் கொந்தளிப்பில் தவித்த நான், அதனைத் தணிக்கு மாறு அவனிடம் வேண்டினேன், இயலாதென்றான். அவனுக்கு அதினினும் பார்க்க வேறு முக்கியப் பணிகளிருக்கின்றனவாம், 'எவ்வாறெல்லாம் ஏழைகள் பாதிக்கப்படுகிறார்கள் என்பது குறித்து எழுதவேண்டிய நிர்ப்பந் தத்தில் இருக்கிறேன்' என்றான்.

அதாவது புறக்கணிக்கப்பட்ட மனிதர்கள், மன உளைச்சலுக்கு ஆளானவர்கள், தெருவாசிகள், வேலைவாய்ப்பு இல்லாதவர்கள் ஆகியோரது வேதனைகளை எழுதவேண்டுமாம். நான் அவனிடம், 'ஏழைகளென்ற வார்த்தையையே நான் கேட்டறியாததுபோல பேசுகிறாயே?' என்று கேட்டுப்பார்த்தேன். 'தாங்கள் படும் வேதனைகளை அவர்களே உன்னிடத்தில் சொல்லக்கூடிய வாய்ப்பு, உண்மையிலேயே இருக்கிறதா? நீ நம்புகிறாயா?' என்றும் கேட்டேன். நானென்றால் தவிர்ப்பேன். என்மீது அவனுக்குள்ள நல்ல அபிப்பிராயத்தைக் குறைத்துக்கொள்ளும் விருப்பம் எனக்கில்லை. அடுத்தவரிடத்தில் உனது ஏழ்மையை வெளிச்சம் போட்டுக் காட்டுவதிலும் பார்க்க வேறு கேவலம் உலகில் இருக்கமுடியாது. ஆனாலும் என்போன்ற 'எங்குமில்லை' பிரதேசத்திலிருந்து வந்தவர்களுக்குங்கூட கென்னடி கொலையுண்ட செய்தியைக் கொண்டுபோய்ச் சேர்ப்பதால், கண்விழித்து செய்தி சேகரிக்கிறவர்களைப் பாராட்டியே தீரவேண்டும். இதில் இன்னொரு சங்கடமும் இருக்கின்றது. இரவு விடுதிகளில் ஆட்டம் போட்டுக்கொண்டோ அல்லது உறங்கிக்கொண்டோ இருப்பவர்களுக்கு யார், யாரைக் கொன்றால்தான் என்ன? தெரிந்து என்ன ஆகப்போகிறது? அதனால்தான், எனக்குச் சரித்திரமேதும் எழுத விருப்பமில்லையென்று சொல்கிறேன். சரித்திரப் பாடங்களில் 'பஞ்சம்' குறித்து எழுதுகிறார்கள். தாராளமாக எழுதட்டும். ஆனால் இவற்றையெல்லாம் தெரிந்துகொண்டு, அதற்கான காரணங்களையும் புரிந்துகொண்டு இனி, பஞ்சம்வராமல் தடுக்க முடியும் அல்லது பஞ்சமே ஏற்படாது என்கிற உத்தரவாதத்தையும் இவர்கள் தரட்டும். ஸ்காட்லாந்தின் மேட்டுப் பிரதேசங்களைக் காட்டுமிராண்டித்தனமாகச் சீரழித்தார்கள் என்று கேள்வி, அதையுந்தானே விளக்கமாக நாம் தெரிந்துகொள்ள வேண்டும். 'பஞ்சத்தை' எழுத முடிந்தவர்களுக்கு இதைச் சொல்ல ஏன் தைரியமில்லை. அதற்கான காரணத்தைத்தான் நான் தெரிந்துகொள்ள ஆசைப்படுகிறேன், சூசான். நான் புத்தகங்களை வாசிப்பதன் நோக்கமே, நான் அறிந்திராததை அறிவதற்கு. ஆனால் எனது அப்படியான தேவைகளைப் புத்தகங்கள் பூர்த்தி செய்வதில்லை என்பதுதான் உண்மை. சூசான்! நாமும் சராசரிப் பெண் வர்க்கத்தைச் சார்ந்தவர்களா? அப்படித்தான் நம்புகிறாயா? ஒருநாள் மாலை தொலைக்காட்சியில் *'The Late Late'* நிகழ்ச்சியின்போது அழைத்த கணவனொருவன், 'கூடியுள்ளவர்கள் சராசரிப் பெண்களல்லவென்றும் அவனுடைய மனைவியைப்போல் சராசரிப் பெண்கள் நிகழ்ச்சியில் கலந்துகொண்டிருக்க வேண்டுமென்றும்' சொன்னான். ஆனால் எனக்கென்னவோ அவன் மனைவியும் நம்மைப்போலத்தான் இருக்க வேண்டும், ஆனால் அவனுக்கு உண்மை தெரியவில்லை. சூசான்! நாமும் சராசரிவகைப் பெண்களென்றுதான் நினைக்கிறேன். பாலியல் வன்முறையை அனுபவித்திராத சிறுமியர்கள். நல்லவேளை, நமது அப்பாக்கள் கொஞ்சம் முன்னதாகவே நம்மிடமிருந்து ஒதுங்கிக்கொண்டார்கள். பாட்டி வீட்டிற்குப் போவதற்கென்று, வாடகைக்கு எடுத்திருந்த காருக்கு முன்னால் என் தந்தையுடைய கால்களுக்கிடையில் நிற்பதில் ஒருவித சந்தோஷமிருந்தது என்பதும் உண்மை. நீ பேருந்தில் பயணம் செய்பவள், நன்றாக நினைவிருக்கிறது. ஆனால் நாங்கள் பாட்டி வீட்டிற்குப் போவதென்றால்

கட்டாயம் வாடகைக்கு ஒரு கார் ஏற்பாடு செய்ய வேண்டும். எனக்குப் பசி பற்றியும் எதுவும் தெரியாது. ஒருமுறை, மதிய உணவிற்கென்று 'போரிஜி' (*Poridje*)[4] சாப்பிட வேண்டியிருந்தது, ஒரே ஒருமுறை. காலை உணவிற்கென்றுகூட அந்த அபத்தத்தை விழுங்கித் தொலைத்ததில்லை – குமட்டிக்கொண்டு வந்தது. பெரும்பாலும் எங்கள் வீட்டு உணவில் உருளைக்கிழங்கும் முட்டைக்கோசும் கட்டாயமுண்டு. ஒருமுறை, என் அம்மாவிடம் 'வீட்டின் பின்புறம் போய் உணவருந்தலாமே' என்றேன். அம்மா, 'சரி' என்றாள். அம்மாக்கள் இப்படி சம்மதம் தெரிவிப்பதென்பது, சுலபத்தில் நடப்பதல்ல. தோட்டமெங்கும் பெரியவர்கள் அணிகிற மேலங்கிகள் பரவலாகக் கிடந்தன. பாத்திரங்கள் நிறையப் பொரித்த கோசுடன், உருளைக்கிழங்கு. நான் முட்கரண்டிகளை எடுத்துவர சமயலறைக்குப் போய்விட்டு, திரும்பவும் தோட்டத்திற்கு வந்து பார்க்கிறேன். மூன்று நிமிட இடைவெளியில் நாய் மிச்சம்வைக்காமல் துடைத்திருந்தது. அதற்குப் பிறகு நடந்ததை நினைத்தால் இப்போதும் எனது காதில் வலிக்கிறது. எனக்கு நடிக்கத் தெரிந்திருந்து அழுதுமிருந்தால், பிரச்சினையேதும் இருந்திருக்காது. பால்ய வயதில் ஒருநாள் தோட்டத்தில் சாப்பிட அமர்ந்தபோது நாய் எல்லாவற்றையும் தின்று தீர்த்துவிட்டது மாத்திரம் நினைவிலிருந்திருக்கும். மற்றொன்றும் நினைவிலிருக்கிறது. அது, மாலை வேளைகளில் பள்ளிக்கூடம் முடிந்ததும் நேராய் வீட்டிற்கு வந்துசேர வேண்டுமென்று அம்மா விடுக்கும் எச்சரிக்கை. எதற்காக அப்படிச் சொல்கிறாள்? இது அடிக்கடி என்னுள் எழுந்த கேள்வி. எதற்காக நேரத்திற்கு வீட்டிற்கு வரவேண்டும்? வீட்டில் அச்சமயம் ஏதேனும் விசேடமா? அப்படி எதையாவது நினைவுகொள்ள முடிகிறவர்களுக்கு அம்மாக்களும் நல்லவர்களாகத்தான் இருந்திருப்பார்கள். காரணமில்லாமல் நேரத்திற்கு வீட்டிற்குத் திரும்ப வேண்டுமென நான், என் பிள்ளைகளை வற்புறுத்தமாட்டேன். ஆனாலும் சராசரிப் பெண்களில் நானும் ஒருத்தி. கென்னடி கொல்லப்பட்ட இரவு நான் 'எங்குமே இல்லை' என்பதையும் அன்றைய தினத்திலிருந்து நான் நடத்திவரும் வாழ்க்கையையும் நம்மிடம் சொல்லப்பட்ட பொய்களையும் கணக்கில் கொள்வதெனில், நாட்டிலிருக்கும் சராசரிப் பெண்களில் நானுமொருத்தி.

தாயின் வயிற்றிலிருந்து வெளிவந்த ஒருவன் அல்லது ஒருத்தியைக் குறித்துச் சொல்லிக்கொள்ளும்படி ஏதுமில்லை என்கிறபோது அவர்கள் சாதாரணமானவர்களாகிறார்கள். ஆனால் தொலைக்காட்சி நிகழ்ச்சியின் போது அழைத்த மனிதனுக்கான 'சராசரிப் பெண்' என்பவள் எவள்? ஒருசில புத்தகங்களை மட்டுமே வாசிக்கிற பெண்ணா? அல்லது ஒருசில புத்தகங்களை வைத்திருந்தும் அதில் ஒன்றைக்கூட வாசித்துவிடக் கூடாது என்பதில் உறுதியாயிருக்கிறாளே அவளா? அல்லது புத்தகங்களை வாசிக்கிற பெண்மணியாக இருந்து, தகாத வார்த்தைகளை என்னைப்போலத் தவிர்ப்பவளா? உதாரணமாக, நான் 'கரு', 'கர்ப்பம்' போன்ற சொற்களை இதுவரை உபயோகித்ததில்லை; அதைப் பாவச் செயலாகவும் கொலை பாதகத்தைத் தூண்டுவதாகவும் நினைக்கிறேன்; சூசான்! ஏற்கனவே உனக்குச் சொன்னதுதான், திரும்பவும் சொல்கிறேன்: 'கொலைபாதகங்கள்

வேண்டாம்'. சராசரிப் பெண்ணாக இருக்க என்ன செய்ய வேண்டும்? நமது அம்மாக்கள் சின்னப் பிள்ளைகளாக இருந்த காலத்தில், அவர்கள் சகோதரர்களுக்கு *Nappy* மாற்றுகிற வேளையில், அங்கே இருக்கக் கூடா தென்று சொல்லப்பட்டது. அவர்கள் இயேசு பெருமானின் அம்மாக்களாக நடத்தப்பட்டார்கள். இப்போதென்ன நிலைமை? விட்டால், எங்கே நம்மைக் குதறிவிடுமோ என நினைத்து, ஆண்குறியை விரல்முனைகளில் கையாளுகின்ற பெண்களை நம்மிடையே பார்க்கிறோம். சராசரிப் பெண்? சராசரிப் பெண்? அதற்கு என்ன விதிமுறைகள் வைத்திருக்கிறார்கள்? எப்படியிருந்தால் இவர்களுக்குச் சராசரிப் பெண்ணாம்? இரவொன்றில் பித்துப்பிடித்தவள்போல நகரத்தில் கண்ணிற்படுவதையெல்லாம் வாரி இறைக்காமலிருந்தால் போதுமா? எதனால் நமது குடிபானங்களை மாற்றித் தொலைக்கிறேன் என்பது இப்போது புரிகிறதா? இப்போது ஷம்பெய்ன் வேண்டும். பிறகு, நான் வாசித்த புத்தகங்களில், நம்மைப்பற்றிச் சொல்ல மறந்ததை உன்னிடத்தில் விளக்கிச் சொல்ல வேண்டும். முதலில் நமது தோற்றம், அதை விவரித்துச் சொல்லப்படமோ ஓவியமோ பெரிதாக உதவிடாது. நமது பரிமாணம், வளர்ச்சி, பருமன் எதையும் குறிப்பிட்டுச் சொல்லவியலாது. ஆக, நம்மை அடையாளப்படுத்த பெயர்கள் அவசிய மாகின்றன. தடித்த அல்லது மெல்லிய உடலுடன், கனத்த அல்லது தளர்ந்த தனங்களுடன், இடுப்பை உயர்த்தி நிறுத்தி, காமநோயால் வருந்தி, காதல் போதையில் நம்மையே மறந்து, காற்று நுழைய ஏதுவாக யோனியை விரித்தோ அல்லது மறுத்து இறுக்கவோ செய்கிறவர்கள். நமது உருவ அமைப்பு எப்படி இருக்கிறதென்பது முக்கியமல்ல. உடற் புணர்ச்சிக்கான ஏக்கத்துடன் சிலவேளைகளில் பைத்தியமாக அலை கிறோம். இதைப்பற்றியெல்லாம் புத்தகம் எழுதுகிறவர்கள் பேசியதில்லை. உனக்குத் தெரிந்து அப்படிப்பட்ட புத்தகங்கள் உண்டா? சொல்ல முடியுமா? ஐம்பதுகளில் அல்லது அறுபதுகளின் தொடக்கத்தில் நமது தேடுதல் வேட்டைக்கு நல்ல பலனிருந்தது. இரு தரப்பினருக்குமே அத னால் இலாபம், மகிழ்ச்சி அடைந்தோம். அடைந்தோமென்று நான் சொல்வதால், எப்போது அடைந்தோமென்று கேட்டுவிடாதே? அப் போதெல்லாம் நாம் சிறுமிகள். வெகுகாலத்திற்கு முன் நடந்ததென்பதை மறந்திடாதே. புரிந்துகொண்டிருப்பாயென நினைக்கிறேன். இங்கே நான் குறிப்பிட்ட பெண்கள் நமது முன்னோடிகளாக இதோ, இங்கே நின்று தொழில்புரிந்தவர்கள். கன்னக் கதுப்புகளில் வெள்ளி நரம்புகள் கொண்டிருந்தவர்கள். அது பற்றியெல்லாம் இப்புத்தகங்கள் பேசியதில்லை. புத்தகங்கள் நம்மை முற்றும் துறந்தவர்களாக நடத்துகின்றன. அதாவது அன்பு, காதல் இவைபற்றியெல்லாம் அறிந்திராதவர்கள் அல்லது அக்கறை கொள்ளாத மரக்கட்டைகளென்று நம்மைச் சொல்கின்றன. நம்மோடு சிவப்பு நிறத்தை இணைத்துப் பேசுகின்றனர். அதனை ஒரு நல்ல வண்ண மாக அவர்கள் நினைப்பதில்லை. அயர்லாந்தில் உள்ள எந்தவொரு புத்தகமும் உடற்புணர்ச்சியைப் பற்றி பேசி நானறியேன். மாறாக, தேவாலயச் சுவர்களிலிருக்கும் கலவி சம்பந்தமான சிற்பங்கள் அதாவது நான் முன்பு கூறியதுபோல, கற்களைக் குறித்து (பிரச்சினைகள் இருக்காதென்பதால்) நிறைய எழுதியிருக்கிறார்கள். எவரேனும் நம்மை நெருங்கி, தமது கைகளை

நமது உடலில் ஓடவிட்டபடி 'என்ன ... இதுதான் உனக்கு செளகரியமாக இருக்கிறதா?' என்று கேட்க வேண்டுமென்பதற்காக, நாம் குனிவதில்லையென்று சொன்னால் அவர்கள் நம்புவார்களா? அல்லது அநாதைபோல நிற்கிற இரவு நேரங்களில், தனிமையில் (அவ்வாறில்லையென்கிறபோதும்), அண்டையில் நெருங்கும் உடலிடம், 'என்னுடைய இடத்துக்குப் போகலாமா?' எனக் கேட்காமலேயே பல சனிக்கிழமை இரவுகளை நாம் கழிப்பதையேனும் நம்புவார்களா? காமத்தை நாம் தனித்துச் சுகிப்பதில்லை என்பதையாவது? நம்முடைய ஒற்றைக் கட்டிலருகே விடிந்த பிறகும் எழுந்திருக்க முடியாமல் அயர்ந்து படுத்துக்கிடப்பதையாவது? அவர்கள் இச்சையைப் பூர்த்திசெய்வதே நமது விருப்பமென்றும் மாறாக, ஒரு மழை இரவில் நம்மீது மேலும் கீழும் புரளும் மனிதனின் இச்சைக்குப் பலியாகவோ அல்லது யோனியைத் தீண்டி, அதன் மடலைத் தேடி – கணுக்கையில் ஆரம்பித்து ஒன்றல்ல, மூன்று விரல்கள் – அங்கு செய்கிற சேட்டைகளைச் சகித்துக்கொள்ளவியலாமல், மேற்சட்டையைத் தளர்த்திக் கொண்டு, காமத்தில் தகிக்கிற மார்புகளை நமது கைகொண்டு அளைவதற்கு விருப்பமில்லையென்றும் நினைக்கிறார்களா? சூசான், இது எப்படிச் சாத்தியம்? எழுதத் தெரிந்த மனிதர்களுக்கு இவையெல்லாம் தெரியாதென்றால் எப்படி? மற்றவர்கள் தெரிந்துவைத்திருக்கிறார்களே. அந்த ஆளைப் பார். அவனில்லை ... சூசான் சட்டைக் கையை மடித்துவிட்டிருக்கும் ஆண்களை எனக்குப் பிடிப்பதில்லை. குறைந்தபட்சம் நான் அவர்களைப்பற்றிப் பேசும்வரையாகிலும் அதைச் செய்யாமலிருந்திருக்க வேண்டும் – அதோ அவன் பக்கத்தில் நிற்கிறானே அவனைச் சொல்கிறேன். ஒருநாள் 'மில்லருக்கு' எழுத வேண்டுமென்று நினைத்தேன். மிஸ்டர் மில்லர், 'உங்களுக்குப் போதாது' இதற்குமேலே என்னால் உங்களுக்கு விளக்கமாகச் சொல்ல முடியாது. நீங்கள் படுத்திருப்பது ஒரு மரக்கட்டையோடல்ல. அதுவொன்றும் இடுக்கமான வளையுமல்ல, பிளவாவென்றால்? அதுவுமில்லை. ஏனெனில் அது இரண்டுக்குமிடையில் இருக்கக்கூடியது. மாமிசப் பிண்டமுமல்ல. மாமிசப் பிண்டம்? அப்படி நினைத்துத்தானே உங்களை நீங்களே ஏமாற்றிக்கொள்கிறீர்கள். நீங்கள் வேண்டுமென்று செய்வதில்லை. உங்களால் முடியக்கூடியது அதுதான், உங்களுக்குத் தெரிந்தது அவ்வளவுதான். அதை உண்ணும் பொருளாக நினைக்கிறீர்கள், அதுதான் தப்பு. அதற்கான உபயோகம் அதுவல்ல. உங்களுக்கான அச்சம் என்னவென்பதும் அதை வெளிப்படையாக ஏற்றுக்கொள்ளாததன் காரணமும் புரிகிறது. பெட்டைக் கழுதை, அவளிடத்தில் நான்கு வார்த்தை தொடர்ந்து பேச நமக்கு அருகதையில்லை. அப்படியிருக்க, அவள் நமக்கெதிராகத் திரும்பினால் எங்கே முகத்தை வைத்துக்கொள்வதென்கிற பயம்? அப்படித்தானே? மிஸ்டர் மில்லர்! நான் சொல்வதைக் கேள். முழுக்கிணறும் தாண்டுமுன்னே மூச்சுவாங்குவது நல்லதல்ல. ஜாக்கிரதை. என்ன சொல்கிறேன் புரிகிறதா? ஜாக்கிரதை. உங்க ஆண்மையை எனக்கு நிரூபித்தாக வேண்டும், ஆகட்டும். பாதியில நிறுத்துகிற அளவிற்கு என்ன நடந்தது? உடலுறவென்றால் இத்தனை பயமா? எல்லாம் முடிந்ததென்று நினைத்து எழுந்துவிட்டீர்களா? உடலுறவையும் அதன் கண்ணியத்தையும் இப்படியா கேவலப்படுத்துவது?

உங்கள் பார்வையில் தெரிகிற யாசிப்பிலிருந்து ஒன்றைப் புரிந்துகொள் கிறேன். நீங்களும் தவறுதலாக வாசித்திருக்க வேண்டும். சொல்லுங்கள், அப்படி என்னத்தை வாசித்துத் தொலைத்தீர்கள்? உடலுறவில் உங்களுக் குச் சந்தோஷம் கிட்டியிருக்குமெனில்; சம்பந்தப்பட்டவர்களுடைய பெயர் களையும் நினைவில் நிறுத்த முடியுமெனில், எங்களில் பலர் உண்மையில் உங்களுக்குத் தைரியமூட்டக்கூடும். நான்குபேர் மதிக்க வேண்டுமென் பதற்காகவும் கைதட்டலுக்காகவும் நகரத்துத் தெருக்களைச் சுற்றி வந்தீர்கள் போலிருக்கிறது? அங்கே மெழுகுவர்த்தி வெளிச்சங்களில் பாலுறவை நடத்தியிருக்க வேண்டும். அந்த மகிழ்ச்சிக்குக் கூடுதலாக வேண்டாம், அதே அளவிற்கு எங்களைச் சந்தோஷப்படுத்தினாற்கூடப் போதும். ஏன், கொஞ்சம் குறைச்சலாக இருந்தால்கூட எங்களுக்குத் திருப்திதான். ஆனால் எங்களுடைய இந்த விருப்பத்தைக்கூட உங்களால் சகித்துக்கொள்ள முடியாதது ஏன்? உடற்புணர்ச்சி எங்களுக்குத் தடைசெய்யப்பட்டதல்ல என்ற உண்மை உங்களுக்குக் கசக்கலாம், அதற்கான உரிமை எங்களுக்கு உண்டு. ஆனால் அவ்வுரிமைக்கு நீங்கள் காரணமல்ல, நாங்கள்தான் காரணம். அதாவது, எங்களுடைய நடத்தைகளுக்கும் வடிவங்களுக்கும் அதில் பங்குண்டு. கையில் பணமில்லையென்கிறபோதும் கூப்பிட்டுப் பார்க்கலாம் என்கிற உங்கள் எண்ணத்திற்கு உங்களிடமுள்ள வேசிகுணமே காரணம். இப்போதெல்லாம் உங்களைப் போல வளர்ந்த மனிதர்களுக்கு உடலுறவென்பது, அடுத்தவர் பார்வைக்கென்று ஒருவித மாயப் பிம்பத்தை உருவாக்கிக் காட்டுவது, முகத்தின் அண்மையில் கரத்தைக் கொண்டு சென்றும் தீண்டாமலேயே இருப்பது. எல்லாவற்றையும் நாங்களே செய்கிறோமென்பது உங்களுக்குத் தெரியுமா? உங்கள் பின்புறங்களைக் கூச்சமின்றி முத்தமிடுகிறோம். நம்மை நாமே மறந்திருக்கிறபோது, உங் களைப் பைத்தியமாக்கிப் பார்ப்பதில் ஒருவித சந்தோஷம். சூசான், அவரிடத்தில் நாம் செய்த அனைத்தையும் சொல்வேன். சூசான்... ஆண்களிடம் நீயுந்தான் எப்படியெல்லாம் நடந்துகொண்டிருப்பாய்? உன்னைப் பார்த்தால் அப்படிச் சொல்ல முடியுமா? சொன்னால்தான் நம்புவார்களா? உனது மனத்தைப் புண்படுத்துவதற்காகச் சொல்கிறே னென நினைக்க வேண்டாம். உண்மையில் நீ அழகானவள். இருந்தும் நீ நிற்கிற தோரணையும் ஆண்களைக் கண்டதும் முகத்தைத் திருப்பிக் கொள்ளும் உனது குணமும் மற்றவர்களை அவ்வாறு நினைக்கத் தூண்டு கிறது. சூசான், உடலுறவு என்பது நம்வரையில் தெளிவற்ற சத்தம் மட்டுமல்ல, அதற்கும் மேலேயென்று அவரிடம் அவசியம் சொல்வேன். (ஏதோ மில்லரை மாத்திரம் குறிவைத்துப் பேசுகிறேன் என நினைத்து விடாதே) நான் சந்தித்த ஆண்களில் ஒருவனைத் தவிர உடலுறவில் என் விருப்பத்திற்கு மாறாக நடந்துகொண்ட கூட்டத்தில் நீங்களும் ஒருவரென்றும் மில்லரிடம் தெரிவிப்பேன்.

நான் குறிப்பிட்ட ஒருவனால் என்னைப் பார்த்தவண்ணம் உடலுறவு கொள்ள முடிந்தது. எங்களிருவரின் முதல் இரவு, குளிர்காலம் முற்றிலும் விலகாத கோடையின் தொடக்கம். சன்னற் கண்ணாடியினூடாக உட் புகுந்த மங்கிய வெளிச்சம், மஞ்சளும் சிவப்புமாய் மாறிப்போன இரவு.

அந்த இரவுக்குப் பிறகு, உணவு விடுதியொன்றில் எங்கள் சந்திப்பு நிகழ்ந்தது. எதிரெதிர் நாற்காலியில், மேசையில் முழங்கையை ஊன்றியபடி அமர்ந்திருந்தோம். இருவரும் அடுத்தவர் திசைக்காய் வளைந்து, இருவர் கணுக்கைகளையும் இணைத்து, விரல்களைப் பிரித்து அடுத்தவர் கையுடன் பிணைத்துக்கொண்டோம். அப்படியொரு சந்தர்ப்பம் மறுபடியும் வாய்க்கு மென்று நினைக்கவில்லை. பல நேரங்களில் ஒருவர், மற்றவர் சிந்தனைக்குக் கேட்டை ஏற்படுத்திவிடுவோமோ என்று அஞ்சும்படியான நெருக்கம். நான் சற்றுக் கவனமாயிருந்திருக்க வேண்டும். இதயத் துடிப்பு அதிகரிக்கிற வேளையில் கவனமாய் இருப்பது சாத்தியமா என்ன? வேண்டுமென்கிற பொழுதெல்லாம் உடலுறவு கொண்டோம். ஒவ்வொரு நாளும் அடித்த பேய்மழையில் நாங்கள் இருவரும் மூழ்க நேர்ந்ததை வேறெப்படிச் சொல்ல முடியும். எங்கள் தாபத்தைத் தணித்துக்கொள்ள ஒருவர் மாற்றி ஒருவர் வியர்வையைப் பருகினோம்; போனோம் வந்தோம்; அடுத்தவரிடம் மிச்சமின்றிக் கொட்டித் தீர்த்தோம். அதாவது, பிள்ளைகள் தண்ணீர் ஜாடியை வைத்துக்கொண்டு செய்கிற அத்தனை விளையாட்டும் எங்களிடையே நடந்தேறியது. இருவரும் ஒருவராகிப்போக, எங்கள் இருவரில் யார் எங்கே தொடங்கியது அல்லது முடித்துவைத்தது என்பதை புரிந்துகொள்வதிலுங்கூடக் குழப்பம் நிலவியது. ஒவ்வொருமுறையும் நான் அறைக்குள் நுழையும்போதெல்லாம், எனது கண்களிற்படும் முதற் காட்சி, தன்னிச்சையாய் மூடிக்கொள்கிற அவனது கண்கள். எனது விழிகளும் சட்டென்று இறுகிக்கொள்ளும், ஏறக்குறைய பார்வையை இழந்தவள்போல ஆகிவிடுவேன். எனது நிர்வாணத்தை உணர்ந்ததில்லை. அடுத்தடுத்த மாதங்களில், இனம்புரியாத அச்சமொன்று எங்களிடையே உருவாயிற்று. அவனது கைகளை அடிக்கடி இறுக்கிப் பிடித்துக்கொள்வேன். எனது கை பெரியதாக இருந்ததால், எனது கட்டைவிரலும் நடுவிரலும் சுலபமாக அவனுடையதை வளைத்துப் பிடித்துக்கொள்ளும். சின்னச் சின்ன இம்மாதிரியான காரியங்களை, கனவுலகிலிருந்து நம்மை மீட்க உதவுமென்கிற நம்பிக்கையில் விரும்பிச் செய்தேன். நாங்கள் படுத்த கட்டில் அல்லது தரை (பல நேரங்களில் கட்டில்வரை செல்வதற்கு எங்களுக்குப் பொறுமையிருப்பதில்லை – இது ரொம்பவும் முக்கியம், குறித்துக்கொள்). எப்போதாவது இந்த விடயத்தில் என்னை அவன் கவனமாக இருக்க வேண்டுமென்று எச்சரித்ததுண்டா? யோசித்துப் பார்க்கிறேன். நன்றாக நினைவிருக்கிறது, எங்களிருவருக்குமிடையே மனக்கசப்பு ஏற்படுவதற்கு முன்னால் நடந்த சம்பவம். குறிப்பிட்டுச் சொல்ல வேண்டுமென்றால் அவனது பணிமனையில் இருவரும் சத்த மில்லாமல் கூடியதைச் சொல்ல வேண்டும். ஏனெனில், அங்கிருந்த நான்கங்குல அளவு தடுப்புக்குப் பின்பக்கம் இருந்தவர்கள், நாங்கள் ஏதோ வாசித்துக்கொண்டிருப்பதாகவோ அல்லது குறைந்தபட்சம் ஒருவரை ஒருவர் வெறுமனே பார்த்துக்கொண்டிருப்பதாகவோ நினைத்தார்கள். பற்கள்பட முத்தங்களைப் பரிமாறிக்கொண்டோம். அசரீரிபோல ஒரு குரல் எனக்கு மாத்திரம் கேட்டது. நிச்சயமாய் அது என்னுடையதல்ல. எனக்குள் இரத்தம் கொப்பளித்தது. சட்டென்று என்மீது படிந்தான், என்ன எழுதப்போகிறோமென்று தீர்மானிக்காமலேயே கடிதத்தை

‘அன்புள்ள’ எனத் தொடங்குவதில்லையா? அதைப்போல. தொடர்ந்து தொலைபேசி மணி ஒலித்தது. என்னிடமிருந்து விலகியவன் எழுந்து சென்றான். அவனது ஆண்குறி இரத்தத்தில் தோய்ந்திருப்பதைப் பார்க்க இருவருக்குமே ஒருவித நிறைவான ஆறுதல். ஏற்கனவே பலமுறை எங்களுக்குள் இரத்த பரிமாற்றத்தைத் தாராளமாகச் செய்திருந்ததால், அது எங்களை வியப்பிலாழ்த்தவில்லை... அவன் தொலைபேசியில் உரையாடிக்கொண்டிருக்க, நான் அவனைத் தேடிச் சென்றேன். அவனைக் கட்டித் தழுவினேன். தாமதமின்றி என்னுள் புதைந்தான். ஜுரம் கண்ட வளைப்போல எனது உடல் நடுங்கியது. இப்போது அவன் இல்லை, புறப்பட்டுப் போய்விட்டான். அது இன்னொரு கதை. உடலுறவுகொள்ள வேண்டுமென்கிற அவா எழும்போதெல்லாம், என் முதுகில் பதிந்த அவன் கட்டைவிரலும் அது அழுந்தப் பதியவேண்டுமென்பதற்காக எனதுடலெடுத்த முயற்சியும் தனது செயலுக்கான காரணம் புரியாமல் அவன் சிரிப்பதும் நினைவிற்கு வருகின்றன. கென்னடி கொல்லப்பட்ட இரவு அவன் எங்கே இருந்தானென்பதை நான் அறிவேன். இவற்றையெல் லாம் மில்லருக்கு எழுதுவேன், அவர் வேண்டுமானால் அக்கடிதத்தைத் தன் நண்பர்களுக்குக் காட்டட்டும். கடவுளே! எனது கேடுகெட்ட முதலாளி வந்திருக்கிறான். ஏற்கனவே, அவனுக்கு மூன்று வாரங்கள் பாக்கி. ‘பேட்ரிக்’ நில்... எப்படி இருக்கிறாய்? சூசான், கிளம்பு... அவன் நம்மைச் சீண்டுவதற்குள் இங்கிருந்து புறப்பட்டாக வேண்டும். என்னோட ஜாகைக்குப் போவோமா? ஏதேனும் புத்தகங்கள் வாசிக்க லாமே? நீ இதுவரை அறிந்திராத புத்தகங்கள், அதன் உயரத்திற்கு நம்மை அழைத்துச் செல்லக்கூடிய புத்தகங்கள். இன்றைக்குச் சீக்கிரம் உனது ஜாகைக்குத் திரும்பியாக வேண்டுமென்கிற கட்டாயமேதும் உனக்கில்லை. உனக்கென்றால் நான் எதையும் செய்வேன், என்னை நம்பு. நீ நினைப்பதுபோல் கடிதத்தை அவர் தன் நண்பர்களிடம் காண்பிக்கப்போவதில்லையென்றே நானும் நினைக்கிறேன். வேறென்ன சொல்ல முடியும்? ஒருபோதும் என்ன நடந்ததென்பதை நாம் அறியப் போவதில்லை, அதுதானே உண்மை.

## குறிப்புகள்

* Taking scarlet as a real colour or and also Susan

1. Thou shall not covet thy neighbour’s wife
2. அயர்லாந்த்தின் அரசியல்வாதிகளில் ஒருவர், அயர்லாந்து விடுதலை இயக்கத்தைச் சேர்ந்தவர்.
3. Thirty Years War (1618 -1648)
4. ஓட் தானியத்தில் செய்யப்படும் ஒருவிதக் களி

●

# சேன் நதி

பத்ரிக் மொதியானொ

இடம் பூலோஞ், புவான் – துய் – லூர் என்ற ஆற்றோர வீதி. சூரியனின் ஒற்றைக் கதிரொளியில் பிரகாசித்த கட்டடமொன் றின் சுவரில் 'பிளாஷ்' (*Blache*) என்று நீல வண்ணத்தில் எழுதப் பட்டிருந்தது. எழுத்துகள் மங்கியும் உரிந்துமிருந்தன. அருகிலிருந்த காப்பிக் கடைக்காரனிடம் விசாரித்தேன். அவன், 'பிளாஷ்' என்ற பேரில் வெகுகாலத்திற்குமுன் சந்தின் முனையில் சைக்கிள் கடை யொன்றை நடத்தி இறந்துவிட்டதாகவும் அவனுடைய ஒரே மகள் தனக்கென ஒரு வாழ்க்கையைத் தேடிக்கொண்டு இளம்வயதில் புறப்பட்டுப் போனவள் பிறகு திரும்பவேயில்லை என்றும் சொன்னான்.

'பிழு'[1] வின் தாயார்க்காரியான 'கோந்த்தெஸை'[2] நினைத்துக் கொண்டேன். முதலாம் அல்பெர் வீதியிலிருந்த தொகுப்பு வீட்டி லிருந்த மேசையைக் குடைந்தபோது 'பிளாஷ் ஒதெத்' என்னும் பெயரில் அடையாள அட்டையொன்று கையில் கிடைத்தது. அடை யாள அட்டையின் நிழற்படத்தை பார்த்த மாத்திரத்தில் அவள் 'பிளாஷ் ஒதெத்' என்று புரிந்துவிட்டது. பாதையைத் தொலைத்து விட்டு அலைகிறபோது, அதிர்ஷ்டவசமாக ஏதாவது நேரும். அப்படித் தான் எனக்கும் நடந்தது. ஒருநாள் மாவட்ட நிர்வாக அலுவலகத் தில் "'பிளாஷ்' என்ற பெயரில் தகவல் ஏதேனும் கிடைக்குமா" என்று அங்கிருந்த பெண் உதவியாளரை விசாரிக்கப்போக – அவள் கொஞ்சம் நல்ல மாதிரியென நினைக்கிறேன் – நான்கைந்து பக்கங்கள் தேறும் – கையிற் திணித்தாள்.

அப்பெயர்ப் பட்டியல்கள் தட்டச்சிலிருந்தன. சேன் நதியும் மார்ன் நதியும் சந்திக்கிற ஷராந்த்தோன் பக்கமிருந்த இரவு விடுதி களையெல்லாம் வலம் வந்தாயிற்று.

பட்டியலில் இருந்த பெயர்களில் பிளாஷ் ஒதெத், வயது பதினெட்டு, 23-*bis*, கே துய் புவான் துய் மூர், பூலோஞ் –என்பதுமொன்று.

முதலாம் அல்பெர் வீதி, பூலோஞ் – ஆற்றோர சாலைப் பக்கமிருந்த ‘பிளாஷ்’ பெயர்கொண்ட சைக்கிள் கடை, தடிச்சி மதெலின் லூயி தனது சொகுசுப்படகை நிறுத்திவைக்கிற புத்தோ தீவு, நதியின் மற்ற பக்கம், ஷராந்த்தோன் பாலம் . . . அத்தனையும் சேன் நதியோடு சம்பந்தப் பட்டவைதான். ஏன், பிமூவின் கண்களை நினைத்துக்கொள்ளும்போது கூட சேன் நதியின் நிறம்தான் எனக்கு நினைவுக்கு வருகிறது.

○

அப்போது எனக்குப் பதினெட்டு வயது. நாடகப் பட்டறையில் பயிற்சி எடுத்துக்கொண்டிருந்த நேரம். பள்ளிக்கு, ‘மரிவோ நாடகப் பயிற்சி அரங்கம்’ என்று பெயர். அந்நாடகப் பட்டறை மாணவர்களில் புபூல் என்றழைக்கப்பட்ட தடியனைத் தவிர வேறெவரும் தொழில்முறை நாடக நடிகர்கள் இல்லை. பள்ளியில் வாரத்திற்கு மூன்றுமுறை மொத்த மாணவர்களுக்குமாகச் சேர்த்து, எங்கள் பயிற்சி ஆசிரியையால் ‘பொது வகுப்பு’ எனப் பெயர் சூட்டப்பட்ட சிறப்பு வகுப்புகள் நடந்துவந்தன. நான் தவறாமல் அவ்வகுப்புகளுக்குச் செல்வேன். நாடகப் பட்டறை நிர்வாகியும் எங்களுக்குப் பயிற்சி ஆசிரியையுமாக இருந்த பெண்மணி ஒருகாலத்தில் பிரெஞ்சு நாடகத் துறையில் தீவிரமாக உழைத்தவள். தனது பணிக்காலம் முடிவுக்கு வந்த நேரத்தில் நாடகத் துறையிலிருந்த ஈர்ப்பும் வெகுசனத் தொடர்பில் கொண்டிருந்த பற்றுமே எத்துவால் அருகே, ‘மரிவோ நாடகப் பயிற்சி அரங்க’த்தை அவள் தொடங்குவதற்குக் காரணங்களாகச் சொல்லப்பட்டன. ‘வழக்கமான மேடை நாடக அரங்குகள், திரை அரங்குகள், கேளிக்கை விடுதிகள்’ ஆகியவற்றுக்குத் தான் எதிரியென்று ‘மரிவோ நாடகப் பயிற்சி அரங்கம்’ வெளியிட்ட துண்டுப் பிரசுரங்கள் தெரிவித்தன.

பொதுவகுப்பு என்கிறபோதெல்லாம் இரவுடன் கூடிய கடும் பனிக் காலம் நினைவுக்கு வருகிறது. இரவு எட்டு மணியிலிருந்து பத்தரைமணி வரை எங்களுக்கு வகுப்பு. வகுப்பு முடிந்ததும் இருட்டில் கலப்பதற்கு முன்பாக புபூலும் நானும் உரையாடியபடி வெளியேறுவோம். எங்கள் உரையாடலில் வேறு சிலரும் கலந்துகொண்டிருக்கிறார்கள். ஆனால் புபூல், சோனியா ஓ தொய்யே என்ற இரண்டு பெயர்களைத்தான் என்னால் இப்போது நினைவுபடுத்த முடிகிறது.

மரிவோ நாடகப் பயிற்சி அரங்கத்தின் நட்சத்திரமென்று அவளைச் சொல்லலாம். நாங்கள் அனைவரும் கலந்துகொள்கிற பொதுவகுப்பிற்கு மொத்தத்தில் இரண்டு அல்லது மூன்றுமுறைதான் அவள் வந்திருப்பாள். எங்கள் நாடகப் பட்டறை ஆசிரியரிடம், தனக்கெனப் பிரத்தியேகமாகப் பாடம் சொல்லித்தர ஏற்பாடு செய்துகொண்டது அதற்குக் காரணமாக இருக்கலாம். தனிவகுப்பு என்பது எல்லோராலும் முடிகிற காரியமல்ல –

அதற்கெல்லாம் பணம் வேண்டும். அவளைத் தவிர அங்கிருந்த வேறு மாணவர்களுக்கு, என்னையும் சேர்த்துத்தான் சொல்கிறேன் – அதற்குச் சாத்தியமில்லை. அவள் நல்ல அழகு, முகம் மாத்திரம் சற்று ஒடுங்கலானது, நிர்மலமான கண்கள். பார்த்த மாத்திரத்தில் எவரையும் கவரக்கூடியவள், எங்கள் கவனத்தை ஈர்த்ததில் வியப்பேதுமில்லை. எங்களைக் காட்டிலும் கண்டிப்பாக ஒரு சில ஆண்டுகளாகிலும் வயதில் மூத்தவளாக இருக்க வேண்டும். போலந்து நாட்டு பிரபுக்கள் வம்சத்தைச் சேர்ந்தவளெனச் சொல்லிக்கொண்டாள். அவளைப்பற்றி இரண்டு மூன்று சஞ்சிகைகள் அந்த நேரத்தில் எழுதப்போக, கிட்டதட்ட ஒரு மாத காலம் வகுப்பிற்கு அவள் வரவில்லை. எங்களுக்கு ஆச்சரியம். வெகுசீக்கிரம் பொதுமேடைகளில் அவள் தோன்றவிருப்பதாகவும் அப்போது பேச்சிருந்தது.

'கோந்த்தெஸ்' என்னும் பெயரை நாங்கள்தான் அவளுக்கு வைத்திருந்தோம். அப்பெண்ணுடைய முதல் மேடையேற்றத்தைப் பற்றிய எந்தக் கேள்வியையும் நாங்கள் கேட்டுவிடக்கூடாதென்பதில், நாடகப் பட்டறையின் நிர்வாகி கறாராக இருந்தாள். ஆனால் எங்கள் குழுவில் புபூல் மிகவும் கெட்டிக்காரன். அவனுக்கு நாடக அரங்குகள், திரை உலகம், கேளிக்கை விடுதிகள் சம்பந்தப்பட்ட இடங்களின் அறிமுகம் இருந்ததால் அவளைப் பற்றிய எல்லாத் தகவல்களும் அவ்வப்போது வந்து சேர்ந்தன. முதலாம் அல்பெர் வீதியில் ஆடம்பரமான மாடி வீடொன்றில் கோந்த்தெஸ் வசிப்பதாகவும் பின்புலத்தில் என்னவோ நடக்கிறதென்றும் பொடிவைத்துப் பேசினான். “அவளை சௌகரியமாக யாரோ பராமரிக்க வேண்டும். நகைக் கடைகளிலும் துணிக் கடைகளிலும் இப்படி ஏராளமாக செலவு செய்ய எல்லோருக்கும் ஆகிற காரியமா என்ன?” என்றான். *La Tour d'Argent* உணவு விடுதியில் சுமார் பத்துப் பேருக்கான இருக்கைகளை முன்கூட்டியே சொல்லிவைத்து, இன்னார்தானென்றில்லை எவரையும் அவளுடன் உணவருந்த அழைக்கிறாளென்றும் வந்தவர்களுக்கு அன்பளிப்புகளைத் தாராளமாக வாரி வழங்குகிறாளென்றும் அன்பளிப்புப் பெற்றவர்கள் பதிலுக்கு அவளுக்கு வேண்டியதைச் செய்துகொடுக்கிறார்களென்றும் கூறி, அவள் நினைத்ததைச் சாதிக்க முடிகிற தந்திரத்தை ஒருமுறை விளக்கினான். இப்படியெல்லாம் அவளை விமர்சித்தபோதிலும் புபூலுக்கு, தன்னையும் ஒருநாள் அவளுடன் உணவருந்த அழைக்கமாட்டாளா என்ற ஏக்கம் நிறையவே இருந்தது.

சிறுமி 'பிழு' மாத்திரம் இல்லையெனில், எல்லாச் சம்பவங்களுக்கும் குப்பைக்குப் போகிற மலர்ச்செண்டின் கதிதான்.

எங்கள் நாடகப் பட்டறை மாணவர்களிடையே பரிசுப் போட்டிக்கு ஏற்பாடு செய்திருந்த நாளொன்றில்தான் அவளை முதன்முதலில் சந்தித்தேன். நிகழ்ச்சியைப் பள்ளியிலேயே விசாலமாக இருந்த ஓர் இடத்தில் சில மாற்றங்கள் செய்து, நாடகப் பட்டறையின் முதல்வர் பெண்மணி ஏற்பாடு செய்திருந்தாள். சுமார் ஐம்பது பார்வையாளர்களும் கலையுலகப் பிரமுகர்களும் கலந்துகொண்டனர். போட்டியில் கலந்துகொண்டவர்

களில் பரிசுக்குரியவர்களைத் தேர்வு செய்யவென்று நடுவர் ஒருவரையும் ஏற்பாடு செய்திருந்தனர்.

போட்டி ஏற்பாடு செய்திருந்தபோது, வகுப்புக்கு நான் புதிய மாணவன். மேடைக்கூச்சமும் இருந்தது. போட்டியில் கலந்துகொள்ளாமல் வெளியில் சென்றிருந்தேன். நான் திரும்ப வந்தபோது போட்டி நடந்து, பரிசுக்குரிய வர்களை அறிவித்தும் முடித்திருந்தார்கள். நிகழ்ச்சி நடந்த மண்டபத்திலிருந்து பார்வையாளர்கள்கூடப் புறப்பட்டுப் போய்விட்டார்கள். ஒருசில நண்பர் களுடன் தீவிரமாக விவாதித்துக்கொண்டிருந்த புமூல் என்னைக் கண்டதும் பேச்சைத் துண்டித்துக்கொண்டு சட்டென்று :

"முதல் பரிசைப் பெற்றது யாரென்று நினைக்கிறாய்? கோந்த்தெஸ் – எனக்கும் 'ம்யூசிக்–ஹாலுக்கான'[3] வாய்ப்பு கிடைத்திருக்கிறது" என்றான். எனது பாராட்டுதலை அவனுக்குத் தெரிவித்தேன்.

"*La Dame aux Camelias* நாடகத்திலிருந்து மரணக் காட்சியைத் தேர்வு செய்து அவள் நடித்தாள். ஆனால் வசனத்தைச் சுத்தமாக மறந்துவிட்டாள்" என்று என் காதில் முணுமுணுத்தான். தொடர்ந்து, "திட்டமிட்டபடிதான் எல்லாம் நடந்தது தம்பி. பேசிவைத்துக்கொண்டு அதன்படிதான் காய் நகர்த்தியிருக்கிறார்கள். நடுவருக்கும் நம்முடைய மதாம் சான் – ழேனுக் கும் உறையில் பணம் போயிருக்கிறது" என்றான்.

மதாம் சான் – ழேன் எங்கள் பயிற்சி ஆசிரியை. பிரெஞ்சு நாடக உலகம் அவளைத் தலையில் தூக்கிவைத்துக்கொண்டாடுகிறது.

"'கோந்தெஸ்'க்காகவே நிழற்படக் கலைஞர்கள் வரவழைக்கப்பட் டார்கள் தெரியுமா? பேட்டிக்குக் கூட ஏற்பாடு செய்யப்பட்டிருந்தது. நட்சத்திரமென்றால் சும்மாவா? ம் . . . பணத்தைத் தண்ணீராகச் செலவு செய்திருப்பாளென நினைக்கிறேன்" – தொடர்ந்து புலம்பிக்கொண் டிருந்தான்.

அப்போதுதான் கவனித்தேன், மண்டபத்தில் கடைசியாக சிவப்பு நிற வெல்வெட் இருக்கையொன்றில் சிறுமியொருத்தி உறங்கியபடியிருந் தாள்.

"யார் அது?" புமூலிடம் கேட்டேன்.

"கோந்த்தெஸ் மகள். அவளுக்கு நேரமில்லையாம். மதியத்திற்கு, அந்தப் பெண்ணைப் பார்த்துக்கொள்ளும்படி என்னைக் கேட்டுக்கொண் டாள். ஒத்திகையொன்றிற்குப் போகவேண்டியிருக்கிறது, என்ன செய்வ தென்று யோசித்துக்கொண்டிருக்கிறேன். உனக்குச் சரிவருமா?"

"உனக்காக வேண்டுமென்றால் செய்யறேன்."

"கொஞ்சநேரம் அவளைக் கூட்டிக்கொண்டு உலாத்து, பிறகு முதலாம் அல்பெர் வீதியிலிருக்கும் 21ஆம் எண் வீட்டில் அவளைக் கொண்டுபோய் சேர்த்திடு. பெரிதாகச் செய்ய வேறு ஒன்றுமில்லை."

“சரி.”

“அப்போ நான் புறப்படறேன். கேளிக்கை விடுதிகளில் இனி நானும் மேடையேற வேண்டியிருக்கும் . . .”

போகும்போதுதான் கவனித்தேன் பதற்றத்துடனிருந்தான். உடலில் முத்துமுத்தாக வியர்வைத் துளிகள்.

“புபூல், கவலையை விடு நான் பார்த்துக்குறேன். கேளிக்கை விடுதிகளில் நீயும் மேடை ஏற வாய்ப்பு அமையுமென்று சொல்ற . . . வாழ்த்துகள்.”

புபூலும் போனபிறகு மண்டபத்தில் எங்களைத் தவிர வேறு நபர்களில்லை. சிறுமி இன்னமும் உறக்கத்திலிருக்கிறாள். அவளை நெருங்கினேன். கன்னம் நாற்காலியில் படிந்திருக்க, இடது கை தோளிலும், முன் கை மார்பிலுமாக இருந்தன. தலைமயிர் நெளிநெளியாய் தேன் நிறத்திலிருந்தது. வெளிர் நீலத்தில் மேலங்கியொன்றை அணிந்திருந்தாள். கால்களில் பழுப்புவண்ண ஷுக்கள். ஏழு அல்லது எட்டு வயது இருக்கலாம்.

தோளில் மெல்லத் தட்டி எழுப்ப, கண் விழித்தாள். கோந்தெஸ் கண்களைப்போலவே சிறுமியின் விழிகளிரண்டும் சாம்பல் நிறத்தில் ஒளிர்ந்தன.

“வெளியிற் சென்று உலாத்திவிட்டு வரலாம். என்ன?”

அவள் வியப்புக்குள்ளாகி இருக்க வேண்டும், முகத்தில் தெரிந்தது. எழுந்துகொண்டாள். அவளுடைய கையைப் பிடித்துக் கொண்டேன். இருவருமாக மரிவோ நாடகப் பயிற்சி அரங்கத்தைவிட்டு வெளியில் வந்தோம்.

அவென்யூ ஹோஷ் வழியாக இருவரும் நடந்து, மோன்சோ பூங்காவுடைய நுழைவாயிலுக்கு வந்து சேர்ந்தோம்.

“என்ன உள்ளே போகலாமா?”

“ம்.” சம்மதம் என்பதுபோல் தலையாட்டினாள்.

இடது திசையில் புல்வார் பக்கமாக, வண்ணம் உரிந்த ஊஞ்சல்களும் பழைய சறுக்கு மரமொன்றும் மணற்திட்டொன்றும் இருந்தன . . .

“என்ன விளையாட ஆசையா?”

“ஆமாம்.”

அங்கே குழந்தைகள் பெரியவர்கள் ஒருவருமில்லை. சீக்கிரம் பனி கொட்டினாலும் கொட்டலாம், பஞ்சுபோல வெண்மையான மேக மூட்டத்துடன் வானம். இரண்டு அல்லது மூன்று முறை சறுக்கு மரத்தில் விளையாடியவள், தயக்கத்துடன் தன்னை ஊஞ்சலில் ஏற்றிவிடச் சொல்லிக்

கேட்கிறாள். அப்படியொன்றும் எடை போட்டவளாக இல்லை. தூக்கி உட்கார வைத்ததும் ஊஞ்சலை கெட்டியாகப் பிடித்துக்கொண்டாள்.

"உனக்கு என்ன பேரு?"

"மார்த்தீன். ஆனா என்னை அம்மா பிழுவென்றுதான் கூப்பிடுவாள்."

மணல்திட்டில் ஒரு சிறிய பிளாஸ்டிக் முறத்தைப் பார்த்ததும் மண்ணைக் கிளறி விளையாட ஆரம்பித்தாள். அருகிலேயே சிமெண்ட்டால் செய்த இருக்கையொன்று இருந்தது. அதிலமர்ந்தபடி அவள் விளையாடுவதைப் பார்த்துக்கொண்டிருந்தேன். அப்போதுதான் கவனித்தேன்: அவளணிந்திருந்த காலுறைகள் வித்தியாசமாகவிருந்தன. ஒன்று: கரும்பச்சை வண்ணத்தில் முழங்கால் வரையும். மற்றொன்று: நீலவண்ணத்தில் பழுப்பு வண்ண ஷூவை இறுக்கியிருந்த கயிற்றுக்கு மேலாக ஒரு சில சென்டிமீட்டர்கள் கூடுதலான அளவிலும் இருக்கக் கண்டேன். அன்றைய தினம், உண்மையில் கோந்த்தெஸ்தான் தன் மகளுக்கு உடுத்தி அனுப்பியிருப்பாளா என்று எனக்குச் சந்தேகம்.

அதிக நேரம் ஈரமணலில் இருந்தால், சிறுமியின் உடம்புக்கு ஆகாமற் போனாலும் போகலாம் என்ற பயத்தில், அவளுடைய ஷூ கயிறுகளை ஒருமுறை சரிபார்த்தபிறகு பூங்காவின் மறுபக்கம் அழைத்துச் சென்றேன். அங்கு ஒருசில குழந்தைகள் குடைராட்டினக் குதிரைகளில் சுற்றிவந்தனர். அவள் மரத்தாலான அன்னமொன்றில் உட்கார விரும்பினாள். குடைராட்டினம் கிரீச்சிட்டுக்கொண்டு சுற்றியது. எனக்கெதிரே வரும்போதெல்லாம் வலது கையை உயர்த்தி ஆட்டினாள். இடது கரம் அன்னத்தின் கழுத்தை வளைத்துப் பிடித்திருக்க உதடுகளுக்கிடையே சிறிய புன்னகை.

ஐந்து சுற்று வந்திருப்பாள். "அம்மா உன்னை எதிர்பார்த்துக்கொண்டிருப்பாள், சுரங்கப்பாதை ரயில் பிடித்து நாம் உடனே திரும்புவது அவசியம்" என்று அவளிடம் கூறினேன்.

"அங்க்கிள் எனக்கு ந ந்துபோகணும்."

"சரி. உனக்கு அப்படியொரு ஆசைன்னா, நடந்தே திரும்புவோம்."

கூடாதென்று சொல்ல எனக்குத் தைரியம் இல்லை. அவளுடைய தந்தையைப் போல் நடந்துகொள்வதற்கான வயதும் எனக்கில்லை.

மோன்சோ வீதி, அவென்யூ ஜார்ஜ் – 5 எனக் கடந்து மீண்டும் சேன் நதி பக்கம் வந்தோம். கட்டடச் சுவர்கள் சூரிய ஒளியிலிருந்து விடுபட்டுக்கொண்டிருந்த நேரம், வெகு சீக்கிரம் அத்தனையும் இருட்டில் கலந்துவிடும் ... நேரமில்லை. கொஞ்சம் வேகமாக நடக்க வேண்டும். அன்றைய தினமும் அந்தி சாயும் நேரத்தில் எனக்கேற்படும் வழக்கமான மனக் குமுறல்கள். சிறுமியும் என்னுடைய மனநிலையில்தான் இருந்திருக்க வேண்டும். இல்லையென்றால் அத்தனை இறுக்கத்துடன் எனது கையைப் பற்றியபடி நடப்பாளா?

மாடியை அடைந்தபோது, சலசலவென்று பேச்சும் சிரிப்பும் கலந்தொலித்தது. ஐம்பது வயது மதிக்கக்கூடிய பெண்மணி, தலைமுடியைக் குட்டையாக வெட்டிக் கொண்டிருந்தாள். சதுரமுகம். பார்க்க 'புல் – தெரியெர்' வகை நாய்க்குண்டான சுறுசுறுப்பும் துடிப்பும் தெரிந்தது. கதவைத் திறந்தாள். ஒருவிதமான அவநம்பிக்கையுடன் மேலுங்கீழுமாக எங்களைப் பார்த்தாள்.

"வணக்கம் மதாம் மதெலென் – லூயி" – சிறுமி

"வணக்கம், பிழு."

"நான்தான் இவளை வெளியே அழைத்துக்கொண்டு போனேன்."

"உள்ளே வாங்க."

நுழைவுக் கூடத்து தரைமுழுக்க பூங்கொத்துகள். வரவேற்பறையில் கடைசியாகத் தெரிந்த இரட்டைக் கதவினூடாகக் கும்பல் கும்பலாய் மனிதர்கள்.

"கொஞ்சம் பொறுங்க, சோனியாவைக் கூப்பிடறேன்" – சொன்னவள் 'புல் – தெரியெர்' நாய்போலிருந்த பெண்மணி.

சிறுமியும் நானும் இருவருமாக நுழைவுக் கூடத்தில் காத்துக் கிடந்தோம், எங்களைச் சுற்றிலும் கேட்பாரற்று கிடக்கும் பூங்கொத்துகள்.

"பூங்கொத்துகள் நிறையதான் வந்திருக்கின்றன . . ." – நான்.

"எல்லாம் அம்மாவுக்கு."

கோந்த்தெஸ் வெளிப்பட்டாள். தோளில் கற்கள் பதித்த கறுப்பு நிற வெல்வெட்டாலான ஆடை. தேவதைபோல ஜொலித்தாள்.

"மறுப்பேதும் சொல்லாமல் பிழுவை வெளியில் அழைத்துப்போன உங்க நல்ல மனசைப் பாராட்டணும்."

"என்ன இதையெல்லாம் நீங்க பெரிசு பண்ணிக்கிட்டு . . . இன்றைக்கு நடந்த போட்டியில் உங்களுக்கு முதற் பரிசு கிடைத்ததாமே, பாராட்டுகள்."

"நன்றி . . . மிகவும் நன்றி." எனக்கு உடம்பை என்னவோ செய்தது. அந்த இடத்தைவிட்டுச் சீக்கிரம் புறப்பட்டால் நல்லது என்பதுபோலத் தோன்றியது. அவள் தன் மகள் பக்கம் திரும்பினாள்.

"பிழு, அம்மாவுக்கு இன்றைக்கு மிகவும் முக்கியமான தினமென்று தெரியுமில்ல . . ."

சிறுமியின் கண்கள் சட்டென்று அகலவிரிந்து அவள்மீது பதிந்தன. அக்கண்களில் வெளிப்பட்டது அச்சமா வியப்பா?

"பிழு, அம்மாவுக்கு பெரியதொரு வெகுமதி கிடைச்சிருக்குத் தெரியுமா? அதற்காக அம்மாவுக்கு நீ முத்தம் கொடுத்தாகணும்..."

சொன்னாளே தவிர சிறுமியின் திசைக்காய் குனிந்தாளில்லை. சிறுமி கால்விரல்களை ஊன்றி, எம்பி முத்தமிட மிகவும் சிரமப்பட வேண்டியிருந்தது. கோந்த்தெஸ் சிறுமி தன்னை முத்தமிட எடுத்துக் கொண்ட முயற்சியைக் கவனித்ததாகக் காட்டிக்கொள்ளவில்லை, அவள் கவனம் இறைந்து கிடந்த பூங்கொத்துகள் மேல் சென்றது.

"பிழு, பார்த்தியா? எவ்வளவு பூக்கள்! இவற்றையெல்லாம் எடுத்து ஜாடியில் வைக்கக்கூட இப்போது எனக்கு நேரமில்லை. வந்திருக்கும் நண்பர்களைக் கவனிச்சாகணும். பிறகு அவர்களை இரவு விருந்துக்கு அழைத்துப் போகணும். இராத்திரிக்கு எத்தனை மணிக்குத் திரும்புவேனோ தெரியாது... நீங்க இன்றிரவு பிழுவைப் பார்த்துக்க முடியுமா?"

நான் மறுக்கமாட்டேன் என்பதைத் தெளிவாகப் புரிந்து வைத்திருந்ததைப்போல, அவள் கேட்ட தோரணை இருந்தது.

"உங்க விருப்பம் அப்படீன்னா, செய்தால் போச்சு."

"உங்களுக்கும் இரவு உணவுக்கு ஏற்பாடு செய்யச் சொல்றேன். இரவு இங்கேயே நீங்கள் தூங்கிக் கொள்ளலாம்."

எனக்குப் பதில்சொல்லக்கூட நேரம் கொடுக்கவில்லை. சட்டென்று சிறுமி பிழுவின் பக்கம் திரும்பினாள்.

"பிழு செல்லம்... அப்போ நான் கிளம்பட்டுமா? நண்பர்கள் எனக்காகக் காத்திருக்காங்க பாரு... அம்மாவை மறந்திடாதே... என்ன?" – குனிந்து சிறுமியின் நெற்றியில் செயற்கையாய் முத்தமிட்டாள்.

"மிஸியே, உங்களுக்கு மறுபடியும் நன்றி."

அதிகம் அலட்டிக்கொள்ளாமல், வரவேற்பறையில் காத்திருந்த நண்பர்களைத் தேடிச் சென்றாள். அத்தனை இரைச்சல்களுக்கிடையிலும், வெடித்து பிறகு மெலிந்து அடங்கிய சிரிப்பிலிருந்து அவளைத் தனியே என்னால் அடையாளப்படுத்த முடிந்தது.

அவர்கள் படிகளில் இறங்கிச் செல்லச் செல்ல, ஒன்றன்பின் ஒன்றாகக் குரல்களும் தேய்ந்து அடங்கின. பிழுவும் நானுமாகத் தனித்து இருந்தோம். சிறுமி சாப்பிடும் அறைக்கு என்னைக் கூட்டிச் சென்றாள். இருவரும் எதிரெதிராக, மார்பிள் மூடிய நீள்சதுர மேசையொன்றில் அமர்ந்தோம். நான் உட்கார்ந்திருந்த நாற்காலியோ வீட்டின் பின்புறத்தில் தோட்டவெளியில் பொழுதைக் கழிக்க உபயோகிக்கப்படும் வகையைச் சார்ந்தது. அதுவும் ஆங்காங்கே துருப்பிடித்து மிகப் பழையதாக இருந்தது. அவள் உட்கார்ந்திருந்ததோ வெல்வெட் மெத்தை தைத்த முக்காலி.

தலைக்கு நேராகத் தொங்கவிடப்பட்டிருந்த பல்பிலிருந்து விழுந்த வெளிச்சம் மொத்தமும் எங்கள்மீதுதான் படிந்திருந்தது.

சீனச் சமையற்காரனொருவன் உணவைப் பரிமாறினான்.

“இவரெப்படி, நல்ல மனிதர்தானே?” – பிழுவைக் கேட்டேன்.

“ஆமாம்.”

“என்ன பேர்?”

“தியூங்.”

சிலைபோல விறைத்து உட்கார்ந்தபடி சூப்பை முடிப்பதில் கவனமாக இருந்தாள். உண்டு முடிக்கும்வரை வாய் திறக்கவில்லை.

“என்ன நான் எழுந்திருக்கலாமா?”

“ம்.”

அவளுடைய அறைக்கு அழைத்துச் சென்றாள். சுவரும் அலங்காரங்களும் நீல வண்ணத்திலிருந்தன. மரச்சாமான்களென்று சொன்னால் இரண்டே இரண்டுதான். ஒன்று : சிறுபிள்ளைகளுக்கான கட்டில். மற்றொன்று : இரண்டு சன்னல்களுக்கும் இடையிலிருந்த வட்டமேசை. மேசையில் போட்டிருந்த விரிப்பின் மீது மேசை விளக்கொன்று இருந்தது.

அறையோடு சேர்ந்தாற்போல இருந்த குளியல் அறைக்குள் நழுவினாள். பல்துலக்கும் சத்தம் கேட்டது. வெளியில் வந்தபோது வெண்மை நிற இரவு ஆடையிலிருந்தாள்.

“தயவுசெய்து ஒரு தம்ளர் தண்ணீர் கொண்டு வரமுடியுமா?”

அவள் கேட்டவிதம், நான் அவளது வேண்டுகோளைத் தப்பாக எடுத்துக்கொள்ளப்போகிறேன் என்ற கவலையில் தொனிப்பது போலிருந்தது.

“அதற்கென்ன கொண்டுவருகிறேன்.”

பிழு கொடுத்த டார்ச் விளக்கின் துணையுடன் சமையலறையைத் தேடிக்கொண்டு போனேன். பயமுறுத்தும் இருட்டில், அவள் ஒருத்தி மாத்திரம் தனியாக உலாத்துகிறபோது இந்த டார்ச்கூட ஒருவகையில் சுமைதான் என நினைத்துக்கொண்டேன். பெரும்பாலான அறைகள் காலியாக இருந்தன. வழியெல்லாம் டார்ச் விளக்கை ஒளிரவைக்க முயன்றபோதிலும், நிறுத்தவும் அணைக்கவுமான பொத்தான் சரியாக நடக்கவில்லை. பார்ப்பதற்குக் கைவிடப்பட்ட குடியிருப்புபோல மாடியிருந்தது. சுவரில் செவ்வக வடிவிலிருந்த கறைகள் அவை ஓவியங்கள் மாட்டப்பட்டிருந்ததற்கான அடையாளங்களாக இருக்க வேண்டும்.

மற்றொரு அறை அநேகமாக கோந்த்தெஸ் உடையதாக இருக்க வேண்டும். பெரியதொரு கட்டில் போட்டிருக்க, சற்றேறக்குறைய அதே அளவிலான வெண்ணிற சாட்டின் துணியால் அக்கட்டில் மூடப்பட்டிருந்தது. தரையில் ஒரு தொலைபேசி, கட்டிலைச் சுற்றிலும் சிவப்பு ரோஜாக்கள், பவுடர் டப்பியொன்று, ஒரு மப்ளர் . . .

சமையலறை மேசையில், சீனன் இரண்டு வேற்று மனிதர்களோடு சீட்டைக் கலைத்துப்போட்டு விளையாடிக்கொண்டிருந்தான். அவர்களில் ஒருவன் அவனைப்போலவே சீனன் மற்றவன் ஐரோப்பியன்.

“சிறுமிக்காக ஒரு தம்ளர் தண்ணீர் கொண்டுபோக வந்தேன்.”

குழாயிருக்கும் திசையைக் காட்டினான். கண்ணாடித் தம்ளர் நிரம்பியதும் அவர்கள் பக்கம் மீண்டும் என் பார்வை சென்றது. விரித்திருந்த துணியில், வகை வகையாய் உணவுகள் தயாரிக்கும் முறைபற்றிய அட்டைகள். அவற்றைத்தான் பந்தயம் வைத்திருந்தார்கள். அங்கிருந்து வெளியேறினேன். கதவு பின்புறம் மூடப்பட்டதற்கான கிறீச்சென்ற சத்தம்.

மீண்டும் வெறிச்சோடிக்கிடந்த அறைகளை ஒவ்வொன்றாகக் கடந்து வந்தேன். அண்மையில்தான், அவசர அவசரமாக அங்குள்ள தளவாடங்களைக் காலிசெய்திருக்க வேண்டும் . . . அவற்றைப் பாதுகாப்பதற்கென நிறுவனங்கள் இருக்கின்றனவே அங்கே ஒப்படைத்து பத்திரப்படுத்தியிருப்பார்களோ? ஆனால் வெள்ளை சாட்டின் துணியால் மூடப்பட்டிருந்த பெரிய கட்டில், சுவரை ஒட்டியிருந்த சோபா, மற்றும் இரண்டு பெட்டிகளும் பயணப் பையொன்றுமாக அடுக்கப்பட்டிருந்த இரண்டு நாற்காலிகள் ஆகியவற்றைத் தற்காலிகமாக அங்கே கொண்டுவந்து சேர்த்திருக்க வேண்டும்.

அவளுடைய கட்டிலில் எனக்காகக் காத்திருந்தாள்.

“எனக்காக சில பக்கங்களை வாசிக்க முடியுமா?”

குரலில், அவளுடைய வேண்டுகோளை மீண்டும் நான் தப்பாக எடுத்துக்கொள்ளப்போகிறேன் என்ற கவலை. மேலட்டை பழுப்படைந்திருந்த *The Prisoner of Zenda* என்னும் புத்தகத்தை என் கையிற் கொடுத்தாள். அவள் வயதுக்கு அப்புத்தகத்தில் ஆர்வம் காட்டியது கண்டு எனக்கு வியப்பு. நான் வாசிக்க, கைகளைக் குறுக்காகக் கட்டிக்கொண்டு அமைதியாகக் கேட்டாள், கண்களில் அப்படியொரு பிரகாசம்.

ஓர் அத்தியாயம் முழுவதையும் படித்து முடித்தேன். அந்த அறையிலிருந்த விளக்கை மாத்திரமல்ல பக்கத்து அறை அலங்கார விளக்கையும் அணைக்க வேண்டாமென்றாள். இருட்டுக்குப் பயந்தாள். அவள் தூங்குகிறாளா என்று பார்க்க மூடிய கதவுகளை விலக்கிப் பார்க்கவேண்டியிருந்தது. பிறகு, மாடிமுழுக்க அலைந்ததில் தோலினாலான சோபாவொன்றைக் கண்டேன், இரவு அதிலேயே கழிந்தது.

மறுநாள் காலை, 'கோந்த்தெஸ் குழந்தையைப் பராமரிக்கிற வேலை தந்தால், செய்வேனா?' என்று கேட்டாள். அவளுடைய கலையுலக வாழ்க்கையும் உல்லாச உலகும் பிழூவைக் கவனித்துக்கொள்ளத் தடையாக இருந்தனவாம். ஆக, அவளுக்கு எனது உதவி தேவையாயிற்று. தனிமையிலிருந்து தப்பிக்கவென்று மரிவோ நாடகப் பயிற்சி பள்ளியில் சேர்ந்திருந்த எனக்கு, அதைத் தொடர முடியாமற்போனது குறித்து வருத்தங்களில்லை. எனக்கென்று இப்போது சில பொறுப்புகள் கொடுக்கப்பட்டன. உணவிற்கும் உறைவிடத்திற்கும் வசதி செய்துகொடுத்தார்கள். முன்பு எப்போதுமில்லாத அளவிற்கு என் மீது நம்பிக்கையும் ஏற்பட்டது.

மூான் – குழோன் வீதியில் 'க்யுல்ம்' என்னும் பெயரில் பள்ளியொன்றிருந்தது. சுவிஸ் நாட்டைச் சேர்ந்த பெண்மணியொருத்தி அதை நடத்தி வந்தாள். அவளிடம் பிழூவுக்குத் தனிவகுப்பு ஏற்பாடு செய்யப்பட்டிருந்தது. காலையிலும் பின்னேரமும் பிழூவை அழைத்து வருவதற்காக அந்தப் பள்ளிக்குச் சென்றபோதெல்லாம் ஒன்றைத் தெளிவாகப் புரிந்துகொண்டேன். அதாவது, பிழூவைத் தவிர வேறு சிறுமிகள் அங்கு படிப்பதற்கான அறிகுறிகளில்லை. அமைதியாகவும் இருண்டும் கிடக்கிற உபயோகத்திலில்லாத தேவாலயத்தைப்போல ஒரு வகுப்பறையில் அவளும் சுவிஸ் பெண்மணியுமாக அமர்ந்திருப்பார்கள். அங்கே, அவள் படித்த நேரம் போக மற்ற நேரங்களில் முதலாம் அல்பெர் வீதியிலுள்ள புற்களிட்ட பாதையிலோ ட்ரொக் காடேரொ பூங்காவிலோ என்னையும் பிழூவையும் காணலாம். பிறகு நதிக்கரை வீதிகள் வழியாக வீட்டிற்குத் திரும்புவதை வழக்கமாகக் கொண்டிருந்தோம்.

எல்லாமே இரவும் பனியுமான பேழைக்குள் அரங்கேறியவை. பிழூவுக்கு ஏதோ இரவிடம் மட்டும் பயம் என்றில்லை, திரைத்துணிகளில் தெரியும் அவளுடைய அறை மின்சார விளக்கின் நிழலிடத்திலும் கதவிடுக்கினூடாகக் கண்ணிற்படும் பக்கத்து அறையின் லஸ்தர்கர் விளக்கிடத்திலுங்கூட அவளுக்கு அச்சமுண்டு. அவற்றையெல்லாம் தன்னைநோக்கி நீளும் கரங்களாக நினைத்துப் பயந்து கட்டிலில் சுருண்டு படுப்பவளை அணைத்துக்கொண்டு, பயப்பட ஒன்றுமில்லையென அவள் உறங்கும் வரை தைரியமூட்ட வேண்டும். அவளைப் பயமுறுத்தும் நிழல்களைத் தவிர்க்க அல்லது அவற்றை இல்லாமல் செய்ய பல வழிகளிலும் முயல்வதுண்டு.

நானறிந்த எளிய வழிமுறை திரைத்துணிகளை இருபக்கமும் ஒதுக்கி வைப்பது. ஆனால் விளக்கொளி எனது அமைதியான தற்காப்பு முயற்சியைக் காட்டிக்கொடுத்துவிடும். மின்சார விளக்கைக் கொஞ்சம் வலது பக்கம் கொஞ்சம் இடதுபக்கமென இடமாற்றம் செய்து பார்ப்பேன். ம்... பலனில்லை, நிழல்கள் எப்போதும்போல் பயமுறுத்திக்கொண்டுதான் இருந்தன.

அவளைப் பார்த்துக்கொள்வதென்கிற பணியில் சேர்ந்து சரியாகப் பதினைந்து நாட்கள் கடந்திருந்தன. என்னுடைய துணை, ஒருவகையில்

அவளுடைய அச்சத்தைத் தவிர்த்திருக்க வேண்டுமென்றே நினைக்கிறேன். இல்லையெனில் *The Prisonnier of Zenda* புத்தகத்தின் படிக்க வேண்டிய அன்றைய அத்தியாயத்தை முடிக்கும்முன்பாகவே, திரைத் துணிகளில் தெரிகிற கைகளைப்பற்றிய கவலைகளின்றி உறக்கத்தில் ஆழ்ந்துவிட்டாள்.

கடும்பனிபெய்த குளிர்காலம் அது. பாரீஸில் நாங்கள் குடியிருந்த இடம், முதலாம் அல்பெர் வீதி, நவீன ஓவியத்திற்கான அருங்காட்சியகக் கட்டடத்தின் முன்பிருந்த திறந்தவெளி, ஒன்றின் மேலொன்றாக அடுக்கி வைத்ததுபோல இருக்கின்ற 'பஸ்ஸி' குன்றின் சரிவில் தெரிகிற வீதிகள் என எல்லாமுமாகச் சேர்ந்து அப்பகுதியே ஆங்காடின்[4] போல இருக்கிறது. கொன் கோர்டு திடலில்[5] குதிரைமீது சவாரி செய்வதுபோல பெல்ஜிய அரசர் (முதலாம் அல்பெர்) சிலை. வெள்ளை வெளேரென்று மன்னர் ஏதோ பனிச் சூறாவளியில் அகப்பட்டுத் தப்பித்து வந்தவர் போலவிருந் தார். பழைய பொருட்களுக்கான கடையொன்றில், கவனிப்பாரற்று மூலையிற் கிடந்த மரத்தால் செய்த பனிச்சறுக்கு வண்டியொன்றை பிழுவுக்கு விளையாட உதவுமென்று வாங்கினேன். ட்ரொக்காடேரொ பூங்காவிற்கு அழைத்துச் செல்ல, அவள் அங்கிருந்த அதிக சிரமமற்ற சரிவில் விளையாடினாள். மாலை நதிக்கரை வீதிகள் வழியாக இருவரு மாக வீடு திரும்பியபோது, அவளது வழக்கப்படி விறைத்தவாறு பனிச் சறுக்கு வண்டியில் உட்கார்ந்து வந்தாள். பார்க்க ஏதோ கனவுலகில் சஞ்சரிப்பவள்போல இருந்தாள். வண்டியை நான் இழுத்து வந்தேன். சட்டென்று வண்டியை நிறுத்தி நிறுத்தி விளையாடினேன். மரங்கள் அடர்ந்த காடொன்றில் தன்னந்தனியே அகப்பட்டுக்கொண்டதுபோல இருவரும் பாவனை செய்கிறோம். அந்த விளையாட்டு அவளுக்கு மிகவும் பிடித்திருந்தது. அவள் கன்னங்களிரண்டும் சந்தோஷத்தில் சிவந்துவிட்டன.

இரவுநேரக் கேளிக்கைகளுக்கும் கொண்டாட்டங்களுக்கும் புறப்படும் அவசரத்தில் (மாலை ஏழுமணி அளவில்) கோந்த்தெஸ் மகளுக்குக் கொடுக்கும் முத்தங்களைப் பற்றிச் சொல்லி என்ன ஆகப்போகிறது. அந்த வீட்டில் புரியாத புதிராக இருந்த மதெலென் – லூயீஸ் என அழைக்கப்பட்டவளுக்குப் பின்னேரம் முழுக்க தொலைபேசியில் கழித் தாக வேண்டும், எங்களைக் கவனிக்க அவளுக்கும் நேரமில்லை. குஸ்தி போடுபவனைப்போல முகத்தை வைத்துக்கொண்டு தொணதொணவென்று தொலைபேசியில் பேச வேண்டிய அவசியம் என்னவோ? ஈரமற்ற குரலில், கேட்கின்றவர்களுக்கு அவளுடைய அலுவலகத்தில் சந்திப்பதற் கான நேரத்தைச் சொல்கிறாள், முகவரியும் கொடுக்கிறாள், "ஆர்க்காட் த்யு லிடோ", ஆம், அங்குதான் அவளுடைய அலுவலகமுள்ளது. கோந்த்தெஸ் மீது அவளுடைய ஆதிக்கம் நிறைய என்பது வெளிப்படை. அவள் சோனியாவென்று பெயர்சொல்லி அழைத்ததில்லை, எப்போதும் 'ஒதெத்' என்றழைத்தே பழகியவள். புபூல் சொல்வதுபோல கோந்த்தெஸுக்கு வேண்டிய ஆடம்பரச் செலவுக்கான பணத்தை இவள்தான் கொடுக் கிறாளோ? என்னை நானே கேட்டுக்கொண்டேன். முதலாம் அல்பெர் வீதியில்தான் இவளும் வசிக்கிறாளா? கேளிக்கைகளையும் கொண்டாட்

டங்களையும் முடித்துக்கொண்டு அதிகாலையில் திரும்புகிறபோது, பெரும்பாலும் அவளும் சோனியாவும் ஒன்றாகத்தான் வருகிறார்கள். ஆனால் அவளது அலுவலகத்தில்தான் மதலின் லூயி தூங்குகிறாளென நினைக்கிறேன்.

கடைசிக்காலத்தில் சொந்தமாக ஒரு சொகுசுப் படகொன்று வாங்கி யிருந்தாள். அதை எப்போதும் புய்த்தோ தீவென்று சொல்கிற இடத்தில் கரையோரமாக நிறுத்திவைத்திருப்பாள். ஒரு ஞாயிற்றுக்கிழமை அவளைப் படகில் வைத்துப் பார்க்கவென்று பிழு, கோந்த்தெஸ், நான் மூவருமாகச் சென்றிருந்தோம். உள்ளே விருந்தினர்களை உபசரிக்கவென்று வசதி செய்யப்பட்டு மெத்தை தைத்த நாற்காலிகளெல்லாம் வாங்கிப்போட் டிருந்தார்கள். அன்றைய தினம் தொப்பியும் காற்சட்டையுமணிந்து பார்க்க உடற்பெருத்த இளம் கப்பல் பணியாளர்போல இருந்தாள். முகத்தில் கவலை தெரிந்தது.

எங்களுக்குத் தேநீர் வழங்கினாள். தேக்குமரத்திலான சுவற்றில் சிவப்புச் சட்டமிட்ட நிழற்படம் தொங்கிக்கொண்டிருந்தது. குட்டையாக வெட்டப்பட்ட தலைமயிருடன் படத்தில் இருந்தவள் அவளுடைய சிநேகிதி, சுர்கூஃப்[6] வழி வந்தவள்; தோணித் துறை, படகு, மழையில் நனையும் துறைமுகம் என்பதான அவளது பாடல்கள் பிரசித்தம். பாடகி ஏற்படுத்திய தாக்கத்தில்தான் சொகுசுப்படகை வாங்கியிருப்பாளா?

இரவு வந்தது. மதெலென் – லூயியும், கோந்த்தெஸ்ஸூம் என்னையும் பிழுவையும் விருந்தினர்களை உபசரிக்கும் இடத்திலேயே தனித்து விட்டிருந்தனர். புதிர் விளையாட்டொன்றை அவளுக்கென்று கண்டு பிடித்தேன், இடம் பெரியதாக இருந்ததால் ஆர்வத்துடன் சிரமங்களின்றி விளையாடப் பழகிக் கொண்டாள்.

அப்பனிக்காலத்தில், சேன்நதியில் புது வெள்ளம் – சொகுசுப் படகின் சன்னலை நீர்மட்டம் தொட்டிருந்தது. லீலா பூக்களின் மணமும் சேற்றின் மணமும் சொகுசுப்படகுக்குள்ளேயும் இருந்தன.

இருவருமாக படகில் சதுப்பு நிலப் பிரதேசங்களெங்கும் பயணித் தோம். நதியில் தொடர்ந்து செல்லச் செல்ல எனக்கும் வயது குறைந்து அவள் வயதுப் பையனாக மாறினதுபோல நினைப்பு. 'லெ ப்வா' *(le Bois)* வுக்கும் 'லா சேன்' *(La Seine)*னுக்கும் இடையிலிருக்கிற பூலோஜ்ன்[7] கடல்வரை சென்றிருந்தோம். நான் பிறந்ததும் அங்குதான்.

பிழுவுடன் தனிமையிலிருக்கிறபோது, இரவு நேரங்களில் அந்த ஆளின் காலடிச் சத்தத்தை வாரத்திற்கு இரண்டு அல்லது மூன்றுமுறை கேட்டிருப்பேன். அவனுக்கு முப்பது வயதிருக்கும்... அவனிடத்தில் ஒரு சாவி இருக்க வேண்டும். முன் கதவை உபயோகிக்காமல் வேலைக் காரர்களுக்கான கதவின் வழியாக உள்ளே வருகிறான். முதன்முதலாக அவனைச் சந்திக்க நேர்ந்தபோது தனது பெயர் ழான் – பொரி என்றும்

சோனியாவுக்குத்தான் சகோதரனென்றும் அறிமுகப்படுத்திக்கொண்டான். ஆனால் இருவருக்கும் இனிஷியல் வேறாக இருந்தது ஆச்சரியம்!

ஓ'தொயே என்றழைக்கப்படும் சோனியாவுடைய குடும்பத்தவர்களுக் குப் பூர்வீகம் அயர்லாந்து; பிரபுக்கள் வம்சத்தைச் சார்ந்தவர்கள்; பதினெட்டாம் நூற்றாண்டில் போலந்து நாட்டில் குடியேறியவர்கள். பின்னர், அங்கேயே தங்கிவிட்டார்களென்ற ரகசியத் தகவலை மெல்லிய குரலில் ஒருநாள் மதெலென் என்னிடம் தெரிவித்தாள். தகவல் உண்மை யெனில் எதற்காக அவள் தன்னை சோனியா ஓ'தொயே என்று அழைத்துக் கொள்வதற்குப் பதிலாக 'சோனியா ஓதெத்'தென்று வெளியிற் சொல்லிக் கொள்கிறாள்?

சோனியாவின் சகோதரனென்று சொல்லிக்கொண்டு ஒடுங்கிய முகமும் மெல்லிய தேகமுமாக இருந்த 'ழான் –பொரி', பார்க்க எனக்கு நல்ல மனிதனாகத்தான் தெரிந்தான். சீனச் சமையற்காரன் பரிமாற அவன் சாப்பிடுவதென்பது வழக்கமாக நடப்பது. ஒருசில நாட்கள் அப்படியான சந்தர்ப்பங்கள் அவனுக்கு அமைவதில்லை. அந்நாட்களில் எங்களுடன் சாப்பிட விரும்பி தேடிக்கொண்டு வருவான். நாங்கள் – பிழுவும் நானும் – அவனுடன் சேர்ந்து உணவருந்துவோம். சிறுமியிடத்தில் அதிகம் வெளிக்காட்டிக்கொள்ளாத பிரியம் அவனிடத்திலிருந்தது. அவளுடைய தகப்பனோ? உடை விஷயத்தில் மிகுந்த கவனம் எடுத்துக் கொள்பவன் என்பதை, டையுடன் பின்னும் குத்தியிருக்கப் புரிந்து கொண்டேன். இரவில் அவன் படுப்பது எங்கே? முதலாம் அல்பெர் வீதியிலென்றால் சோனியாவின் அறையிலா அல்லது குடியிருப்பின் மூலையில் போட்டுவைத்திருக்கிற சோபாவிலா?

வருகிறபோதெல்லாம் வெகுநேரம் கழித்து பொதுவாக, 'ழானுக்கு' என்று எழுதப்பட்ட காகித உறையுடன் புறப்பட்டுச் செல்வான். பெரிய எழுத்துகளில் அதைப் பார்க்கிறபோதே சோனியாவுடைய கையெழுத் தென்று விளங்கிவிடும். மதெலென் இருக்கிறபோது எங்களைப் பார்க்க அவன் வருவதில்லை.

ஒருநாள் இரவு சிறுமி தூங்கும்போது, அவள் அருகிலிருக்க விரும்பி னான். அவளுடைய கட்டிலருகே அமர்ந்து *The Prisoner of Zenda* வாசிக்கக் கேட்டான். பிறகு இருவரும் சிறுமியை முத்தமிட்டுப் படுக்க வைத்தோம்.

வரவேற்பறை (எனக்கு அப்படி அழைக்க விருப்பமில்லை) என்று சொல்லப்படுகிற பெரிய அறையொன்றில் சீனன் மதுவை ஊற்றிக் கொடுத்தான்.

"ஓதெத் எனக்கென்னவோ புரிந்துகொள்ள முடியாத பெண்ணாக இருக்கிறாள்..."

என்றவன் சட்டென்று தனது பர்சிலிருந்து முனை மடிந்து பழுத் திருந்த ஒரு நிழற்படத்தை எடுத்து நீட்டினான்.

"பிற்காலத்தில் பெரிய அளவில் ஒதெத் வாழ்விலேற்பட்ட மாறுதல்களுக்கு அந்நிகழ்ச்சிதான் 'தொடக்கம்'. ஐந்து வருடம் ஆகிறது. முக்கியமான நபரொருவரின் கண்ணிற்பட நேர்ந்தது அன்றைய இரவுக் கொண்டாட்டத்தின்போதுதான். போட்டோ எப்படி, பிரமாதமாக இல்லை?"

வெள்ளைத் துணி விரிக்கப்பட்ட மேசைகள், ஒவ்வொரு மேசையிலும் படாடோபமாக உடையணிந்த மனிதர்கள், மண்டபத்தின் கோடியிலிருந்த மேடையில் ஓர் இசைக்குழு. ஒளிமழையில் நனைந்தபடி காகித அட்டைகளால் ஆல்ப்ஸ் மலையைத் தத்ரூபமாகக் கொண்டுவந்திருந்தார்கள். மலைகள், அருகிலிருந்த கிறிஸ்துமஸ் மரம், மரத்தாலான மூன்று சிறு குடில்களென அனைத்துமே செயற்கைப் பனியில் மூழ்கியிருந்தன. எதிரே விருந்தினர்களாக கறுப்புக் கோட்டிலும் இரவுக்கான கேளிக்கை உடையிலும் ஆண்களும் பெண்களும் இரண்டு வரிசைகளில் விறைத்துக்கொண்டு நிற்கிற ஆல்ப்ஸ் மலை ஆபத்துதவிகள் 30 பேர். அவர்கள் அருகே நிறுத்திவைத்திருக்கிற பனிச்சறுக்கு மட்டைகள். தரையெங்கும் பனி மூடியிருக்கிறது, அதுவும் செயற்கையாக இருக்க வேண்டும். இரவு முழுக்க ஆபத்துதவிகளால் எப்படித்தான் விறைத்து நிற்க முடிந்ததோ, அவர்களுக்கு அது சிரமமாக இல்லையா? நிகழ்ச்சியில் ஒதெத்துடைய பங்குதான் என்ன? நிகழ்ச்சி நன்றாக நடக்க ஒத்துழைத்ததுதான் அவளுடைய பங்கா அல்லது வேறு ஏதேனுமா? பூான்பொரியிடம் தயக்கமின்றி எனது சந்தேகத்தைக் கேட்டேன்.

"அதுவொரு கேளிக்கை இரவு. 'பனிச்சறுக்கு விளையாட்டு இரவு' என்னும் பெயரில் நடத்தினோம்."

ஒதெத்துடைய 'தொடக்கமென்று' சொல்லப்படுகிற கேளிக்கை இரவுக்கான அர்த்தமற்ற அப்பனிக்காலமும் செயற்கை இரவும் பல நேரங்களில் உண்மைபோலத் தோற்றம் தந்து குழப்பின. அதிலிருந்து தப்பிக்க சன்னலைத் திறந்துவைத்துக்கொண்டு முதலாம் அல்பெர் வீதியில் பெய்யும் பனியை அவதானிக்கலானேன்.

"குழந்தையைப் பார்த்துக்கொள்ளும் வேலையை ஒதெத் உனக்குக் கொடுத்திருக்கிறாளே, நல்ல ஊதியமா?" என்ற அவனது கேள்வி எனது கவனத்தைத் திருப்பியது.

"ஆமாம்", என்றேன்.

யோசனையில் மூழ்கியதுபோல அவன் முகம் மாறியது, முடிவில்:

"சிறுமியை இவ்வளவு பொறுப்பாகப் பார்த்துக்கொள்ளும் நீங்கள் உண்மையில் நல்லவர்தான்", என்றான்.

அவனை வழியனுப்ப வாசற்கதவுவரை சென்றவன், "அவனும் அவன் சகோதரியும் பிரபுக்கள் வம்சமா? பதினெட்டாம் நூற்றாண்டில் அயர்லாந்திலிருந்து போலந்துக்குக் குடியேறியதாகச் சொல்லப்படுவதில் உண்மை இருக்குமா?" மனத்தை அரித்துக்கொண்டிருந்த தகவல்கள்

குறித்து அவனிடம் விசாரித்தேன். அக்கேள்விகள் அவனைக் குழப்பியிருக்க வேண்டும், முகத்தைப் பார்க்க அப்படித்தான் தெரிந்தது.

"என்ன ... நாங்கள் போலந்து நாட்டவர்களா? யார் சொன்னது ... ஒதெத்தா?"

அவனது பெரிய கனடா கம்பளி ஆடையை அணிந்து கொண்டான்.

"உங்களுக்கு விருப்பமென்றால், நாங்கள் போலந்து நாட்டவர்களாகவே இருந்துவிட்டுப் போகிறோம். ஆனால் நாங்கள் 'போர்த் தோரே'[8] போலந்துக் காரர்கள்."

இறங்கிக்கொண்டே அவன் சிரித்த சிரிப்பு படிகளில் பரவித் தணிந்தது. கோட் ராக் வைத்திருக்குமிடத்தில் நான் சிலைபோல நின்றேன்.

இருண்டும் தரைவிரிப்புகள் சுருட்டப்பட்டும் ஆள் நடமாட்டமின்றியும் இருந்த அறைகளை மீண்டும் கடந்து வந்தேன். தளவாடங்கள் அகற்றப்பட்ட அடையாளத்துடனிருந்த வெற்றுத்தரையைப் பார்க்க ஏதோ, அமீனா புகுந்த வீடுபோல இருந்தது. சீனர்கள் இருவரும் வழக்கம்போல் சமையற்கட்டுக்குள் சீட்டு விளையாடியபடி இருக்க வேண்டும்.

அவள் ஆழ்ந்து உறங்கிக்கொண்டிருந்தாள். ஒருக்களித்து கன்னத்திற்குத் தலையணையைக் கொடுத்திருந்தாள். ஆள் அரவமற்று வெறிச்சோடிக் கிடக்கும் வீட்டில் சிறுமி ஒருத்தி உறங்குவதும் அவளைக் கண்காணிக்க வென்று அருகிலேயே ஒருவன் இருப்பதும் அப்படியொன்றும் அலட்சியப் படுத்தக்கூடிய விஷயங்களல்ல.

எல்லாம் ஒருநாள் குட்டிச்சுவ்ரானது. பிழுவை எப்பாடு பட்டாகிலும் கேளிக்கைக் கூட மேடைகளில் ஏற்றி நட்சத்திரமாக்கிக் காட்டுவதென்ற மதெலென் லூயியின் யோசனையை, சோனியா சந்தோஷத்துடன் வர வேற்றதோடு அதை நிறைவேற்றிக் காட்டுவதென்றும் தீர்மானம் செய்ததே அதற்கான காரணம். அவர்களிருவரின் விருப்பத்தை நிறைவேற்ற வேண்டி பிழுவைத் தயார் செய்ய ஆரம்பித்தார்கள். முறைப்படி கொடுக்க வேண்டிய பயிற்சியையும் பாடத்தையும் கொடுத்தால் பிழுவும் நாளைக்கே அமெரிக்கக் குழந்தை திரை நட்சத்திரத்தைப்போலப் பேரும் புகழும் அடையலாம், யார் கண்டது. இனித் தன்னுடைய வாழ்க்கையே பிழுதான் என்று முடிவெடுத்தவள்போலத் தனது கலை வாழ்க்கை குறித்து அக்கறை கொள்வதை சோனியா முற்றாகத் தவிர்த்தாள். மதெலென் லூயியும் சோனியாவும் தங்கள் நிறைவேறாத ஆசைகளைச் சிறுமி பிழுவின் மூலம் அடையத் தீர்மானித்ததாகத்தான் எனக்குப் பட்டது.

ழான் குட்ழோன் வீதி, க்யுல்ம் பள்ளித் தலைமை இயக்குநரான பெண்மணியிடம், பிழு இனி அவளது தனிவகுப்புக்கு வரச் சந்தர்ப்ப மில்லையென்றேன். தனக்கிருந்த ஒரே மாணவியை இழந்த வருத்தம் அவளுக்கு. அவளுக்காகவும் பிழுவுக்காகவும் நானும் வருந்தினேன்.

இனி, தயாரிப்பு நிறுவனங்களுக்கு விதவிதமான ஆடை அலங்காரத்துடன் நிழற்படங்கள் எடுத்து அனுப்ப வேண்டியிருக்குமில்லையா? அந்த ஆடைகளையெல்லாம் வைப்பதற்கு இடம் வேண்டுமே, முன்னேற்பாடாக அலமாரியொன்று தருவிக்கப்பட்டது. குதிரை வீரனைப் போல, நார்வே பனிச் சறுக்கு வீராங்கனையான சொஞ்சா ஹெனிக்கே உரிய பாவனையில், ஆடை அலங்காரத் துறைசார்ந்த சிறுமியைப்போல விதவிதமான உடைகள் தயாரிக்கப்பட அவற்றை அணிந்து பார்க்கவென்றே நேரங்காலமின்றி அவர்கள் வெளியில் போக வேண்டியிருந்தது. மதெலென் லூயியும் சோனியாவும் மூடிய சொகுசுக்காரில் சிறுமியை வலிய அழைத்துக் கொண்டு போய்த் திணிப்பதும் பனிமூடிய முதலாம் அல்பெர் வீதியிலிருந்து கார் புறப்பட்டுப்போவதுமான காட்சி நாள் தவறாமல் நடந்தது. என்னால் முடிந்ததெல்லாம் சன்னலூடாக வேடிக்கை பார்ப்பது, பார்த்தேன். அந்நேரத்தில் மதெலென் – லூயியைப் பார்க்க சர்க்கஸ் கூடாரங்களில் குதிரைகளைப் பயிற்றுவிக்க கையில் சாட்டையுடன் திரிகிற பயிற்சியாளர்போல இருப்பாள்.

பிழுவின் நட்சத்திரத் தகுதிக்காக, அடுத்தடுத்து பயிற்சி வகுப்புகள், அத்தனை வகுப்புகளுக்கும் அழைத்துச்செல்லும் பொறுப்பு எனக்கென்று ஆயிற்று. பியானோ வகுப்பு, நடன வகுப்பு, சொற்களைச் சரியாக உச்சரிக்க போட்ழோன் வீதியிலிருந்த எங்கள் பழைய ஆசிரியை என ஏற்பாடு செய்திருந்தார்கள். பயிற்சி வகுப்பு முடிந்த நேரங்களில் எனா வீதியிலிருந்த நிழற்பட நிறுவனமொன்றிற்குச் செல்ல வேண்டும். அங்கே பலவிதமான தோற்றத்தில், விதவிதமான ஆடை அலங்காரத்துடன் பிழுவைப் படமெடுப்பார்கள். குதிரைச் சவாரி வகுப்புமுண்டு. அது புலோஜ்ன் பகுதியிலிருந்த குடைராட்டின மரக் குதிரையில் நடந்தது – அதுவொன்றுதான் திறந்தவெளியில் அவளெடுத்துக்கொண்ட பாடம். அந்த வகையில் சிறுமிக்கு மிகவும் சந்தோஷம். சிவந்த கன்னங்களூடாக அம்மகிழ்ச்சியை வெளிப்படுத்திக்கொண்டாள். சின்னஞ்சிறு பிள்ளையாய், கொள்ளை அழகுடன் அதிகாலைப் பனிமூட்டத்தையும் பனிப் பொழிவையும் நினைவூட்டும் சாம்பல் வண்ணக்குதிரையில் அவள் சுற்றிவரும் காட்சி இன்றைக்கும் கண்முன்னே தெரிகிறது.

பாடங்கள், பயிற்சிகள், படமெடுத்துக் கொள்ளவென்று ஸ்டுடியோக்கள் என அலைந்து களைத்தபோதிலும் குழந்தை பிழு ஒருவரிடமும் தனது வருத்தத்தைச் சொல்லிக்கொண்டதில்லை. மதெலென் லூயியும் சோனியாவும் அவளைப் படுத்தியது போதும் என்று நினைத்தார்களோ என்னவோ, அவளுடைய வழக்கமான காரியங்களிலிருந்து விடுதலை தந்தார்கள். இருவருமாக ட்ரொக்காடெரோ பூங்காவரை சென்று வந்தோம். குழந்தை பனிச்சறுக்கு வண்டியிலே ஆழ்ந்து உறங்கிவிட்டாள்.

பாரீஸ் வாழ்க்கை மிகவும் ஆபத்தானது என்றாகிவிட்டது, நான் பிரான்சின் தென்பகுதியிலிருந்த 'லெ மிதி'[9] க்குச் செல்வதென்று தீர்மானித்தேன். நகராட்சிப் பள்ளியில் என்னுடன் படித்த நண்பன் கொடுத்த அடையாள அட்டையில் இருந்த பெயர்கூட மறந்துவிட்டது. பிழுவை பிழுவென்று ஒருவரும் அழைத்ததில்லை, சோனியாவும் அப்படித்

தான், சோனியா என்ற பெயரில் ஒருவரும் அவளை அழைத்துக் கேட்ட தில்லை. என்னையும் லெனோர்மாண்ட் என்று பெயரிட்டு ஒருவரும் அழைத்ததில்லை.

பிழுவை என்னுடன் அனுப்பிவையுங்கள், லெ மிதியில் அவள் சந்தோஷமாக இருப்பாள் என்று சொல்லிப் பார்த்தேன். பலனில்லை. பிறரை சந்தோஷப்படுத்திப் பார்த்திராத கனத்த சரீரத்தவளான மதெலென் லூயி அவளைத் திரை நட்சத்திரமாக்கித் தீருவது என்ற யோசனையில் பிடிவாதமாக இருந்தாள். சோனியாவோ சுயமாகச் சிந்திக்கப் போதாதவள், உறுதியற்றவள், எண்ணத்தில் தெளிவற்றவள் . . . பிறகு *'Sonate au clair de lune'* போன்ற பாடலைக் கேட்பதில் பித்தாக இருப்பவள் . . . எனினும் அவள் எதையோ பிறரிடம் மறைக்கிறாள் என்பது நிச்சயம். மெல்லிய திரைக்கும் புகைமூட்டத்திற்கும் பின்னே சேரிப்பெண் ஒருத்தி ஒளிந்திருக்கிறாள்.

ஒரு நாள் விடியற்காலை, சிறுமி உறக்கம் கலைவதற்கு முன்பாகவே நான் புறப்பட்டுட்டேன். ஒருசில மாதங்கள் கடந்திருக்கும், நீஸ் நகரில் வார இதழொன்றில் திரைச்செய்திகள் தலைப்பிட்ட பக்கத்தில், அவ ளுடைய படத்தைப் போட்டிருந்தார்கள். *'Le Carrefour des archers'* என்னும் திரைப்படத்தில் அவளும் நடிப்பதாகச் செய்தி. இரவுக்கான ஆடை, முகம் கொஞ்சம் ஒடுங்கியிருப்பதுபோலத் தெரிந்தது, கையில் டார்ச்சுடன் யாரையோ தேடுவதுபோல – படம். படத்திலிருந்த இடங்கூட முதலாம் அல்பெர் வீதியிலிருந்த தொகுப்பு வீட்டை ஒத்திருக்கிறது. யாரைத் தேடுகிறாள்?

ஒருவேளை என்னையா?

அதன்பிறகு அவளைப் பற்றிய எந்தச் செய்திகளுமில்லை. எத்தனையோ பனிக் காலங்கள் வந்து போய்விட்டன. அவற்றைக் கணக்கிடத்தான் எனக்குத் தைரியமில்லை.

புபூலும் ஒரு வழியாக வாழ்க்கையில் ஜெயித்துவிட்டான். நெகிழ்வும் துள்ளலும்கொண்ட ஒரு ரப்பர் பந்தின் குணத்தை அவன் பெற்றிருந்தது காரணமாகவிருக்கலாம். பூான் கூட்ழோன் வீதியிலும் க்யுல்ம் பள்ளி யிலும் காலையும் மாலையும் தேடிச் சென்று என்னால் அழைத்துவரப் பட்ட அவள் இனியில்லை என்றாகிப்போனது. நதிக்கரை வீதிகளில் இப்போதும் நடந்து போகிறேன். குதிரைகளில் முதலாம் அல்பெர் சிலையையும் சிமொன் பொலிவார் சிலையையும் பார்க்கிறேன். இரண் டுக்குமான இடைவெளி ஒரு நூறு மீட்டர்கள் இருக்கலாம். குளிர் காலத்தில், சிலைகளிரண்டும் வெண்பனியால் போர்த்தப்பட்டிருப்பதைப் பார்க்கிறபோதெல்லாம், எப்போதோ வந்து போன அப்பனிக் காலத்தை நினைத்துக்கொள்கிறேன். குதிரை வீரர்கள் மாத்திரம் அங்கேயே இருக் கிறார்கள், இடம்பெயர விருப்பமில்லை போலிருக்கிறது. தங்களுக்குப் பின்னே சாம்பல் வண்ண நீரில் தோணிகள் ஏற்படுத்திய ததும்பும் நீரலைகளைக் குறித்த அக்கறையின்றி விறைத்துக்கொண்டு குதிரைகளில் அமர்ந்திருக்கிறார்கள்.

## குறிப்புகள்

1. பிழு (*Bijou*) – *jewel* – பிரெஞ்சுக்காரர்கள் தங்கள் பிரியத்துக்குரிய பொருளை செல்லமாக 'பிழு' என்று சொல்லிக்கொள்வார்கள், தமிழில் 'என் தங்கம்', 'என் வைரம்' என்று சொல்லிக்கொள்வது போல.

2. *Comtesse* – பிரபுவின் மனைவி அல்லது பிரபுக்கள் வம்சத்தைச் சேர்ந்த பெண்மணி.

3. *Music – Hall* – பாரீஸில் உள்ள புகழ்பெற்ற கேளிக்கை விடுதி.

4. பனி உறைந்த ஏரிகளும் பனிமூடிய மலைகளும் நிறைந்த சுவிஸ் நாட்டின் தென்பகுதியிலுள்ள குளிர் கால விளையாட்டிற்குப் புகழ்பெற்ற ஸ்தலம்.

5. *Place de la Concorde* – பாரீஸில் புகழ்பெற்ற ஷான்செலீஸே அவென்யூவுக்கு அருகிலுள்ள மிகப் பெரிய திறந்தவெளி.

6. *Robert Surcouf* பதினெட்டாம் நூற்றாண்டைச் சேர்ந்த பிரெஞ்சு போர்க் கப்பல் தளபதி.

7. *Boulogne*, பிரான்சு நாட்டின் வடபகுதியைச் சேர்ந்த கடற்கரை பிரதேசம்

8. *Porte Dorê* – போர்த் தொரே – தமிழில் சொல்வதென்றால் தொரே வாயில் – பாரீஸ் மாநகரத்தின் உட்புக பல நுழைவிடங்களுள்ளன, அவற்றுள் இதுவுமொன்று. 1920 – 30களில் பிரான்சுக்குப் புலம் பெயர்ந்துவந்த ஏழை போலந்து மக்களைக் குறித்த அருங்காட்சியகமொன்று அங்கிருந்தது.

9. பிரான்சுக்குத் தெற்கேயுள்ள பிரதேசம்.

●

# உயிர்க்கொல்லி

மார்க்கெரித் துராஸ்

அவளை நிச்சயம் நீங்கள் புரிந்துகொள்ளப் போவதில்லை. இத்தனைக்கும் தங்கும் விடுதியில், வீதியில், இரயிலில், மதுக் கடையில், புத்தகத்தில், திரைப்படத்தில், உங்களுக்குள்ளாகவே, உங்களிடத்தில், உன்னில், எதிர்பாராதவிதமாக குறி விறைத்துக் கொள்ள எங்கே வைப்பது அல்லது அதனிடத்தில் தத்தளிக்கும் கண்ணீரை எங்கே கொட்டித் தீர்ப்பதெனத் தேடிய நேரங்களி லெல்லாம் ஏற்கனவே நீங்கள் கண்டவள்தான்.

அவளுக்கான ஊதியத்தைக் கொடுத்தும் இருப்பீர்கள்.

இனி, தொடர்ந்து ஒவ்வொரு இரவும் அவசியம் வரவேண்டு மெனச் சொல்லியும் இருப்பீர்கள்.

வெகுநேரம் உங்களைப் பார்த்திருந்துவிட்டு, அப்படியானால் அதற்குக் கூடுதலாகப் பணம் தரவேண்டியிருக்குமே, சம்மதமா? என்றிருப்பாள்.

அப்படி உங்க மனசிலே என்னதான் இருக்கு? –அவள்.

அதற்கு இவ்வுடலை, முலைகளை, அதன் நறுமணத்தை, அதன் சௌந்தர்யத்தை, சந்ததிகளை உருவாக்கவென்று இவ்வுடல் படும் அவஸ்தைகளை, விக்கினங்களில்லாத, பலத்தைப் பிரயோகித்திராத, மாசுமருவற்ற இச்சரீரத்தை, அதன் முகத்தை, அதன் நிர்வாணத்தை, இச்சரீரத்திற்கும் அதில் வாசமிருக்கும் ஜீவனுக்கும் நேர்ந்துள்ள பொருத்தத்தைச் சோதித்துப் பார்த்திட வேண்டும், தெரிந்துகொள்ள வேண்டும், கற்க வேண்டும், பழக வேண்டும் என்பதே என் விருப்ப மென நீங்கள் சொல்வீர்கள்.

அவ்வுடலைப் பரீட்சித்துப் பார்க்கும் விருப்பம் ஒன்றிரண்டு நாட்களுக்கானதல்ல, பல நாட்களுக்கானது என்பீர்கள்.

அநேகமாக பல வாரங்களுக்கு.

அநேகமாக, வாழ்க்கை முச்சூடும்கூட.

பரீட்சித்துப் பார்ப்பதென்றால்? – கேட்கிறாள்.

காதலிப்பது, உறவுகொள்வது – நீங்கள்.

ஏன் இது போதாதா? – அவள்.

போதாது. இதுவரை அறிந்திராத அவ்விடத்தில் அதாவது, விரிந்த யோனியில் நித்திரைகொள்ள வேண்டுமென்கிற அவா என்னிடத்தில் இன்னமும் நிறைவேற்றப்படாமலிருக்கிறது. எனவே போதாது. தவிரவும் அவ்வனுபவம் எப்படிப்பட்டதெனத் தெரிந்துகொள்ளவும் உலகின் அக் குறிப்பிட்ட பிரதேசத்தை மாத்திரம் கண்ணீரில் நனைக்கவும் விருப்பம் – என்பீர்கள்.

உங்கள் பதிலைக் கேட்டுச் சிரிக்கிறாள்.

என்னிடத்திலும் அப்படிப்பட்ட ஆசை உங்களுக்கு உண்டென்று சொல்லுங்கள்? – அவள்

ஆம். அப்படித்தான் சொல்ல வேண்டும். ஆனால் குழப்பமாக இருக்கிறது. அங்கும் பிரவேசித்துப் பார்த்திட ஆசை. சொல்லப்போனால் எனது வழக்கத்திற்கு மாறான கடுமையுடன். அதனிடத்தில் எதிர்ப்புச் சக்தி கூடுதலென்று சொல்லக் கேள்வி, வெற்றிடத்தினும் பார்க்க வெல்வெட் திடமாய் எதிர்க்குமாமே – நீங்கள்.

அதற்கவள், தான் ஏதும் சொல்வதற்கில்லை, சொல்லவும் போதாது என்கிறாள்.

வேறு என்னென்ன நிபந்தனைகள் வைத்திருக்கிறீர்கள்? –அவள்.

அதற்கு, அறுவடைக்குப் பிறகு, தானியக்கிடங்குகளில் குனிந்துகுனிந்து கூன்போட்ட குடியானவப் பெண்கள், அயர்ந்து நித்திரைகொள்கிற நேரத்தில் அவர்களைத் தேடிவரும் ஆண்களிடம் மறுப்பதற்குத் திராணி யற்று இணங்கிப்போவதைப்போல எதிர்ப்பேதும் காட்டாமல் உங்கள் காலடியில், உங்களின் விருப்பத்திற்குப் பணிந்தவளாக, அவளது முன் னோர்கள் காலத்துப் பெண்களைப்போலவே அவளும் வாய்மூடிக் கிடக்க வேண்டும் என்கிறீர்கள். அப்படிக் கிடக்கும்பட்சத்தில் கடவுளுக்காகத் தங்களை அர்ப்பணித்து வாழும் மத நம்பிக்கைகொண்ட பெண்களைப் போலவே அவளது சரீரமும் உங்களுடையதோடு இணைந்து, உங்கள் தயவில் ஜீவிக்க வாய்ப்புண்டு என்பது அவளுக்கான நன்மையென்றும் இனி, சரீரத்தை எங்கே கிடத்துவது அல்லது எந்தப் பிளவை நேசிப்பதென் கிற அச்சம் காலப்போக்கிலே உங்களிடம் குறைவதற்கு வாய்ப்புண்டு என்பது உங்களுக்கான நன்மையென்றும் அவளுக்கு விளக்கப்படுத்துகிறீர்கள்.

அவள் உங்களை நேரிட்டுப் பார்க்கிறாள். அவ்வாறு பார்ப்பதைப் பின்னர் தவிர்க்கிறாள். வேறு திசையில் பார்க்கிறாள். இறுதியாக, உங்களுக் குப் பதில் சொல்ல முனைகிறாள்.

அப்படியென்றால், அதற்கான ஊதியம் இன்னும் அதிகம் என்றவள் அத்தொகையையும் குறிப்பிடுகிறாள்.

நீங்கள் சம்மதிக்கிறீர்கள்.

ஒவ்வொரு நாளும் அவள் கட்டாயம் வந்தாக வேண்டும். ஒவ்வொரு நாளும் அவள் வருகிறாள்.

முதல்நாள் ஆடைகள் முழுவதையும் களைந்துவிட்டு நிர்வாணமாய், கட்டிலில் நீங்கள் கைகாட்டிய இடத்தில் நீட்டிப் படுக்கிறாள்.

அவள் ஆழ்ந்து உறங்குவதைப் பார்த்தபடி இருக்கிறீர்கள். வார்த்தை களேதுமில்லை. ஆழ்ந்து உறங்குகிறாள். இரவு முழுக்க அவளை அவதானிக் கிறீர்கள்.

அந்தி சாய்ந்தவுடன் அவள் வரவேண்டும். அந்தி சாய்ந்தவுடன் அவள் வருகிறாள். இராத்திரி முழுக்க அவள் உறங்கியபடியிருக்க, நீங்கள் கண்விழித்தபடி பார்த்துக்கொண்டிருக்கிறீர்கள். இரண்டு இரவுகள் தொடர்ந்து அவ்வாறு பார்க்கிறீர்கள்.

அவ்விரு இரவுகளிலும் அவளிடத்திலிருந்து ஓரிரு வார்த்தைகள்கூட இல்லை.

ஓர் இரவு மௌனத்தைக் கலைத்துக்கொள்ளத் தீர்மானித்தவள்போல் பேசுகிறாள்.

இந்த அனுபவத்தை எப்படி உணருகிறீர்கள். உங்கள் சரீரத்தின் 'ஏகாந்தத்தை'க் குறைக்க உபயோகம் கண்டிருக்கிறேனா? எனக் கேட் கிறாள். அச்சொல், உங்களது 'இருப்பை' எப்படி அடையாளப்படுத்துகிறது என்பதையே சரிவரப் புரிந்துகொள்ளவியலாத இக்கட்டில் நீங்கள். உங்கள் வரையில் தனிமைப்படுத்தப்பட்டிருப்பதுபோலவும் அல்லது தனிமைப்பட விருப்பதுபோலவும் குழப்பமான மனநிலை. எனவே அவளிடத்தில், என் 'இருப்பின் நிலைமையை நான் உன்னோடு இருக்கும் தருணத்திற்கு ஒப்பிடலாம்' என்கிறீர்கள்.

அன்றிரவும் அப்படித்தான் நடுநிசியில் விழித்துக்கொண்டவள், வருடத் தின் எந்தப் பருவத்தில் நாம் இருக்கிறோமென வினவுகிறாள்.

குளிர்காலம் வரவில்லை. அதாவது, இன்னமும் இலையுதிர் காலத் தில்தான் இருக்கிறோம் – நீங்கள்.

என்னமோ இரைச்சல் கேட்கிறதே? – அவள்.

கடல் – நீங்கள்.

கடலா ... எங்கே? – மீண்டும் அவள்.

பக்கத்தில்தான், இவ்வறைச் சுவருக்கு மறுபக்கம்.

அப்பதிலுக்காகத்தான் காத்திருந்தவள்போல மீண்டும் உறக்கத்தில் ஆழ்கிறாள்.

இளம்பெண், இளமைப் பிராயத்தவள். அவளது ஆடைகளிலும் கூந்தலிலும் வாசம் ஏதேனும் இருக்க வேண்டும். அவ்வாசத்தால் ஈர்க்கப் பட்ட நீங்கள், ஒருவழியாய் அது என்னவென்று கண்டறிந்து அதற்கான பெயரையும் தேர்வுசெய்ய வேண்டும், ஏதோ இதிலெல்லாம் உங்களுக்குத் தேர்ச்சி உண்டென்பதுபோல. அவ்வாறே செய்யவும் செய்கிறீர்கள். 'சூரியகாந்தியும் எலுமிச்சையும் கலந்த மணம்' என்று நீங்கள் முடிவுசெய்து அதைத் தெரிவிக்கிறீர்கள். அதற்கவள் 'எப்படி வேண்டுமானாலும் சொல்லுங்கள், என்ன பெயரிட்டும் அழைத்துக்கொள்ளுங்கள்' எனப் பதிலிறுக்கிறாள் . . .

மற்றோர் இரவு, திட்டமிட்டபடி எல்லாம் நடக்கிறது, அவள் விரிந்த கால்களின் ஆரம்பத்தில், அவளது சரீரத்தைப்போலவே ஈரம் கண்டுள்ள யோனியில், திறந்துள்ள இடத்தில், முகம்வைத்து நித்திரைகொள்கிறீர்கள். மறுப்பேதுமின்றி அவளும் அதை அனுமதிக்கிறாள்.

மற்றோர் இரவு, தவறுதலாகப் போகத்தின் பரவசநிலைக்கு அவளை அழைத்துச்சென்று விடுகிறீர்கள், அவள் சத்தமிடுகிறாள்.

நீங்கள் அவளிடம் 'சத்தம் போடாதே' என்கிறீர்கள். அவளும் 'இல்லை, இனி சத்தமிடமாட்டேன்' என்கிறாள்.

அதற்குப் பிறகு அவள் சத்தமிடவில்லை.

இனி உலகில் எந்தப் பெண்ணும் உங்களிடத்தில் இப்படிச் சத்தமிட்டு தானடைகிற இன்பத்தை வெளிப்படுத்தமாட்டாள்.

அக்குரலை, இதுவரை உங்களுக்குக் கிட்டாத சந்தோஷமென்று நம்பி ஒருவேளை, அவளிடத்திலிருந்து நீங்கள் அபகரிக்கும் முயற்சியோ என்னவோ நான் அறியேன். ஒருவேளை இப்படியும் இருக்குமா? அவளது சுவாசத்தின்போது அதாவது அவளது வாய்க்கும் வெளிக்காற்றுக்குமான பயண இடைவெளியில் வெளிப்படுகிற ஊமை முனகலேயன்றி, போகப் பரவசத்தால் வெளிப்படுவது அல்லவென்று அக்குரலை நீங்கள் நம்பு கிறீர்களோ என்னவோ, அதனையும் நான் அறியேன். உங்கள் நம்பிக்கை எதுவாயினும் எனக்கதில் உடன்பாடில்லை.

கண்விழித்தவள், 'நான் பாக்கியசாலி' என்கிறாள்.

அவள் பேசக்கூடாது என்பதுபோல, உங்களது கரம்கொண்டு அவளது வாயைப் பொத்துகிறீர்கள். இதற்கெல்லாம் வாய் திறக்கக்கூடாது என் கிறீர்கள்.

கண்களை மூடிக்கொள்கிறாள்.

'இனி இப்படியெல்லாம் சொல்லிக்கொண்டிருக்க மாட்டேன்' – அவள்.

பிறகு, 'அவர்கள் இதுபற்றியெல்லாம் பேசுவதுண்டா?' – கேட்கிறாள். நீங்கள் 'இல்லை' என்கிறீர்கள்.

'வேறு என்னதான் பேசுவார்கள்' என்று அவள் மீண்டும் கேட்கிறாள். நீங்கள் 'பேசுவதற்கு விஷயங்களா இல்லை, இதைத் தவிர எல்லாவற்றையும் பேசுவார்கள்' என்கிறீர்கள்.

கேட்டுவிட்டுச் சிரித்தவள், மீண்டும் உறங்கிப் போகிறாள்.

சிலவேளைகளில் அறைக்குள்ளேயே கட்டிலைச் சுற்றி வருகிறீர்கள் அல்லது கடல் பக்கமிருக்கும் சுவர்களொட்டி நெடுக நடக்கிறீர்கள்.

சிலசமயங்களில் கண்ணீர்விட்டு அழுகிறீர்கள்.

சிலவேளைகளில் அறையைவிட்டு வெளியேறி பால்கனிக்கு வருகிறீர்கள். அங்கே இளங்குளிரில் நிற்கிறீர்கள்.

கட்டிலில் கிடக்கும் அப்பெண்ணின் உறக்கத்திற்கான பொருள் உங்களுக்கு விளங்கவில்லை.

இச்சரீரத்திலிருந்து விலகிச் செல்ல உங்களுக்கு விருப்பம். பின்னர் பிறருடைய சரீரத்திற்காகவோ அல்லது உங்களது சரீரத்திற்காகவோகூடத் திரும்பவும் வரவேண்டுமென்பதும் உங்கள் விருப்பம். தவிர, அழுது கண்ணீர் சிந்துவதைவிட இப்போதைக்கு அதுவொன்றே உங்கள் கடமையாகிறது.

அவள், அறைக்குள் இருக்கிறாள், உறக்கத்திலிருக்கிறாள். அவள் உறங்குகிறாள். அவள் உறக்கத்தை நீங்கள் கலைப்பதில்லை. அவள் உறக்கம் போலவே பொல்லாத நேரமும் நீள்கிறது. ஒருமுறை தரையிலேயே கட்டிலினுடைய கால்களையொட்டி நீங்களும் நித்திரை கொள்கிறீர்கள்.

அவளிடத்தில் எப்போதும்போல மாறாத தூக்கம். நன்கு உறங்கிய நிலையில் அவள் இதழ்களில் குறுநகை. பொதுவாக அவளது உடலையோ மார்பையோ, கண்களையோ நீங்கள் தீண்டியதாலன்றி விழிப்பவளல்ல. சிலவேளைகளில், எங்கிருந்து இவ்வளவு இரைச்சல்? காற்றா, கடலில் வீசும் பேரலையா இரண்டில் எது காரணம் எனக் கேட்பதற்காக விழித்துக் கொள்வதுண்டு. சில வேளைகளில் காரணங்களின்றியும் விழித்துக்கொள் கிறாள்.

அப்படியொருமுறை விழித்துக்கொண்டவள், உங்களைச் சில நொடிகள் அவதானிக்கிறாள். பின்னர் 'நோய் மேலும் மேலும் பரவிக்கொண்டிருக் கிறது. உங்கள் கண்களும் குரலும் பாதிக்கப்பட்டுள்ளன' என்கிறாள்.

'என்ன நோய்?' – கேட்கிறீர்கள்.

அதைத் தெளிவாகச் சொல்ல இன்னமும் எனக்குப் போதாது – என்பது அவளது பதில்.

அடுத்தடுத்த இரவுகளில் அவளது இருண்ட யோனிக்குள் பிரவேசிக் கிறீர்கள். இப்படியொரு குருட்டுத் தடத்தில் செல்ல வேண்டியிருக்குமெனத் தெரியாமலேயே அதைத் தேர்வுசெய்திருக்கிறீர்கள். எந்த நேரத்திலும் உங்கள் இருவரில் ஒருவரால் எதேச்சையாக நடக்கவிருக்கும் இயக்கத் திற்கோ, மீண்டுமொரு முறை உங்களுடைய இச்சையை அவளிடத்தில் பூர்த்திசெய்து கொள்ள வேண்டியோ, அவ்விடத்தை மீண்டும் தூர்க்கவோ அல்லது கண்களில் நீர் தளும்ப பரவசத்திற்காகவென்று சம்போகிக்கவோ உபகாரம் செய்யும் விதத்தில் சில வேளைகளில் அங்கேயே, அவ்விடத் திலேயே நீங்கள் தங்கிவிடுகிறீர்கள், உறங்கிப் போகிறீர்கள், இன்னும் சொல்லப்போனால் இரவு முழுக்கக் காத்திருக்கிறீர்கள்.

அவளுக்கு உங்கள் செய்கைகளில் இணக்கம் இருக்கிறதோ இல்லையோ கடனேயென்று இருக்கிறாள். அவள் உள்ளக் கிடக்கையைச் சரியாக அனுமானிப்பதென்பது இயலாததாக இருக்கிறது. இதுவரை உங்களால் அறியப்பட்டுள்ள அவளது புற சமிக்ஞைகளைக் காட்டிலும் மிகவும் புதிராகத்தான் இருக்கிறாள்.

இவ்வுலகம் குறித்து, உங்களைக் குறித்து, உங்கள் சரீரம் குறித்து, உங்கள் ஆன்மா குறித்து, உங்களைப் பீடித்திருப்பதாகச் சொல்லப்படும் நோய் குறித்து அவளது பார்வை என்ன, அவளது கருத்து என்ன என்பதை அறிகிற வாய்ப்பை உங்களுக்கோ அல்லது வேற்று மனிதர்களுக்கோ அவள் தரப்போவதில்லை. ஏன் அவளுக்கேகூட அதுகுறித்துத் தெரியாது. அதைத் தெரிவிக்கும் வகையும் அவள் அறியாள். எனவே அவளிடத் திலிருந்து எதையாவது அறிவதென்பது ஆகாத காரியம்.

எத்தனை யுகங்கள் எடுத்துக்கொண்டாலும் சரி நீங்களோ அல்லது வேறொருவரோ உங்களைப் பற்றியும் இவ்விவகாரங்கள் பற்றியும் அவள் மனத்தில் உள்ளது என்ன என்பதை ஒருபோதும் அறியமாட்டீர்கள். உங்கள் உயிர் வாழ்க்கை குறித்த மறதிக்கு யுகக் கணக்கில் வயதிருக்கலாம், அத்தனையிலும் அவள் மனத்தில் உள்ளது என்னவென்பதை ஒருவரும் அறிந்திருக்கமாட்டார்கள் என்பதுதான் உண்மை. அவளுக்கும் அதைத் தெரிந்துகொள்ளப் போதாது.

யாதொரு விவரமும் உங்களுக்கு அவளைப்பற்றித் தெரியாதென்ப தால், உங்களைக் குறித்தும் யாதொன்றும் அவளுக்குத் தெரிய வாய்ப்பில்லை யென நீங்கள் சொல்லக்கூடும். அப்படியான உங்கள் கருத்தை மாற்றிக் கொள்ளும் உத்தேசமும் உங்களுக்கு இல்லாதிருக்கலாம்.

எடுப்பான தோற்றமும் அதற்கேற்ற வளர்த்தியும்கொண்ட பெண்ணாக இருந்திருக்க வேண்டும். முதல் வார்ப்பில், ஒரே தடவையில் கடவுள் தம் கையாலேயே மிகக் கவனமெடுத்து விக்கினங்களின்றி அவளைப் படைத்திருக்க வேண்டும். வேறு எந்தப் பெண்ணோடும் ஒப்பிட இயலாத தோற்றமென்றுதான் சொல்ல வேண்டும்.

முகத்திலிருந்து கால்கள் வரை மிருதுவான மேனி. அதன் கழுத்தை நெரிக்கலாம், பாலியல் வன்முறைக்கு உட்படுத்தலாம், கடுமையாக நடத்தலாம், அவமதிக்கலாம், ஏசலாம், இச்சைகளுக்குப் பலியாக்கலாம், கொடுநோயாய் பீடித்து மரணத்திற்கு வழிகோலலாம். தற்காப்பற்ற உடல் இவற்றையெல்லாம் எதிர்பார்த்தே காத்திருக்கிறது.

நீங்கள் அவளைப் பார்க்கிறீர்கள்.

ஆக, மெலிந்திருக்கிறாள். கண்ணாடிபோலக் கையாள வேண்டிய சரீரம். உடலின் ஏனைய பகுதிகளோடு இணங்கிப் போகாத தனித்த அழகுகொண்ட கால்கள். அவை உடலோடு பொருந்தாமல் தனித்திருப்பது போலப் பிரமை.

நீங்கள் அவளிடத்தில் சொல்கிறீர்கள் : 'பேரழகியாய் நீ இருந்திருக்க வேண்டும்.'

அதற்கவள் : 'அப்படித்தான் இருக்கிறேன், நன்றாகப் பார்த்துக்கொள் ளுங்கள். உங்கள் எதிரில்தானே இருக்கிறேன்' – என்கிறாள்.

'அப்படி இருப்பதாகத் தெரியவில்லை' – நீங்கள்.

'பார்ப்பதற்கு முயற்சி செய்யுங்கள், நீங்கள் கொடுத்திருக்கும் பணத் திற்கு அவ்வுரிமையுண்டு' – அவள்.

உடலைக் கைகளில் வாங்கிக்கொள்கிறீர்கள். அதன் பல்வேறு பிரதேசங் களுக்கும் உங்கள் பார்வை பயணிக்கிறது. அதைப் புரட்டிப் பார்க்கிறீர்கள். மறுபடியும் புரட்டுகிறீர்கள்.

இனிச் சொந்தமில்லை என்பதுபோல அவ்வுடலை அப்படியே போட்டு விட்டு விலகிச் செல்கிறீர்கள்.

அவ்வுடல் அநாதையாக்கப்பட்டுவிட்டது. அவ்வுடலைத் தீண்டுவதை நிறுத்திக்கொண்டாயிற்று.

நேற்றுவரை நீங்கள் பார்த்ததும் தீண்டியதும் உறவுகொண்டதும் எப்படி, இன்றைய இரவு மாயமாய் மறைந்துபோகுமென்பது உங்கள் புத்திக்கு எட்டாத புதிர். முதன்முறையாக உங்கள் பேதைமை தெரிய வந்திருக்கிறது.

நீங்கள் சொல்கிறீர்கள் : 'என் கண்களுக்கு எதுவும் புலனாகவில்லை.'

அவளிடத்தில் பதிலில்லை.

அவள் உறங்கிப் போகிறாள்.

அவளை எழுப்புகிறீர்கள். 'நீயொரு வேசியா?' எனக் கேட்கிறீர்கள். இல்லையெனத் தலையாட்டுகிறாள்.

அவளிடம், 'பின்னெதற்காக இரவு ஊழியத்திற்குப் பணம் பேசினாய்?' – நீங்கள்.

உறக்கத்திலிருந்து கலையாத, சன்னமான குரலில், 'நீங்கள் என்னிடத்தில் பேசிய அக்கணமே, உங்களைப் பீடித்திருப்பது உயிர்க்கொல்லி என்பதைப் புரிந்துகொண்டேன். முதன்முதலில் நான் வந்திருந்தபோது, உங்களுக்குக் கண்டுள்ள நோய் என்னவென்று அறியாமல்தானிருந்தேன், ஆனால் பிறகு வந்த நாட்களில் என்னால் அதைச் சுலபமாகப் புரிந்துகொள்ள முடிந்தது' – என்கிறாள்.

'இன்னொரு முறை அதைச் சொல்ல முடியுமா?' – கேட்கிறீர்கள். அவ்வாறே செய்கிறாள், மறுபடியும், அவ்வார்த்தையை ஒவ்வொரு சொல்லாக அழுந்த உச்சரிக்கிறாள் : 'உயிர்க்கொல்லி நோய்'.

'அந்நோயின் பெயர் உனக்கு எப்படித் தெரியவந்தது' எனக் கேட்கிறீர்கள். 'எப்படியோ எனக்குத் தெரியும், சிலவற்றைத் தெரிந்துவைத்திருப்போம். ஆனால் எப்படி அறிந்தோமென்று நம்மால் சொல்ல முடியாது, இதுவும் அப்படித்தான்' – என்கிறாள்.

நீங்கள் அவளிடத்தில், 'உயிர்க்கொல்லி எந்தவகையில் ஆபத்தானது?' என்று கேட்கிறீர்கள்.

அதற்கவள், 'முதலாவதாக, பாதிக்கப்பட்ட நபரிடத்தில் மரணம் சம்பவிக்கிற நோய் தம்மை பீடித்திருக்கிறது என்கிற பிரக்ஞையை அது தவிர்க்கிறது. இரண்டாவதாக, உயிர்வாழ்க்கையென்றால் என்னவென்று அறியாமலேயே அந்நபரைச் சாகடிப்பதோடு, வேறு மரணங்கள் குறித்தோ அல்லது வேறு உயிர் வாழ்க்கை குறித்தோ தெரிந்துவைத்திராத ஞான சூன்யமாகவும் சம்பந்தப்பட்டவரை அது வைத்திருக்கிறது' என்கிறாள்.

மூடியவிழிகள் மூடியபடியே இருக்கின்றன. ஆண்டாண்டுக் காலமாகச் சேர்த்துவைத்த சோர்வுக்காக ஓய்வெடுக்கிறாளோ? அவள் உறங்கும்போது, அவளது கண்களுக்கு என்ன நிறமென்பது உங்களுக்கு மறந்துபோய்விட்டது, ஏன் நீங்கள் அவளுக்கு முதல்நாள் இரவு வைத்த பெயர் கூடத்தான் ஞாபகத்திற்கு வருவதில்லை. அவளுக்கும் உங்களுக்கும் இடையூறாக இருக்கப்போவது அவளது கண்களின் நிறமல்ல என்பதைப் பின்னர் உணருகிறீர்கள். அநேகமாகப் பச்சை அல்லது சாம்பல் வண்ணத்தில்தான் அவை இருக்கக்கூடும். அதுவா முக்கியம்? கண்கள் எந்த நிறத்தில் இருந்தாலென்ன, பார்வைதான் முக்கியம்.

பார்வை.

அவள் உங்களை நேரிட்டுப் பார்க்கிறாள் என்பது புரிகிறது.

நீங்கள் சத்தம் போடுகிறீர்கள், சுவருக்காய்த் திரும்பிக்கொள்கிறாள்.

அவள் சொல்கிறாள் : 'முடிவு நெருங்கிவிட்டது, பயப்படாதீர்கள்.'

அவளை ஏந்திக்கொள்ள ஒற்றைக் கரம் போதும். அத்தனை மெலிந்தவள். ஏந்திக்கொள்கிறீர்கள். ஏறிட்டுப் பார்க்கிறீர்கள்.

ஆவலைத் தூண்டும்விதமாக, முலைகள் பழுப்பு நிறத்திலும் காம்புகள் ஏறக்குறைய கறுப்பு நிறத்திலும் இருக்கின்றன. அவற்றை உண்பதும் பருகுவதுமான காரியத்தில் நீங்கள் இறங்க உடலின் இதர பாகங்களிலிருந்து ஆட்சேபணை ஏதுமில்லை. உங்கள் லீலைகளை அனுமதிக்கிறாள், மறுப்பேதுமில்லை. நீங்கள் அவளிடத்தில் சத்தமிட மற்றுமொரு வாய்ப்பு. அப்படித்தான் ஒருமுறை, ஒரே ஒரு வார்த்தைக்காக – அதாவது உங்கள் பெயரை ஒரே ஒரு தடவையாயினும் உச்சரிக்க வேண்டுமென்பதற்காக மன்றாடுகிறீர்கள். அவள் மௌனம் சாதிக்கிறாள். அவளது மௌனம் எரிச்சலூட்டுகிறது. உரத்தக் குரலில் கண்டிக்கிறீர்கள். பிறகென்ன? வழக்கம்போல அவளிடத்தில் ஏளனச் சிரிப்பு. அச்சிரிப்பு குறைந்தபட்சம், அவள் உயிரோடுதானிருக்கிறாள் என்பதை உங்களிடத்தில் உறுதிபடுத்துகிறது.

சட்டென்று சிரிப்பு மறைந்துபோகிறது. நீங்கள் கேட்ட பெயர் அவள் வாயிலிருந்து உதிர்க்கப்படுவதில்லை.

நன்றாக ஏறிட்டுப் பார்க்கிறீர்கள். உங்கள் முகம் ஊமையாய், கைகளொத்து அசைவுகளின்றிக் கிடக்கும் அவளது உறக்கத்தின்மீது படிந்திருக்கிறது. அவளது ஜீவன் மாத்திரம் வழக்கம்போல உடலின் விளிம்பில் தத்தளிப்பதை அவதானித்தபடி உங்கள் முகம், அவள் அங்கங்களை ஒன்றன்பின் ஒன்றாகத் தரிசித்தபடி சரீரம் முழுக்கப் பயணிக்கிறது. அவ்வாறு பயணிக்கையில் விழிகளும் விரல்களும் வீங்கிய வயிறும் முகமும் கால்களும் கைகளும் முலைகளும் யோனியும் சுவாசமும் இதயமும் கால வர்த்தமானமும் பிடறியும் மொத்தத்தில் அவளோடு இணைந்த எல்லாமே ஒன்று மற்றொன்றாக உடலின் ஏகபிரதிநிதியாக சாட்சியமளிப்பதை உங்களால் உணர முடிகிறது.

பால்கனிக்குத் திரும்பி, கருங்கடலைப் பார்த்தபடி நிற்கிறீர்கள்.

உங்களிடத்தில் ஏன் எதற்கென்று விளங்காமலேயே விம்மல், பெருமூச்சு, பொருமல் – அவை உங்களுக்குள்ளிருந்து மீண்டு வந்தவை – அழுகையாக அவதாரமெடுக்க இயலாமல், உங்களைப்போலவே வேறுவழியின்றி விளிம்பிலேயே நிற்கின்றன. கருங்கடலுக்கு நேரெதிரே, அறைக்குள் சுவருக்கு மறுபக்கம் அவள் உறங்க, கையறு நிலையில் அந்நியனைப்போல உங்களுக்காக அழுதபடி நீங்கள்.

அறைக்குள் வருகிறீர்கள். அவள் உறங்கிக்கொண்டிருக்கிறாள். அவ்வுறக்கத்திற்கு என்ன பொருளென்பது உங்கள் அறிவுக்கு எட்டுவதில்லை. நிர்வாணமாகக் கட்டிலில், அவளுக்கான இடத்தில், அவள் உறங்குகிறாள். உங்கள் அழுகையில் அவள் அக்கறை செலுத்துவதில்லை. அப்படி அக்கறை செலுத்தாமலிருப்பதன் மூலம் தன்னை உங்களிடமிருந்து காத்துக்கொள்ளவும் அதனால், நடைமுறை உலகோடு மிக மோசமாக முரண்படவும் எப்படி அவளுக்குச் சாத்தியம் என்பது உங்கள் மரமண்டைக்குப் புரியாதது.

அவள் அருகிற்சென்று படுக்கிறீர்கள். தொடர்ந்து உங்களுக்காக அழுகிறீர்கள்.

பிறகு, ஏறக்குறைய வைகறைப்பொழுது. அறைக்குள் ஓரளவிற்கு இருள் குறைந்திருக்கிறது. தீர்மானமாகச் சொல்ல முடியாதபடி கொஞ்சம் வெளிச்சம். பிறகு, நீங்கள் அவளைப் பார்த்தாக வேண்டும் என்பதுபோல விளக்குகளை ஏற்றுகிறீர்கள். அதாவது அவளை ஏறிட்டுப் பார்க்க வேண்டும். இதுவரை நீங்கள் பார்த்திராததைப் பார்த்தாக வேண்டும் என்பதற்காக. அவ்விளக்குகளின் தயவில், மூடிமறைக்கப்பட்ட யோனி உறக்கத்தில்கூட எப்படிச் சாமர்த்தியமாக அடுத்தவர் அறியாமல் ஒன்றைச் சுழித்து வாங்குகிறது அல்லது சிக்கவைக்கிறது என்பதைப் பார்த்தாக வேண்டும். தவிர, கூந்தலில் ஆரம்பித்து முலைப் பாரங்களால் மார்புவரையிலும் தோள்களொட்டியும் மூடிக் கிடக்கும் விழிமடல்கள்வரையிலும் அளவாய்ப் பிரிந்திருக்கும் வெளுத்த அதரங்களிலும் இருக்கிற அழகுத் தேமல்களைக் கூட அவ்விளக்கின் உதவிகொண்டே பார்த்தாக வேண்டும். கோடைச் சூரியன் காய்கிற இடத்தில், திறந்தவெளிகளில், பார்க்க வாய்ப்புள்ள இடங்களில் பார்க்க வேண்டும். நெஞ்சோடு புலம்புகிறீர்கள்.

அவள் உறங்குகிறாள்.

நீங்கள் விளக்குகளை அணைத்துவிடுகிறீர்கள்.

வெளிச்சம் இப்போது சற்றுக் கூடுதலாகவே இருக்கிறது.

இன்னமும் புலர்ந்தும் புலராமல் இருக்கிற வைகறை. வான்வெளியைக்காட்டிலும் நேரத்திற்கான விஸ்தீரணம் கூடுதலென்று சொல்ல வேண்டும். அக்கூடுதல் நேரம் போக்கிடம் தெரியாமல் விழிக்க, நமக்கு நேரம் போகவில்லையே என்கிற கவலை. அவள் செத்தொழிய வேண்டும், அவளுக்கு மரணம் சம்பவிக்க முடியும் தருவாயில் இருக்கிற இரவின் இந்த நேரந்தான் பொருத்தமானது, சிக்கலில்லாதது எனக் கூறுகிறீர்கள். சந்தேகமில்லாமல் இவையெல்லாம் உங்களுக்காகத்தான் நிகழ வேண்டுமென்று சொல்லக்கூட உங்களுக்கு விருப்பம். ஆனால் முடிவதில்லை.

கடலிலிருந்து வருகிற இரைச்சல் முன்னைக்கும் இப்போது கூடுதலாகக் கேட்கிறது. அந்நியப்பெண் அவளுக்கான இடத்தில், கட்டில் விரிப்பின் குவியலுக்கிடையில், கட்டிலில் படுத்திருக்கிறாள். விரிப்பின் வெண்மை அவள் உருவத்தைச் சற்றே கருமைப்படுத்திக் காட்டுகிறது. இறப்பால் கைவிடப்பட்ட மனித விலங்கு என்பதைவிட, உயிரால் கைவிடப்பட்ட மனித விலங்குபோலக் கிடக்கிறாள்.

அவள் வடிவத்திலிருந்து பார்வையை மீட்பதென்பது மிகவும் அரிதான செயல். அவ்வாறு பார்க்கும் தருவாயில், அச்சரீரத்துடைய அவஸ்தைகளின் பலம், அருவருப்பூட்டும் அதன் பலவீனம் அல்லது பலமின்மை. பிறகு, உலகில் வேறெங்கும் காணக்கிடைக்காத அப்பலமின்மையை வெல்வதற்கான திராணியென அனைத்தையும் அங்கே ஒருசேரக் காண்கிறீர்கள்.

அறையைவிட்டு வெளியேறுகிறீர்கள், பால்கனியில் நிற்கிறீர்கள். எதிரே கடல், அதன் வாசத்திற்கும் உங்களுக்கும் இடைவெளி அதிகம்.

வானம் தூறல்போட்டுக்கொண்டிருக்கிறது. பொழுது புலர்ந்ததன் காரணமாக வானம் வெளுத்திருக்க கீழே கடல் கூடுதலாகக் கறுத்திருக் கிறது. அதன் இரைச்சல் உங்கள் செவிகளில். கறுப்பு வண்ணத்தில் நீர் மட்டம் உயர்ந்து, முன்னோக்கி நகருகிறது. உங்கள் திசைக்காய் வருகிறது, கிட்டத்தில் வந்திருக்கிறது. நீட்டிய வாளொத்த பேரலையொன்று எழுந்த வேகத்தில் மடிந்துவிழுந்து சிதறுகிறது. எப்போதும் போல இராத்திரி நேரங்களில் மாத்திரமே நிகழ்கிற இடியும் மின்னலுமான களேபரத்துடன் வெகுதூரத்தில் வானம். அவ்விடத்தைவிட்டு அகலாமல் வெகுநேரமாக நடப்பதற்கெல்லாம் சாட்சியாக இருக்கிறீர்கள்.

நீங்களோ அல்லது கட்டிலில் கிடக்கும் அந்நிழல் பிண்டமோ செய்யா ததை, கடல் செய்ய வந்திருக்குமோ என்கிற சிந்தனை உங்களுக்கு.

சிந்தனையின் முடிவாக இரவின் இவ்வந்திமக் காலத்தில் அவளுக்கு மரணம் சம்பவிக்குமெனில், உயிறற்ற உடலை, கருமையான இக்கடலுக் குள் எறிவது சுலபமென்று நினைக்கிறீர்கள். தவிர அப்படி எறிவதால், இவ்வுலகத்திலிருந்து அவள் உடலை அப்புறப்படுத்த வேண்டிய காரியத்தை யும் நிறைவேற்றியதுபோல ஆகுமென நினைக்கிறீர்கள். கட்டிலையும் அதனோடு ஒட்டியிருக்கும் சூரியகாந்தி மற்றும் எலுமிச்சை மணங்களை ஒதுக்கிவிட்டு, உடலைமாத்திரம் எறிவதென்றால், என்ன ... சில மணித் துளிகள் கூடுதலாகத் தேவைப்படலாம்.

மீண்டும் அறைக்குத் திரும்புகிறீர்கள். அவளெங்கும் ஓடிப் போக வில்லை. அங்குதான், எப்போதும் உறங்குகிற ஒருத்தியாக, தனக்கெனவே அமைந்த, அநாதையாக்கப்பட்ட இராத்திரியோடும் தனக்கான மாட்சிமை களோடும் கட்டிலில் கிடக்கிறாள்.

கடல் ஆகக் கறுத்து, நீர் அத்தனையும் திரட்டிக்கொண்டு, கொந்தளித்து அவளருகில் நெருங்குகிற நேரத்தில், அவளுக்கு நேரவிருக்கும் ஆபத்தான தென்பது உடலின் ஏக விருப்பத்தின்படி எந்த நேரத்திலும் உயிர் வாழ்க்கையை நிறுத்திக்கொண்டு, அவ்வுடலை அவளைச் சுற்றிப் பரவிக் கிடக்க அனுமதிப்பதும் அல்லது அவ்வுடலை உங்கள் பார்வையிலிருந்து காணாமற் போகச்செய்வதும் ஆகும். அதை நிறைவேற்றவே, அவளது உடல் படைக்கப்பட்டிருக்கிறதென்பது உங்கள் கண்டுபிடிப்பு. அந்த அச்சத்துடனேதான் அவளும் உறங்குகிறாள். தவிர, உங்கள் அபிப்பிராயத் திற்குத் தன்னை உட்படுத்திக்கொள்வதும் அவ்வுறக்கத்தின் நோக்கமாக இருக்கலாம்.

அவளது உடலைச் சுற்றி அறை. உங்களது சொந்த அறை. அந்த அறையில்தான் அவள் தங்கியிருக்கிறாள். அதாவது, ஒரு பெண் தங்கியிருக் கிறாள். உங்களுக்கே உங்கள் அறையை அடையாளம் காண்பதில் சிரமம் உள்ளது. நீங்கள் இல்லாத அறை. உங்கள் நகலென்றுகூட எவரும்

அங்கில்லை. கட்டிலில் நீண்டும் நெளிந்தும் வார்த்ததுபோலக் கிடக்கிற உருவமன்றி வேறொன்றும் அவ்வறையில் இல்லை.

சிறு சிறு அசைவுகளுக்குப் பிறகு கண்விழிக்கிறாள். இன்னும் எத்தனை இரவுகளுக்குப் பணம் தந்துள்ளீர்கள் எனக் கேட்கிறாள். நீங்கள் இன்னமும் மூன்று இரவுகள் எஞ்சியிருப்பதாகச் சொல்கிறீர்கள்.

'எந்தப் பெண்ணையும் இதற்குமுன் காதலித்ததில்லையா?' – அவள்.

'இல்லை, ஒருபோதுமில்லை' – நீங்கள்.

'எந்த ஒரு பெண்ணுடனும் உறவுகொள்ள வேண்டுமென நினைத்த தில்லையா?'

'இல்லை, ஒருபோதுமில்லை.'

'ஒரு தடவைகூட, ஓரிரு விநாடிகள்கூட?'

'இல்லை, ஒருபோதுமில்லை' – நீங்கள்.

'ஒருபோதும்? எக்காலத்திலும்?'

'ஒருபோதுமில்லை' – நீங்கள் திரும்பவும் சொல்கிறீர்கள்.

அவள் சிரிக்கிறாள், பின்னர் 'இறப்பென்பது நூதனமானது' என்கிறாள்.

பின்னர் மீண்டும், 'அது சரி. எந்தப்பெண் மீதாவது உங்கள் பார்வை யாவது பட்டிருக்குமா? அல்லது அதுவுமில்லையா?'

'இல்லை, அதுவுமில்லை.'

அவள் கேட்கிறாள், 'பின்னர் எதைத்தான் பார்த்திருக்கிறீர்கள்.'

'மற்றதையெல்லாம் பார்த்திருக்கிறேன்' – நீங்கள்.

உங்களிடமிருந்து விலகிக்கொண்டவள், அமைதியாகிறாள். பின்னர் வழக்கம்போல உறங்கிப் போகிறாள்.

மீண்டும் அறைக்குத் திரும்புகிறீர்கள். கட்டில்விரிப்பில் அசைவின்றிக் கிடக்கிறாள். தன்னையோ தன்னொத்த வேறு சரீரங்களையோ பரீட்சித்திட அனுமதித்திராத உடலைப் பார்த்தவண்ணமிருக்கிறீர்கள்.

காலங்காலமாய் சந்தேகத்திற்கென்றே படைக்கப்பட்டுள்ள சரீரத்தைப் பார்க்கிறீர்கள். பின்னர், உங்கள் பார்வையைச் சட்டென்று விலக்கிக் கொள்கிறீர்கள்.

பார்ப்பதை நிறுத்திக்கொண்டாயிற்று. இனி எதையும் பார்ப்பதில்லை. கண்களை இறுகமூடி, உங்களுக்கான அபிப்பிராய பேதங்களிலும் உங்கள் இறப்பிலும் உங்களை நீங்களே காண்கிறீர்கள்.

மூடிய கண்களைத் திறக்க, அவ்விடத்திலேயே எப்போதும்போல் இன்னமும் இருக்கிறாள்.

உங்களுக்குப் புறத்தியான அவ்வுடலிடம் திரும்பவும் வருகிறீர்கள். உடல் நித்திரை கொண்டிருக்கிறது.

அவ்வுடலே உங்களுக்கு உயிர் கொடுக்கிற பிணியாகவும் உயிரெடுக்கும் பிணியாகவும் உள்ளதென்பதைக் கண்டுகொள்கிறீர்கள். ஆம். அவளிடத்தில்தான், உறங்குகின்ற அவளது உடலில்தான் அப்பிணி ஜீவிக்கிறது. முகம், மார்பு, குழப்பத்திற்குட்பட்ட அவளது பெண்ணுறுப்பு... என ஒவ்வொரு அங்கமாய்ப் பார்த்த பிறகு மார்புக்கூட்டில் உங்கள் பார்வையை நிறுத்துகிறீர்கள். இதயத் துடிப்பில் விகற்பமிருக்கிறது. அடங்கி ஒலிக்கிறது, 'மிகவும் ஆச்சரியமூட்டும் வகையில்' என்று நீங்கள் முணுமுணுப்பது கேட்கிறது. எனினும் சீராக, எக்காரணத்தை முன்னிட்டும் தடைபடாது என்று சொல்வதைப்போல இருக்கிறது. அவளது சரீரத்தின் பொருண்மையோடு உங்கள் சரீரத்தை நேர்ப்படுத்துகிறீர்கள். குளிர்ச்சியும் வெதுவெதுப்பும் கலந்த உடல். இன்னமும் ஜீவனிருக்கிறது. தன்னைக் கொல்வதற்கு இறைஞ்சியபடி உயிர் வாழ்பவள். அவளை எப்படிக் கொல்வது, யார் கொல்வது என்பது உங்களுக்குள் உள்ள கேள்வி. உங்களுக்கு இவ்வுலகம் வெறுத்துவிட்டது. ஒருவரிடமும் பிரியமில்லை, ஏன் நீங்கள் நம்புகிற உங்கள் முரண்பாடுகளிடம்கூட உங்களுக்குப் பிரியமில்லை. இதுவரை நீங்கள் சம்பாதித்தது அனைத்துமே பிணங்கள் அல்லது அதுபோன்றவற்றின் இரக்கங்களின்றி வேறல்ல. அடுத்தகணம் உங்களுக்குத் தெரிகிற முரண்பாடேகூட இரக்க உணர்வில் பிணங்களுக்கும் இவளது உடற் பலவீனங்களுக்குமுள்ள வேறுபாடென்பது உங்கள் முடிவு. அப்பலவீனத்தை அதன் பெருமைமிகு ராச்சியத்தைக் கபளீகரம் செய்ய சின்னதாய் ஒரு முயற்சி போதும், மொத்தமும் இடிந்து தரைமட்டமாகிவிடும்.

உங்கள்வரையில் உயிர்க்கொல்லி எனும் நோய் அங்கே அவளிடத்தில்தான் உற்பத்தியாகிறது. இதோ உங்கள் முன் கடை பரப்பப்பட்டுள்ளதே இந்தச் சரீரந்தான் அந்நோயை அமல்படுத்துகிறது.

திறந்திருக்கும் வாய்வழியே மூச்சுக் காற்று வெளியேறுகிறது, உள்ளே போகிறது, தன்னில் அடங்குகிறது, மீண்டும் வெளிப்படுகிறது. தசை எந்திரத்தின் மிக நுணுக்கமான காரியம். அசைவற்றுக் கிடக்கும் அவளைக் குனிந்து நோக்குகிறீர்கள். எப்படி வேண்டுமானாலும், ஏன் ஆபத்தான வழிகளிற்கூட அவளை நீங்கள் கையாள உரிமையுண்டென்று நீங்கள் அறிவீர்கள். ஆனால் அதைச் செய்வதில்லை. மாறாக, உங்கள் செயலால் அவள் பரவச நிலையை எட்டக்கூடிய அபாயமிருந்தும் அவளது சரீரத்தை மிக மென்மையாகத் தடவிக்கொடுத்துக் கிளர்ச்சியூட்டுகிறீர்கள். உங்களது கைவிரல்கள் அவளது யோனியில், பிளந்திருக்கும் அதன் அதரங்களில், அவள் நெருடுமிடத்தில், பிளவுபட்டுள்ள உதடுகளைப் பார்க்கிறீர்கள், அதைச் சூழ்ந்துள்ளவற்றைப் பார்க்கிறீர்கள், ஒட்டுமொத்த உடலையும் பார்க்கிறீர்கள். உங்களுக்கு எதுவும் புலனாகவில்லை, எங்கும் சூனியம்.

பெண்ணொருத்தியை முழுமையாகக் காண வேண்டுமென்பது உங்கள் அவா. அதிகபட்சமாக உங்களால் முடிந்தது அதுவொன்றுதான். ஆனால் அதைக்கூட உங்களால் செய்வதற்கு இயலாது என்பதுதான் உண்மை.

மர்மத்திற்குக் காரணமான உடலைப் பார்க்கிறீர்கள்.

உங்கள் பார்வையில் முதலாவதாகப் படுவது மெல்லிய முனகல்களான அவளது அவஸ்தைகள். பிறகு, கண்களால் காண விருப்பப்பட்டதைப் போல் படபடக்கும் விழிமடல்கள். பிறகு, எதையோ சொல்லத் தீர்மானித்து தொடர்ந்து திறந்து மூடும் அவளது வாய். தவிர வேறொரு அனுபவமும் கிட்டுகிறது, உங்கள் தடவலால் அவளது யோனியின் அதரங்கள் ஊதிப் பெரிதாகின்றன. வெல்வெட்டுப் பகுதியினின்று வெதுவெதுப்பும் கொழகொழப்பும்கொண்ட ஒருவகை திரவம், செந்நிறத்தில் ரத்தம்போல. இப்போது முன்னிலும் வேகமாய்ச் செயல்படுகிறீர்கள். உங்கள் காரியத்திற்கு உபகாரம் செய்யும் விதத்தில் அவளது தொடையிரண்டும் விரிந்து இடமளிக்கின்றன.

அவள்படும் அவஸ்தைக்கிடையில் சட்டென ஓர் ஆனந்தப் பரவசத்தில் அவள் திளைப்பதைக் கண்ணுறுகிறீர்கள். அவள் உடல் முழுமையாக உங்கள் வசம். அவ்வுடலைக் கட்டிலை விடுத்து மேலெழும்பும்படிச் செய்கிறீர்கள். சாதித்துவிட்ட திருப்தியுடன் உடலைத் தீர்க்கத்துடன் பார்க்கிறீர்கள். மீண்டும் உடல் கட்டிலில் விழுகிறது. வெண்ணிற கட்டில் விரிப்பில் பேச்சு மூச்சற்றுக் கிடக்கிறது. சற்றுமுன் வேகமாய்த் துடித்த இதயம் தன்னை ஆசுவாசப்படுத்திக்கொள்வதுபோல நிதானத்திற்கு வந்திருக்கிறது. பசைபோட்டு ஒட்டியதுபோல முகத்தில் இறுக்கமாய் மூடியபடி இருந்த கண்கள் மெல்லத் திறப்பதும் பிறகு மூடிக்கொள்வதுமாய் இருக்கின்றன.

அவை மூடிக்கொள்கின்றன.

உங்கள் கண்களுக்கு எதுவும் தப்பவில்லை. அனைத்தையும் கண்டீர்கள். கடைசியாக, இப்போது உங்கள் முறை என்பதுபோல நீங்களும் கண்களை மூடிக்கொள்கிறீர்கள். அவளைப்போலவே நீங்களும் கண்களை வெகுநேரமாய் மூடியபடி இருக்கிறீர்கள்.

உங்கள் எண்ணங்களில் அறைக்கு மறுபுறம், நகரத்துத் தெருக்கள், ரயில் நிலையத்திலிருந்து தள்ளி அமைந்துள்ள சிறு சிறு குடியிருப்புகள், வேற்றுமைகளற்ற குளிர்காலத்து இரு சனிக்கிழமைகளென ஒன்றன்பின் ஒன்றாக நினைவுகளில் வந்து போகின்றன.

பிறகு, ஏதோவொருவித ஓசை அண்மையில் கேட்கிறது. கடல் இரைகிற ஓசை.

ஆம், கடல் இரைகிற ஓசைதான். அதுவும் அறைச்சுவர்களுக்கு வெகு நெருக்கத்தில். சன்னல் ஊடாகப் பார்க்க எப்போதும்போல் சோபையிழந்திருக்கும் வெளிச்சம், சோம்பேறித்தனத்துடன் நகரும்போது, தன்நிறத்தை

ஒருபோதும் மாற்றிக்கொள்ளாத கருங்கடல், உறங்கும் உடல், அந்நியப் பெண்ணான அறைவாசி.

பிறகு, நீங்கள் காரியத்தில் இறங்குகிறீர்கள். எதற்காக இக்காரியத்தைச் செய்கிறீர்கள் என்பதை நான் அறியேன். ஆனால் அதைப்பற்றிய அடிப்படை ஞானங்கூட இல்லாமல்தான் செய்கிறீர்களென்று என்னால் சொல்ல முடியும். உங்களால் அறையைவிட்டு வெளியேற முடியும், உடலைவிட்டு அல்லது தூக்கத்திலிருக்கிற இவ்வுருவத்தைவிட்டும் பிரிந்து செல்ல முடியும். அப்படிச் செய்யவில்லை. அவளிடமிருந்து உங்களை வேறுபடுத்திக் காட்டுகிற அத்தனை முரண்பாடுகளுடனும் தொடர்ந்து செயல்படுகிறீர்கள். வெளியுலகத்திற்கு நீங்கள் இன்னொருத்தருக்காக அக்காரியத்தைச் செய்வதைப்போலக் காட்டிக்கொள்கிறீர்கள். மீண்டும் செயல்பட வேண்டி அவ்வுடலிடத்தில் வருகிறீர்கள்.

உங்கள் உடல் அவள் உடலுக்குப் போர்வையாகி இருக்கிறது. உங்கள் பாரத்தால் அவள் நொறுங்கிவிடக் கூடாது என்பதற்காகவும் அவளைச் சாகடித்துவிடக் கூடாது என்பதற்காகவும் மென்மையாக அவளது உடலை உங்கள் உடலுக்காய் இழுத்துக்கொள்கிறீர்கள். அதன் பிறகு காரியத்தில் இறங்குகிறீர்கள். உங்கள் இரவுவிடுதிக்குத் திரும்பவும் மீண்ட நீங்கள், அவ்விடத்திலிருந்து மீளமுடியாமல் தவிக்கிறீர்கள்.

உங்கள் தங்கும் காலம் நீடிக்கிறது. இன்னமும் அழுதபடி இருக்கிறீர்கள். அதற்கான காரணங்களை நீங்கள் அறிந்தவரல்லர் என்பதோடு, அவற்றைத் தெரிந்துகொள்ளும் ஆர்வமும் தங்களுக்கு இல்லையென நினைக்கிறீர்கள். இவ்வுலகில் கெட்ட நேரத்திற்கும் சரி நல்ல நேரத்திற்கும் சரி, இரண்டுக்கும் நான் ஒருவன் மாத்திரமே ஏகப் பிரதிநிதி என்கிற நினைப்பு உங்களிடத்தில். நடந்துகொண்டிருக்கிற சம்பவத்திற்கு, அப்படியொன்று இருப்பதான உங்கள் நம்பிக்கையின்படி – சக்கரவர்த்தியாக மாறவிருப்பதைப்போல நம்பிக்கொண்டிருக்கிறீர்கள்.

அவள் உறங்குகிறாள். இதழ்களில் புன்னகை, என்னைக் கொன்றுவிடு என்கிறாள்.

அவள் உடலிலிருந்து எழுந்திருக்க மனம் வராமல் இன்னமும் படுத்திருக்கிறீர்கள். உடலில் மெல்ல சத்தமிடுவதுபோல வெளிப்படும் முனகல் நேரம் கூடக்கூட வெளிப்படையாகவே கேட்கிறது. முதன்முதலாக மகிழ்ச்சியளிக்கும் கனவொன்றில் அவள் மிதக்கிறாள். அக்கனவில் வரிசை வரிசையாய் ஆண்கள். முதலில் ஒருவன், பின்னர் நீங்கள். மற்றும் ஒருவன், பின் வேறொருவன் . . .

நீங்கள் அழுகிறீர்கள்.

உங்கள் அழுகை அவளை எழுப்பிவிடுகிறது. அவள் உங்களைப் பார்க்கிறாள். அறையைப் பார்க்கிறாள். மீண்டுமொரு முறை உங்களைப் பார்க்கிறாள். உங்கள் கரத்தைப் பிடித்து அவள் வருடுகிறாள். ‘எதற்காக

அழுகிறீர்கள் என்பதைத் தெரிந்துகொள்ளலாமா?' – உங்களிடத்தில் கேட்கிறாள். அதற்கு நீங்கள், 'நான் எதற்காக அழுகிறேனென்று நீதான் சொல்ல வேண்டும், உனக்குத்தான் தெரியும்' என்கிறீர்கள்.

மிகவும் மென்மையான குரலில் அவள், 'ஏனெனில் அன்பென்று எதுவும் உங்களிடத்தில் இல்லை' என்கிறாள். நீங்களும், 'ஆம், அதுதான் காரணம்' என்கிறீர்கள்.

'அதைப் புரியும்படி எனக்குச் சொல்ல முடியுமா?' – அவள்.

'நான் காதலிப்பதில்லை' – உங்கள் பதில்.

'உங்கள் வாழ்க்கையில் காதலே அரும்பியதில்லையா?' – அவள்.

'இல்லை. ஒருபோதுமில்லை' – நீங்கள்.

'அவளது காதலனைக் கொல்லும் சந்தர்ப்பம் வாய்த்திட வேண்டும், நீங்கள் ஒருவர் மாத்திரமே அவளை உடமையாக்கிக்கொள்ள வேண்டும், பாதுகாப்பதாகச் சொல்லும் சட்டங்களையும் தரும சாத்திரங்களையும் மீறி அவளை அபகரிக்க வேண்டும் என்கிற அவாவை உங்களுக்கு ஏற்படுத்தவல்ல பெண்ணை நீங்கள் ஒருபோதும் அறிந்ததில்லையா? அல்லது அப்படியொருத்திக்கு ஒருபோதும் உங்களைத் தெரியாதா?' – அவள்.

'இல்லை, ஒருபோதும் தெரியாது.'

அவள் உங்களையே பார்த்தவண்ணமிருக்கிறாள். பின்னர் மீண்டுமொரு முறை, 'மரணம் அபூர்வமானதொன்று' என்கிறாள்.

'கடலை நீங்கள் கண்டதுண்டா?' என வினவுகிறாள். 'வெளிச்சமாக இருப்பதால் பகல் வந்துவிட்டது என்று பொருளா?' – கேட்கிறாள்.

நீங்கள், 'பொழுது புலர்ந்துகொண்டிருக்கிறது, தவிரவும் வருடத்தின் இப்பருவத்தில் வெளியை ஒளி மெதுவாகத்தான் நிரப்பும்' என்கிறீர்கள்.

'கடலின் நிறமென்ன' என்பது அவளது அடுத்த கேள்வி.

'கறுப்பு' என்பது உங்கள் பதில்.

'கடல் ஒருபோதும் கறுப்பு நிறத்தில் இருப்பதில்லை. உங்கள் பதிலில் தவறு இருக்கலாம்.' – அவள்.

'என்னையும் ஒருத்தி நேசிக்க முடியுமா?' – அவளிடத்தில் நீங்கள்.

'உங்களை நேசிப்பதற்குக் காரணங்கள் ஏதுமில்லை'யென அவள் சொல்ல, நீங்கள் : 'ஏன் எனது இறப்பு ஒரு தடையா?' எனக் கேட்கிறீர்கள். அதற்கவள், 'உண்மைதான். ஆனால் அந்த அபத்தம் மாத்திரமா காரணம்? உணர்ச்சிகளேதுமற்ற மரக்கட்டையாக நீங்கள் இருப்பதும் கடல் நிறம் கறுப்பென்கிற உங்கள் புளுகுங்கூடக் காரணங்கள்தான்' என்கிறாள்.

அதன் பிறகு அவள் அமைதியானாள்.

எங்கே விட்டால் மீண்டும் ஆழ்ந்து உறங்கிவிடுவாளோ என்கிற அச்சத்தில் அவளை எழுப்பி, 'ஏதாவது தொடர்ந்து பேசேன்' என்கிறீர்கள். அதற்கவள் 'நான் மாத்திரம் எதைப் பேசுவது. நீங்கள் வேண்டுமானால் கேள்வி கேளுங்கள், அதற்குப் பதிலளிக்கிறவகையில் நான் பேச முயல் கிறேன்' என்கிறாள். மறுபடியும் அவளிடம், 'என்னை எவரேனும் நேசிப் பதற்கு வாய்ப்புகள் உண்டா?' என்கிறீர்கள். அவளோ, 'வாய்ப்புகள் இல்லை' என்கிறாள்.

'கொஞ்சநேரத்திற்கு முன்பு, பால்கனியிலிருந்து இரண்டாவது முறை யாக அறைக்குள் திரும்பி என்னை ஏறிட்டபோது, என்னைக் கொல்ல வேண்டுமென்கிற விருப்பத்தை நீங்கள் மனதிற் சுமந்திருந்ததை, எனது உறக்கத்தில் அறிந்தேன். எதற்காக இந்த விபரீத புத்தி? சொல்லுங்களேன்' – அவள்.

'ஏனென்று எனக்குச் சொல்லத் தெரியவில்லை, எனது வியாதி குறித்த தெளிவும் எனக்கில்லை' – நீங்கள்.

சிரிக்கிறாள். பின்னர், 'இப்போதுதான் முதன் முறையாகப் பிணத் திற்கும் உயிருண்டென்பது எனக்குத் தெரியவந்திருக்கிறது. உங்களைச் சந்திப்பதற்கு முன்பு நான் அறிந்திராத உண்மை' என்கிறாள்.

கருவிழிகளின் தெளிந்த பார்வையூடாக உங்களைப் பார்க்கிறாள். உங்களிடம், 'நீங்கள் மரணத்தின் அதிகாரத்தைப் பிரகடனப்படுத்துகிறீர் கள். மரணத்தை நேசிக்க வேண்டுமா கூடாதா என்பதைச் சம்பந்தப் பட்டவர்கள்தான் தீர்மானிக்க வேண்டும், மற்றவர்கள் நிர்ப்பந்திக்கக் கூடாது. உங்களுக்குக் காதல் உறவைக் காட்டிலும், அழுதுகொண்டிருப் பதில் நம்பிக்கை இருக்கிறது, மரணத்தைப் பிரகடனப்படுத்துவதிலும் அழுவதில் அக்கறை காட்டுகிறீர்கள்' – என்கிறாள்.

அவள் மீண்டும் உறங்கத் தொடங்கிவிட்டாள். 'நீங்கள் விளங்கிக் கொள்ளாதவகையில், மரணத்தின் காரணமாக இறக்கவிருக்கிறீர்கள். உங்கள் மரணம் எப்போதோ ஆரம்பித்தாயிற்று' என்கிறாள்.

நீங்கள் அழுகிறீர்கள். அவள் உங்களிடத்தில், 'அழாதீர்கள், அது அவசியமற்றது, இப்படி அழுகின்ற வழக்கம் இனியும் உங்களுக்கு வேண் டாம், அதனால் எந்தப் பலனுமில்லை' என்கிறாள்.

சூரிய ஒளியை உள்வாங்கி வெளிச்சமுற்றதைக் கவனத்திற்கொள்ளா மல் அறை கூடுதலான இருட்டில் இருப்பதைப்போல உணர்வு.

அவள் விழிகள் திறக்கின்றன. பின்னர் மூடிக்கொள்கின்றன. நீங்கள் கொடுத்துள்ள பணத்திற்கு இன்னும் இரண்டு இரவுகளே பாக்கியுள்ளன. கூடிய சீக்கிரம் முடிவுக்கு வரயிருக்கிறது. சிரித்தவள், அவளது கரம்கொண்டு உங்கள் கண்களை வருடிக் கொடுக்கிறாள். உறங்கியபடி உங்களை எள்ளு கிறாள்.

நீங்கள் தொடர்ந்து, தனியொருவராக, விருப்பப்படி பேசியபடி இருக் கிறீர்கள். காதல் என்பது உங்களைப் பொறுத்தவரையில் நிலையற்றதாக

இருந்திருக்கிறது, அதைப் புரிந்துகொள்ளும் சந்தர்ப்பம் ஒருபோதும் உங்களுக்கு வாய்த்ததில்லை, அதன் காரணமாகவே காதலைத் தவிர்த்தும் வந்திருக்கிறீர்கள். காதல்வயப்படாமல் சுதந்திரமாக இருப்பதும் உங்கள் விருப்பம் எனப் புலம்புகிறீர்கள். இனி வாழ்க்கையில் உங்களுக்கென்று ஒன்றுமில்லை, எல்லாவற்றையும் இழந்தாயிற்று. ஆனால் எதை எவ்விடத்தில் இழந்தோமென்று உங்களுக்குத் தெரியாதென்றும் சொல்லிக்கொள்கிறீர்கள்.

உங்கள் பிரசங்கம் அவளுக்கு அலுத்துவிட்டது. உறங்கிக்கொண்டிருக்கிறாள்.

நீங்கள் அவளிடம் சிறுவர்களுக்கான கதையொன்றைச் சொல்கிறீர்கள்.

சன்னலில் வைகறை துலக்கமாகி இருக்கிறது.

கண்விழித்தவள் உங்களிடத்தில், 'இனியும் புளுக வேண்டாம். எனக்கு அலுத்துவிட்டது' என்கிறாள். பிறகு, 'உலகத்தைக் குறித்த உங்கள் குருட்டு அபிப்பிராயத்திற்கு இணங்கிப்போகும் சந்தர்ப்பம் எனக்கு ஒருபோதும் அமைந்திடாதென நம்புகிறேன். தவிரவும் மரணத்தால் நேர்ந்த உங்கள் சுருதிபேதமற்ற ஒப்பாரி குறித்தும் பகலோ இரவோ உங்கள் உயிர் வாழ்க்கையோடு சமவீதாச்சாரத்தில் ஒட்டிக்கிடக்கும் மரணத்தின் தன்மை குறித்தும் காதலுக்கு லாயக்கற்றவராக உங்களை மாற்றிடும் அதன் அபாயகரமான பணி குறித்தும் நீங்கள் வேண்டுமானால் தெரிந்துகொள்ளுங்கள், எனக்கதைத் தெரிந்துகொள்ளும் அவசியமில்லை' என்கிறாள்.

தொடர்ந்து, பகற்பொழுது வந்திருக்கிறது. இனி அனைத்திற்கும் ஆரம்பம். ஒவ்வொன்றும் தனது காரியத்தைத் தொடங்கும் நேரம். நீங்கள் மாத்திரமே விதிவிலக்கானவர். ஆரம்பத்தை அறியாதவர், ஆரம்பிக்கப் போதாதவர்.

மீண்டும் உறக்கத்தில் ஆழ்கிறாள். அவளிடத்தில், 'எதனால் இப்படி தூங்கியபடி இருக்கிறாய்? அப்படியென்ன உலகத்தில் இல்லாத அசதி உனக்கு மாத்திரம், தொடர்ந்து ஓய்வெடுப்பதற்கு?' என நீங்கள் கேட்கிறீர்கள். கரத்தை உயர்த்துகிறாள், உங்கள் முகத்தை அல்ல உங்கள் வாயைத் தடவிக் கொடுக்கிறாள். துயிலுற்றவாறே உங்களைப் பரிகசிப்பதில் ஆர்வம் காட்டுகிறாள். 'நீங்கள் புரிந்துகொண்டா கேள்வி கேட்கிறீர்கள்? அப்படித்தான் நானும் புரிந்துகொள்ளாமலே உங்களாலும் மரணத்தாலும் ஓய்வெடுக்கிறேன்' – அவள்.

சிறுவர் கதையொன்றைத் தொடர்ந்து சொல்லுகிற நீங்கள், இடைக்கிடை அவளிடத்தில் கூச்சலிடுகிறீர்கள். பின்னர் சிறுவனின் கதையோ உங்களுடைய கதையோ எதையும் முழுதாகச் சொல்லத் தெரியாதென்கிறீர்கள். வேறொருவர் சொல்ல இக்கதையைக் கேட்டிருக்கிறேன் என்கிறீர்கள். அவள் சிரிக்கிறாள். 'இக்கதையைப் பலமுறை பிறர் சொல்லக் கேட்டதுமுண்டு, அநேக இடங்களில் நிறைய புத்தகங்களில் வாசித்த அனுபவமும் உண்டு' என்கிறாள். நீங்கள் அவளிடத்தில் 'காதல் உணர்

வென்பது க்ஷணத்தில் தோன்றக்கூடியதா? எப்படி சாத்தியம்?' எனக் கேட்கிறீர்கள். அதற்கவள், 'உலகின் நெறிமுறைகளில், சின்னதாய் ஏற்படும் ஒரு விரிசல்போதும், ஏன் உதாரணமாக ஒரு தவறுகூட அதற்குக் காரணமாகலாம், ஆனால் ஒருபோதும் விருப்பம் காரணமாகாது. வேறு எங்கெல்லாம் அல்லது எவ்விடத்தில் இப்படிச் சட்டெனக் காதல் உணர்வு தோன்ற சாத்தியங்கள் உள்ளன? தயை செய்து விளக்கமாய்ச் சொல்லேன்' – அவளிடத்தில் மன்றாடுகிறீர்கள். உங்கள் கேள்விக்கெனவே காத்திருந்ததுபோல, 'ஏன் எல்லா இடங்களிலும் சாத்தியப்படக்கூடியது தான். இராக்காலப் பறவைகள் இரைதேடும் நேரங்களில், உறக்கத்தில், கனவுகளில், இறக்கும் தருவாயில், ஒரே ஒரு வார்த்தையில், இழைக்கும் ஒரு குற்றத்தில், ஒவ்வொருவரிடமும், ஏன் உங்களிடமேகூட, திடீரென்று எப்படியென உணரப்படாமலே ஏற்படக்கூடியதுதான்' என்கிறாள். தொடர்ந்து, 'இங்கே பாருங்கள்.' அவளது தொடைகளை விரிக்கிறாள். அவளது விரிந்திருக்கும் தொடைகளுக்கிடையேயான பிளவில் கரிய நிறத்தில் கங்குல். உடனே நீங்கள், 'அட கும்மிருட்டு இப்படித்தான் இருந்தது . . . இதுதான் இதுதான் . . .' எனப் பிதற்றுகிறீர்கள்.

'வா! வாருங்கள்! அதற்குள்ளே நுழையுங்கள்' – அவள். நீங்கள் கூடுதலாக அழுகிறீர்கள். அவள், 'அழாதே' என்கிறாள். பிறகு, 'அதைச் செயல்படுத்த வேண்டுமெனில் கைகளில் என்னை வாங்கிக்கொள்ள வேண்டும்' என்கிறாள்.

அவள் வேண்டுதலை நிறைவேற்றுகிறீர்கள். கைகளில் ஏந்திக்கொள் கிறீர்கள்.

அது நடந்தேறியது.

மீண்டும் நித்திரையில் ஆழ்கிறாள்.

ஒருநாள் அவளைக் காணவில்லை. நீங்கள் கண்விழித்துப் பார்க்கிறீர் கள், அவள் இல்லாதது தெரியவருகிறது. இரவோடு இரவாகப் புறப்பட்டுப் போயிருக்கிறாள். போர்வையில் இன்னமும் ஒட்டிக்கொண்டு குளிர்ந்து போயிருக்கிற அவளது சரீரத்தின் அடையாளம்.

இன்றைய தினம் சூரிய ஒளியின் வரவிற்காகக் காத்திருக்கும் வைகறைப்பொழுதென்பதால் அடிவானம் வெளுத்திருக்கிறது. நடுவானம் தான் கறுத்ததுபோக, மிச்சமிருந்த கருமையைப் பூமிக்கு வார்க்கிறது.

அறையில் உங்களைத் தவிர வேறெதுவும் இல்லை. அவள் சரீரம் போனவிடம் தெரியவில்லை. உங்களுக்கும் அவளுக்குமிடையேயுள்ள பேதத்தை, திடீரென நேர்ந்துள்ள அவளது மறைவு ஊர்ஜிதப்படுத்துகிறது. தூரத்தில் கடற்கரையில், பிரியவிருக்கும் இருளில் கடற்பறவைகள் சத்த மிடக்கூடும். அவை சிற்றலைகள் ஒதுக்கிய மணலைச் சீய்த்து, சேற்றைக் கிண்டி கிடைத்த புழுக்களைத் தின்று வயிற்றை நிரப்புவதை முன்பே தொடங்கியிருக்க வேண்டும். இருட்டில் பசித்த கடற்பறவைகள் எழுப்பும் உன்மத்த ஓசை, சட்டென்று உங்களுக்கு இதுவரை கேட்டிராததுபோலத் தோன்றுகிறது.

அவள் இனித் திரும்ப வரப்போவதில்லை. அவள் புறப்பட்டுப்போன அன்றைய மாலை, மதுச்சாலைக்குச் செல்லும் நீங்கள் கதையைச் சொல் கிறீர்கள். உங்களுக்குக் கதைசொல்ல வரும் என்பதுபோல ஆரம்பித்து, பின்னர் விட்டுவிடுகிறீர்கள். பிறகு சிரித்தபடி, இப்படியெல்லாம்கூட நடக்குமா என்ன, சொன்னவை அனைத்துமே எனது கற்பனையில் உதித்தவை என மழுப்புகிறீர்கள்.

மறுநாள், அவளில்லாமல் வெறிச்சோடிக் கிடக்கும் அறை ஒருவேளை, மீண்டும் உங்கள் கவனத்தைப் பெறக்கூடும். அம் மறுநாள், இதுவரை நீங்கள் அறிந்திராத உங்களில், அபூர்வமாய் உங்களுக்கு நேர்ந்திருக்கிற தனிமையில் மறுபடியும் அவளைக் காண வேண்டுமென்கிற ஏக்கத்தின் சோதனை நாளாகவும் அமையலாம்.

ஒருவேளை, அவளை நீங்கள் அறைக்கு வெளியே தேடலாம், கடற் கரைகளில் தேடலாம், பால்கனிகளில் தேடலாம். உங்கள் தேடல் அனைத் துமே வீண் அலைச்சலாகத்தான் முடியும். ஏனெனில் பகல் வேளைகளில் உங்களால் ஒருவரையும் அடையாளப்படுத்துவது இயலாது. அதுவன்றி, விழிகளை மூடி அல்லது திறந்தபடி சயனித்திருந்த உடலாக மாத்திரமே அவளைப் பார்த்திருக்கிறீர்கள். உடற் பிரவேசத்தை அடையாளப்படுத்துவ தென்பது உங்களுக்கு ஆகாத வேலை. இன்றைக்கு மட்டுமல்ல, என்றைக் குமே உங்களால் முடியாது.

நீங்கள் அழுதபோது உங்களுக்காக அழுதீர்களேயொழிய, உங்களிரு வருக்கும் இடையிலான முரண்பாடுகள் ஊடாக அவளை மறுபடியும் சந்திக்க முயன்று முடியாமற்போன அப்போற்றுதலுக்குரிய இயலாமைக் காகவல்ல.

இக்கதை மூச்சூடும் நீங்கள் நினைவில் கொள்ள வேண்டியவை என்று சொன்னால், அவை, தூக்கத்தில் அவள் கூறிய சொற்கள். அச் சொற்கள் உங்களைப் பீடித்திருக்கும் நோய்க்குப் பேர் சேர்த்த சொற்கள்: உயிர்க்கொல்லி நோய்.

இத்தனை சீக்கிரம் நீங்கள் அவளைக் கைவிடுவீர்கள் என்று நினைக்க வில்லை. அவளை இனி நீங்கள் தேடப்போவதில்லை. இரவோ பகலோ அல்லது நகரமோ எங்குமே தேடி அலையப்போவதில்லை. தேடி என்ன ஆகப்போகிறது?

அப்படித்தான் இழந்தாலென்ன, மீண்டும் உங்களுக்கு வாய்க்கும்வரை இருக்கவே இருக்கிறது உங்களுக்கு நேர்ந்த அனுபவம். இனி, அவ்வனு பவத்தின்படி தற்போதைக்கு காதலுக்கு நீங்கள் உயிர்ப்பிச்சை அளிக்க முடியும்.

●

# மோந்தோ

லெ க்ளேஸியோ

## 1

மோந்தோ எங்கிருந்து வந்தான் – ஒருவருக்கும் தெரியாது. ஒருவர் கண்ணிலும் படாமல் திடீரென்று ஒரு நாள் எங்கள் நகரத்திற்குள் நுழைந்ததுபோலத்தான் தெரிந்தது. பிறகு எங்களுக்கும் பழகிப் போனான். சாயல் பார்வையுடன் கூடிய அழகான இரு கருவிழிகள், அமைதியான வட்ட முகம், காண்பவர் எவரும் பைய னுக்குப் பத்து வயதென்று சட்டென்று மதிப்பிட்டுவிடுவார்கள். பழுப்பு மற்றும் சாம்பல் நிறத்திலிருக்கிற அவனது தலை மயிரானது பகற்காலங்களில் அந்தந்த நேர ஒளியின் தன்மைக்கேற்ப நிறங்கொள் வதையும் இரவானால் முற்றிலும் சாம்பல்நிறத்திற்குத் தன்னை மாற்றிக்கொள்கிற விந்தையையும் இங்கே குறிப்பிட்டாக வேண்டும்.

அவன் குடும்பம் எது, பெற்றோர்கள் யார், வீடு எங்கே என்று ஒருவரும் அறிந்ததில்லை. அப்படியொன்று இல்லையோ என்னவோ, யார் கண்டார்கள். நீங்கள் எதற்கோ யாருக்கோ காத்திருப்பீர்கள். அவனை அந்த இடத்தில் நினைத்துப் பார்த் திருக்கக்கூட மாட்டீர்கள். தெருவின் மூலையில், கடற்கரையில், நாளங்காடி என்று எதுவாக வேண்டுமானாலும் அந்த இடமிருக்கக் கூடும். திடீரென்று எதிர்ப்படுவான். எப்படி? ஒருவிதத் தீர்மானத் துடன், அவ்வப்போது தன்னைச் சுற்றிப் பார்வையை ஓட்டியபடி தனித்து நடந்து வருவான். நீலநிறத்தில் ஒரு டெனிம், டென்னிஸ் ஷூக்கள், பச்சைக்கலரில் தொள தொளவென்று ஒரு டீஷர்ட் – இதுதான் அவனது தினசரி ஆடை அலங்காரம். இன்றைய தேதி வரை அதில் மாற்றங்களில்லை.

உங்களிடத்தில் வந்ததும் உங்களை ஏறிட்டுப் பார்ப்பான். அவனது சிறிய கண்களிரண்டும் மெல்லிய ஒளிக்கீற்றுபோல் பிரகாசிக்கும். அப்படி நடந்தால் உங்களுக்குத் தனது வணக்கத்தைச் சொல்கிறான் என்று பொருள். எதிர்ப்படும் நபர்களில் எவராகிலும்

அவனுக்குப் பிடித்திருக்கிறது என்று வைத்துக்கொள்ளுங்கள், மேலே நகரமாட்டான். மிக எளிதாகக் கேள்வி பிறக்கும் :

"என்னைத் தத்து எடுத்தீப்பீங்களா?"

சம்பந்தப்பட்ட நபர் இப்படியொரு கேள்வியை அவனிடம் எதிர் பார்த்திருக்கமாட்டார். அவர் திகைத்து மீள்வதற்கு முன்பாக, அவன் வெகுதூரம் நடந்திருப்பான்.

சரி, இந்த நகரத்தில் அவனுக்கு என்ன வேலை? எதற்காக வந்தான்? எப்படி வந்தான்? சரக்கு விமானமொன்றில் பொதியோடு பொதியாக வெகுதூரம் பயணித்துக் கடைசியில் இங்கே வந்திருக்கலாமா? அல்லது சரக்கு ரயிலொன்றில் மெதுமெதுவாக நாட்டில் ஒரு திசையிலிருந்து மறு திசைக்கு இரவு பகலென்று பயணித்து ஒருவழியாக இங்கே சேர்ந்திருப்பானா அல்லது நீண்ட பயணத்திற்கிடையில் இங்கு மட்டுமே சூரியன், கடல், வெள்ளைவெளேரென்றிருக்கிற பெரியவீடுகள், ஒருவித மான கடற்கரைப் பனைகள் என்றிருக்க தங்கிவிடுவதென உத்தேசித் திருக்கலாமோ! ஆனால் இந்தப்பக்கத்து ஆளல்ல. அதாவது, கடலுக்கு மறுபக்கம், மலைகளுக்கு அப்பாலான கண்காணாத பிரதேசத்திலிருந்து வந்தவனென்பது நிச்சயம். அவனைப் பார்த்த மாத்திரத்தில் இந்நகரத்தைச் சேர்ந்தவனல்லவென்றும் இங்கே வருவதற்கு முன்பு பல நாடுகளையும் சுற்றிப் பார்த்தவனென்றும் நீங்கள் முடிவுக்கு வரக்கூடும் என்பதுபோலத் தான் அவனுடைய தோற்றமும் இருந்தது. தீர்க்கமும் பிரகாசமும்கொண்ட கண்கள், செப்பு நிறத்தில் உடல்வாகு, மெல்ல, அமைதியாக கால்போன போக்கில் ஒரு நாய்போல நடந்து வருவான். ஆனாலும் அதிலொரு மிடுக்குண்டு. பார்க்க நம்பிக்கை தரும் தோற்றம், அவன் வயதில் வேறு பையன்களிடத்தில் சாதாரணமாக நாம் பார்க்க முடியாது. எழுதவோ வாசிக்கவோ தெரியாதென்றாலும், அவனுடைய கேள்விகளைக் காதில் வாங்கியதும் மூக்கின் மீது விரலை வைப்பீர்கள்.

எங்கள் நகரத்திற்கு அவன் வந்து சேர்ந்தது கோடை பிறப்பதற்கு முன்பு. அப்போதே கடுமையான வெக்கை தொடங்கிவிட்டது. இரவு நேரங்களில் மலைப்பகுதித் தாவரங்கள் திடீர்திடீரென்று தீப்பிடித்து எரிகின்றன. காலையிலோ நீல நிறத்தில் வியாபித்திருக்கும் சாதுவான வானத்தைப் பார்க்க முடிகிறது. கையளவு மேகங்கூட ஒட்டிக்கொண் டிருப்பதில்லை – அத்தனை சுத்தமாயிருக்கிறது. கடற்பகுதியிலிருந்து வீசும் வெப்பமான உலர்ந்த காற்று பூமியை மேலும் வறட்சியாக்கி, தீ விபத்திற்குத் துணைபோகிறது. அன்றைக்குச் சந்தை கூடும் தினம். மோந்தோ வந்திருந் தான். சந்தையில் கடைபோடும் காய்கறிக்காரர்களின் நீலநிற சரக்கு வாகனங்களுக்கிடையில் திரிய ஆரம்பித்தான். காரணமிருந்தது. அவன் முயற்சி வீண் போகவில்லை. சந்தை வியாபாரிகள் தங்களது பொதிகளை வாகனங்களிலிருந்து இறக்குவதற்கு எப்போதும் ஆட்களைத் தேடிக் கொண்டிருப்பவர்கள். எனவே, சுலபமாக அவனுக்கு வேலை கிடைத்தது.

முதலில் ஒரு வாகனத்தில் இருக்கிற காய்கறிக் கூடைகளை இறக்கி வைப்பான். முடித்த வேலைக்குக் காய்கறி கடைக்காரன் கொடுக்கின்ற

காசைக் கையில் வாங்கிக்கொண்டு அடுத்த வாகனத்தைத் தேடிச்செல் வான். சந்தையில் கடைபோடுகிற அத்தனை பேருக்கும் அவனை நன்றாகத் தெரியும். நேரத்திற்கு வந்தால் இப்படியான வேலைகள் கிடைக்குமென்று தெரியும். எனவே வந்துவிடுவான். காய்கறி ஏற்றிய வாகனங்கள் ஒவ்வொன் றாகச் சந்தைக்கு வந்து சேரும். வியாபாரிகள் அவன் சுற்றித் திரிவதைப் பார்த்துவிடுவார்கள், அவன் பெயரைச் சொல்லிச் சத்தமிட்டுக் கூப்பிடு வார்கள்:

"மோந்தோ! டேய் மோந்தோ . . !"

சந்தை முடிந்ததும் மிச்சம் மீதியென்று வியாபாரிகள் போட்டுவிட்டுப் போகிற பொருட்களிலிருந்து, தனக்கானதைப் பார்த்து எடுத்துக்கொள்வது அவனுக்குப் பிடித்தமான காரியம். கடைகளின் நடைபாதைகளுக்கிடையே நடந்து செல்வான். தரையில் கிடக்கிற ஆப்பிள்கள், ஆரஞ்சுகள், பேரீச்சை கள் ஆகியவற்றைப் பொறுக்கிக் கொள்வான். அவனைப் போல வேறு சில பிள்ளைகளும் ஏன் பெரியவர்களுங்கூடக் கையில் பெரிய பைகளை வைத்துக்கொண்டு சந்தைகளில் அவனைப்போலவே சிந்திக்கிடக்கும் பொருட்களுக்காக அலைவதுண்டு. அவர்கள் சாலட் கீரைகள், உருளைக் கிழங்குகளென்று பைகளில் திணித்துச் செல்வார்கள். காய்கறிகடைக்காரர் களுக்கு மோந்தோவைப் பிடிக்கும். அவனை ஒன்றும் சொல்லமாட்டார் கள். சில நேரங்களில் பழங்களை மொத்த வியாபாரம் செய்யும் ரோஸா, தமது கடையிலிருந்தே ஆப்பிள்களையும் வாழைப்பழங்களையும் இவனுக்குக் கொடுத்திருக்கிறாள். சந்தை ஆக இரைச்சலுடன் நடக்கும். உலர்ந்த திராட்சைகளிலும் பேரீச்சைப் பழங்களிலும் ஒருவகை தேனீக்கள் மொய்த்திருக்கும்.

நீல நிற வாகனங்கள் புறப்பட்டுப் போகும்வரை சந்தையிலேயே மோந்தோ இருப்பான். சந்தை கூடிய இடத்தைக் கழுவி சுத்தம் செய்யவரும் நகரசபை ஊழியர் ஒருவர் அவனுக்குப் பழக்கம். அவர் வரட்டுமெனக் காத்திருப்பான். ஆஜானுபாகுவான அம்மனிதர் கடல் நீல நிறச் சீருடையில் வருவார். ரப்பர் குழாயை அவர் கையாளும் விதம் அவனுக்குப் பிடித்த மானது. ஆனால் அவரிடம் ஒருபோதும் உரையாடியதில்லை. அந்நபர் தரையில் கிடக்கும் அசுத்தப் பொருட்களின் மீது குழாயைத் திருப்பி, நீரைப் பீய்ச்சி அடிப்பார். நீரின் வேகத்தில் குப்பைகள் ஒடுங்கியொதுங்கும் காட்சி பரிதாபமானது. நீர்த் துளிகளாலான மேகமொன்று மெல்ல எழுந்து காற்றில் கலக்கும். இடியுடன் மழைபெய்வது போல் சத்தமெழும். உடைப்பெடுத்ததுபோல வீதியெங்கும் நீர்ப்பாய்ச்சல்கள். வீதியோரங்களில் நிறுத்தப்பட்டுள்ள மோட்டார் வாகனங்களுக்கு மேலே வான வில்களைக் கூடப் பார்க்கலாம். நகரசபை ஊழியரிடம் மோந்தோ சிநேகிதனாக இருப்பதற்கான காரணம் உங்களுக்கு இப்போது புரிந்திருக்குமென நினைக்கிறேன். மிக நுண்ணிய துளிகள் தெறித்து மேலெழுவதும் மழை போலச் சடசடவென அங்கு நிறுத்தப்பட்டுள்ள வாகனங்களில் அவை திரும்ப விழுவதும் அவனுக்குப் பிடித்தமான காட்சி. சாலையில் தண்ணீர் விட்டுச் சுத்தம் செய்யும் நகரசபை ஊழியருக்கும் மோந்தோவென்றால் விருப்பம். ஆனால் அந்நபருங்கூட மோந்தோவிடம் பேசி நாங்கள்

பார்த்ததில்லை. தவிர தண்ணீரைப் பீய்ச்சி அடிக்கும்போது எழும் சத்தத்தில் அப்படி என்னதான் பேசிவிட முடியும்? கறுப்பு நிறத்தினாலான ரப்பர் குழாய், பாம்புபோல் நெளிவதையும் அசைவதையும் மோந்தோ வேடிக்கை பார்ப்பானே தவிர, நகரசபை ஊழியனிடமிருந்து ரப்பர் குழாயைப் பெற்று அக்காரியத்தைச் செய்ய விரும்பியதில்லை. நின்றபடி வெகுநேரம், குழாயைப் பிடித்திருக்கவும் இவனால் ஆகாது. அத்தனை வேகமாக நீர் பீச்சியடிக்கும்.

மோந்தோ, நகரசபை ஊழியன் கழுவி முடிக்கும்வரை அங்கிருப்பான். நீர்த்துளிகள் படிந்து அவன் முகமும் சிகையும் ஈரத்துடனிருப்பதுண்டு. ஈரப்பதத்துடனான மூடுபனி போன்று உடலில் ஏற்படுத்தும் அவ்வனுபவம் அவனுக்குச் சுகமானது. தனது வேலை முடிந்ததும் குழாயைச் சுருட்டிக் கொண்டு, வேறு இடங்களுக்கு ஊழியர் புறப்பட்டுப் போய்விடுவார். அதற்கென்றே காத்திருந்ததுபோல் சிலர் வருவார்கள். நனைந்திருக்கும் சாலையையும் சந்தை கூடிய இடத்தையும் பார்ப்பவர்கள் சும்மா இருக்கமாட்டார்கள்.

“என்ன, இங்கே மழையா பெய்தது?” – கேட்பார்கள்.

பிறகு கடலிருக்கும் திசைக்காய் மோந்தோ பயணப்பட்டிருப்பான். அல்லது தீ விபத்தில் கருகிக்கிடக்கும் மரங்களையும் செடிகொடிகளையும் காணவென்று மலைப்பகுதியை நோக்கிப் புறப்பட்டிருப்பான். இல்லை யென்றால் அவனுக்கு நண்பர்கள் ஏராளம். அவர்களில் ஒருவரைத் தேடிப் போயிருப்பான்.

அந்த நேரத்தில், அவனுக்கு நிரந்தர முகவரியென்று எதுவுமில்லை. கடலோரங்களில் உடைமாற்றவென்று உபயோகத்திலிருக்கும் மறைவிடங் களில் உறங்குவான் அல்லது சில நேரங்களில் நகரத்திற்கு வெளியே சற்றுத் தள்ளியிருக்கிற வெண்ணிறப் பாறைகளில்கூட அவனைப் பார்க்க லாம். பல நேரங்களில் ஒளிந்திருக்கவும் அவைதான் சரியான இடம். ஒருவராலும் அவனைக் கண்டுபிடிக்க முடியாது. காவல் துறைக்கும் அரசாங்கத்தின் சமூக நலத்துறைக்கும் இதுபோன்ற வாழ்க்கை நடத்தும் சிறுவர்களை ஆகாது. அதாவது கிடைத்ததை உண்டு, முடிந்த இடத்தில் உறங்கிச் சுதந்திரமாகச் சுற்றித் திரியும் பிள்ளைகளைக் கண்டால் அவர்கள் விடுவதில்லை. ஆனால் மோந்தோ தந்திரசாலி. அவர்கள் அவனைத் தேடுகிறபோதெல்லாம் தப்பித்து விடுவான்.

ஆபத்தெதுவும் இல்லையென்கிறபோது, நடக்கும் சம்பவங்களை வேடிக்கை பார்த்தபடி நாள் முழுக்க நகரத்தை வலம் வருவான். கால் போனபோக்கிலே நடப்பதென்றால் அவனுக்கு விருப்பம். தெருக்கோடி வரை நடப்பான், திரும்புவான்; மீண்டும் இன்னொரு தெரு, இன்னொரு திருப்பம்; குறுக்குவழிகளில் புகுந்து வெளியில் வருவான். பூங்காக்களோ தோட்டங்களோ கண்ணிற்பட்டால் போதும் கொஞ்சநேரம் ரசிப்பான். பிறகு மீண்டும் தொடர்ந்து நடப்பான். அவனுக்குப் பிடித்த நபர்கள் யாரேனும் எதிர்ப்படுவார்கள். அமைதியாக அவர்களிடம்:

“வணக்கம். என்னைத் தத்தெடுக்க வேண்டுமென்ற ஆசை எதுவும் உங்களுக்கில்லையா?” என்பான்.

வட்டமான முகமும் மின்னும் கண்களுமாக, தோற்றத்தில் நல்லவன் போலத் தெரிந்த மோந்தோவை கூடுதலாக நேசித்த மனிதர்களும் எங்கள் நகரத்தில் இல்லாமலில்லை. ஆனால் அவர்கள்கூடத் திடுதிப்பென்று அவன் கேட்டமாத்திரத்தில் அவனைத் தத்தெடுக்க முடியுமா என்ன? நிறைய கேள்விகளுக்கு அவன் பதில் சொல்லியாக வேண்டும்: வயது, பெயர், முகவரி, பெற்றோர்கள் இருக்குமிடம்... மோந்தோவிற்கு இது மாதிரியான கேள்விகளுக்குப் பதில்சொல்லி அலுத்துப்போய் விட்டது. எல்லாக் கேள்விகளுக்கும் பதில் ஒன்றுதான் – எனக்குத் தெரியாது, தெரியாதென்றால் தெரியாது – பிறகு அங்கே நிற்பதில்லை, ஓட்டம்.

மோந்தோவுக்கு நிறைய நண்பர்கள். அனைவருமே வீதிகளில் கிடைத்த சிநேகிதர்கள்தான். கண்களைச் சிமிட்டி, கையை அசைத்து வீதிக்கு மறுபக்கம் அல்லது எத்தனை தூரத்தில் அவன் இருந்தாலுங்கூட அவர் களைப் பார்க்கிறபோது நலம் விசாரிக்க வேண்டும். அதற்காகத்தான் அவர்கள் வேண்டும். மற்றபடி கிடைத்த எல்லா சிநேகிதர்களிடமும் அவன் பேசுவதுமில்லை, விளையாடுவதுமில்லை. பிறகு சிலருடைய சிநேகிதம் வயிற்றுப் பசிக்கு உதவுகிறது. ரொட்டிக்கடை வைத்திருக்கும் பெண்மணியின் சிநேகிதம் அப்படிப்பட்டதுதான். ஒவ்வொரு நாளும் ஒரு துண்டு ரொட்டியாகிலும் அவள் கொடுப்பாள். அவளுக்கு இத்தாலியச் சிலையைப்போல ரோஜா நிறத்தில் வனப்புடன் கூடிய நல்ல வடிவான முகம். கறுப்பு ஆடைதான் உடுத்துவாள். சுருள்சுருளான அவளது நரைத்த முடியைப் படியசீவிக் கொண்டை போட்டிருப்பாள். ‘இடா’ என்ற அவள் பெயர்கூட இத்தாலியை நினைவுபடுத்தக்கூடியதுதான். அவளுடைய கடைக்குள் நுழைவதற்கு மோந்தோ தயங்குவதில்லை. அண்டை அயலில் இருக்கும் கடைக்காரர்களுக்கு ரொட்டி கொண்டுபோய்க் கொடுப்பதுபோன்ற சின்னச் சின்ன வேலைகளை சிற்சில சமயங்களில் அவளுக்காகச் செய்ய வேண்டியிருக்கும். ரொட்டியைக் கொடுத்துவிட்டுத் திரும்புகிறபோது, இவனுக்கென்று வட்ட ரொட்டியிலிருந்து ஒரு துண்டை மெல்லிய காகிதத்தில் சுற்றி வைத்திருப்பாள். அவளிடம் தன்னைத் தத்து எடுத்துக்கொள்ள முடியுமாவென மோந்தோ கேட்பதில்லை. அதற்கு இரண்டு காரணங்களிருந்தன: அவளை மிகவும் நேசித்தான் என்பது முதலாவது, கேள்வி அவள் மனத்தைப் புண்படுத்தக்கூடுமென்பது இரண்டாவது.

கையிலிருந்த ரொட்டித் துண்டைப் பிய்த்துத் தின்றபடி கடலை நோக்கி நடந்துகொண்டிருந்தான். உடனே தின்று முடித்திடக் கூடாது, முடிந்தமட்டும் வெகுநேரம் கையில் வைத்துச் சாப்பிட வேண்டும் என்பது போல, சிறு சிறு துண்டுகளாகப் பிய்த்து வாயில் போட்டபடி மெதுவாக நடந்தான். ரொட்டித் துண்டுகளால் மட்டுமே உயிர்வாழ்கிறான் என்பது போலத்தான் நாங்களும் அப்போது நினைத்தோம். கிடைக்கிற ரொட்டித் துண்டின் அளவு என்னவாக இருக்கட்டும், அதிலொரு பகுதியை சிநேகிதர் களாகிய கடற்காகங்களுக்கு விநியோகிப்பது மட்டும் தவறாது.

அலைகளெழுப்பும் பிரத்தியேக சப்தத்துடன் சட்டென்று காற்றில் எதிர்ப்படும் கடலின் இருப்பை உணர்த்தும் வாசமொன்றுண்டு. அதை உணர்வதற்கு முன்பு நிறைய வீதிகள், திடல்கள், பூங்காக்களைக் கடந்தாக வேண்டும்.

பொதுப்பூங்காவின் மறுகோடியில், இதழ்கள், சஞ்சிகைகள் விற்கிற கடையொன்றிருந்தது. அங்கே சிறிதுநேரம் தயங்கி நிற்பான். படக்கதை யுள்ள புத்தகமொன்றைத் தேர்வுசெய்தாக வேண்டும். அக்கீம் என்பவனை நாயகனாகக்கொண்ட படக் கதைகள் அவனுக்கு விருப்பமானது, வழக்க மாக அதிலொன்றைத்தான் தேர்வுசெய்வான். ஆனால் அன்றைக்கு கிட்கார்சன் என்பவனைப் பற்றிய படக்கதையொன்றை வாங்கினான். காரணம் புத்தகத்தின் அட்டையிலிருந்த கிட்கார்சன் அவனுக்குப் பிடித்த தோலாடை அணிந்திருந்தான். உட்கார முடிந்தால் படிக்கலாம். எங்கே யாவது நீள் இருக்கையொன்று தென்படுகிறதாவெனத் தேடினான். தவிர அந்த இருக்கையில், கிட்கார்சன் கதையில் என்ன சொல்கிறான் என்பதைப் பொறுமையாகப் படித்துக்காட்ட அவனுக்கு ஒரு நபரும் தேவை. அது அத்தனை சுலபமல்ல. பன்னிரண்டு மணிக்கு முன்பென்றால் அது சாத்தியம். பணி ஓய்விலிருக்கும் அஞ்சலக ஊழியர்களில் ஒன்றிரண்டு பேர் சுருட்டுப் பிடித்தபடி பொழுதை ஓட்டிக்கொண்டிருப்பார்கள். அப்படி ஒருவர் கிடைத்ததும், இவன் போய் பக்கத்தில் அமர்ந்துகொள் வான். அந்நபர் படிக்க இவன் படங்களைப் பார்த்தபடி கேட்டுக்கொண் டிருப்பான்.

கிட்கார்சனுக்கும் முன்னாலிருந்த சிவப்பிந்தியன் அவனிடம் கூறினான்:

– பத்து பௌர்ணமி வந்திட்டுது, எங்கள் மக்களுடைய பொறுமைக்கு ஒரு அளவு இருக்கு, எங்கள் முன்னோர்களின் கோடரியைக் கையிலெடுக்க வேண்டிய நேரம்!

கிட்கார்சன் கையை நீட்டி உயர்த்தினான்.

"பைத்தியக்காரக் குதிரையே (செவ்விந்தியனின் பெயர்) அவசரம் வேண்டாம். வெகுசீக்கிரம் உங்களுக்கு நியாயம் கிடைக்கும்."

"காலம் கடந்த பதில், அங்கே பார்" பைத்தியக்காரக் குதிரை என்று அழைக்கப்படும் செவ்விந்தியன் கோபத்துடன் சொன்னான்.

மலை அடிவாரத்தில் சண்டைக்கு ஆயத்தமாய் அவனுடைய வீரர்கள் நிற்கின்றனர்.

"போதும் போதும் என்கிற அளவிற்கு நாங்கள் பொறுமை காத்துவிட் டோம், போருக்கு நாங்கள் தயார். உங்கள் அனைவரையும் கொல்லப் போகிறோம், கிட்கார்சன் நீயும் தப்ப முடியாது."

செவ்விந்தியனின் கட்டளைக்கு அவனுடைய வீரர்கள் கீழ்ப்படிந் தார்கள், சூழ்ந்த வீரர்களைத் தள்ளிவிட்டு கிட்கார்சன் சட்டென்று

குதிரையில் தாவி ஏறினான். குதிரையிலிருந்தபடி செவ்விந்தியனைப் பார்த்துச் சத்தமிட்டான்.

"திரும்பவும் வருவேன், உரிய பதில் கிடைக்கும்."

கிட்கார்சன் கதையைப் படித்து முடித்ததும் ஆசாமிக்கு நன்றி சொல்லிவிட்டுப் புத்தகத்தைத் திரும்ப வாங்கிக்கொண்டான்.

"பிறகு பார்க்கலாமா?" – ஆசாமி.

"ம்." – மோந்தோ.

கப்பல்கள், படகுகள் நிறுத்துவதற்கென்று கடலுக்குள்ளே பாலம் போல நீண்டிருந்த கல்லணை முடியும் இடத்திற்குக் கடைசியாய் வந்து சேர்ந்தான். எதிர்வெயிலில் கண்கள் கூசின. கண்ணிமைகளைக் குறுக்கிக் கொண்டு சிறிது நேரம் நின்று கடலை அவதானித்தான். மேகங்களேது மின்றிக் கருநீல நிறத்தில் வானம். விட்டுவிட்டு மின்னுகிற சிற்றலைகள்.

சிறிய கடலலைகள் மோதிச் சிதறும் அணையின் கீழ்ப் பகுதிக்கு சிறிய படிக்கட்டுகளைப் பிடித்து இறங்கினான். அவ்விடத்தின்மீது அவ னுக்குக் கூடுதலாக விருப்பம். அப்பகுதியில் கனமான நீள் சதுர சிமெண்ட் கற்களை ஓரத்தில் பாதுகாப்பிற்கு அடுக்கியிருந்தார்கள். அணை முடியு மிடத்தில் கலங்கரை விளக்கிருந்தது. கடற்பறவைகள் காற்றில் வழுக்கி, சிறகை விரித்து சிறிது நேரம் அமைதியாகப் பறக்கின்றன. பிறகு குழந்தை களின் அழுகுரலையொத்த சப்தத்தை எழுப்பிக்கொண்டு மெல்லத் திரும்பி மீண்டும் பறக்கின்றன. இப்போது அவை அவனது தலைக்கருகே கூடி விட்டன. தங்கள் வரவைச் சொல்லவிரும்பியதைப் போல, அலகுகளால் அவனை மெல்லச் சீண்டுவதும் பறப்பதுமாய் இருக்கின்றன. பறவைகள் அலகுகளால் கவ்விக்கொண்டு பறந்துசெல்ல, ரொட்டித் துண்டுகளைப் பிய்த்துப் பிய்த்து முடிந்த உயரத்திற்கு மேலே தூக்கிப்போடுகிறான்.

அலைகள் மோதிச் சிதறும் இப்பகுதியிலும் மோந்தோ நடப்பதற்குத் தயங்குவதில்லை. கடலைப் பார்த்தவண்ணம் ஒவ்வொரு கல்லாகத் தாவிக் குதிக்கிறான். வலதுகன்னத்தில் காற்றைச் சற்று அழுந்த உணர்ந் தான், அவனது தலைமயிரும் காற்றில் ஒதுங்கியது. காற்றிருந்தும் வெயில் தகித்தது. அணைக் கரையில் மோதிச் சிதறிய அலைகள் ஒளியுடன் இரண்டறக் கலந்து தெறிக்கின்றன.

அவ்வப்போது எதிரே தூரத்தில் தெரியும் கடற்கரையை ஏறிட்டுப் பார்க்கிறான். இன்னும் வெகுதூரம் இதுபோல் தாவிக் குதிக்க வேண்டும். கடற்கரை அருகிலில்லை. பழுப்பு நிறக் குழப்ப வரிசையில் ஆங்காங்கே வெண்ணிற நீள்சதுரத்தில் வீடுகள். வீடுகளுக்கு மேலே பச்சையும் சாம்பல் நிறமுமாக மலைகள். தாவரங்கள் தீப்பற்றி எரிந்த பகுதிகளில் புகை மண்டிக் கிடக்கும் வானம் வித்தியாசமாகக் காட்சியளிக்கிறது. தீச்சுவாலைகள் ஏதும் கண்ணிற்படவில்லை.

“அருகில் சென்று பார்க்க வேண்டும்” மோந்தோ சொல்லிக் கொண்டான்.

அடர்ந்த புதர்களும் சோற்றுக்கருங்காலிமரக் காடுகளும் சிவந்த பெரிய ஜுவாலையுடனான தீயில் கருகும் காட்சியை நினைத்துப் பார்த்தான். தீயை அணைப்பதற்கென்று சாலைகளில் கொண்டுவந்து நிறுத்தப்படுகிற தீயணைக்கும் வாகனங்களும் கண்முன்னே தெரிகின்றன. சிவப்பு நிறத்தில் இருக்கிற அவ் வாகனங்கள் அவனுக்கு மிகவும் விருப்ப மானவை. அவற்றை அத்தனை சுலபமாக அவனால் மறக்க முடியாது.

மேற்கிலும் தீப்பற்றி எரிகிற காட்சியுண்டு. ஆனால் இங்கு பற்றி எரிவது கடல். அதாவது மேற்கில் மறையும் சூரியனின் பிரதிபலிப்பு அது. மோந்தோ அசையாமல் நிற்கிறான். சின்னச் சின்ன தீ ஜுவாலைகள் இப்போது இவனது இமைகளில் ஆட்டம்போடுவதைப்போல உணர் கிறான். நீர்த் தடுப்புக்கென்று அடுக்கியிருந்த கற்களில் தாவிக் குதித்தபடி தொடர்ந்து நடந்தான்.

மோந்தோவுக்கு நீள்சதுர சிமெண்ட் கற்கள் அத்தனையும் பழகியிருந் தன. அவற்றைப் பார்க்க ஏதோ பெரிய விலங்குகள் தங்கள் பரந்த முதுகை வெயிலில் உலர்த்தியபடி நீரில் படுத்துக் கிடப்பதுபோல இருந்தன. அவற்றின் முதுகில் அதிசயத்தக்க வகையில் குறியீடுகள் தெரிகின்றன. கிட்டத்தில் பார்க்க சிவப்புப் பழுப்புமாக, சிமெண்ட் கற்களில் கடித்துக் கொண்டிருப்பவை அனைத்துமே கிளிஞ்சல்கள். அலைகள் மோதும் இடங்களில் கடற்பாசி படிந்து பச்சைக் கம்பளம்போல இருக்கிறது. பிறகு நத்தைகளும் கிளிஞ்சல்களும் ஒட்டிக் கிடக்கின்றன. கிடக்கிற அவ்வளவு சிமெண்ட் கற்களிலும் ஒன்றை நன்றாகத் தெரிந்து வைத்திருந் தான். ஏறக்குறைய அணை முடியுமிடத்தில் அந்தக் கல் இருந்தது. அவ் விடத்திற்கு வருகிறபோதெல்லாம் மோந்தோ வழக்கமாக அமரும் கல். அத்தனைக் கற்களிலும் அவனுக்கு என்னவோ அந்த இடம்தான் பிடித் திருந்தது. கல் கொஞ்சம் சரிந்தாற்போலக் கிடக்கும். கல்லிலிருந்த சிமெண்ட் அரிக்கப்பட்டு மேற்பரப்பு வழவழவென்று இருக்கும், மிகவும் சாதுவானது. மோந்தோ பார்த்தவுடன் காலை மடித்து உட்கார்ந்தான். தாழ்ந்த குரலில் அந்தக்கல் மோந்தோவிடம் நலம் விசாரிப்பதுண்டு. சில நேரங்களில் புறப்பட விருப்பமில்லாமல் மோந்தோ உட்கார்ந்திருக்கும்போது, பொழுது போக வேண்டுமல்லவா! அதற்காக அவனுக்குக் கதைகளெல்லாங்கூட அது சொல்லும். இவனும் பதிலுக்குச் சொல்வான். இவனது கதைகளில் பயணங்கள், படகுகள், கடலென எல்லாமுண்டு. அக்கல் இவனிடம் எதுவும் பேசாது, அசையவும் செய்யாது. ஆனால் மோந்தோ சொல்லும் கதைகள் எதுவென்றாலும் விருப்பமுடன் கேட்கும். அது அவனிடம் சாதுவாக இருப்பதற்கு மோந்தோவின் கதைகள்தான் காரணம்.

மினுக்கும் கடல் நீரைப் பார்ப்பதற்கென்றும் அலைகளிடும் முழக்கத் தைக் கேட்பதற்கென்றும் கல்லின் மீது வெகுநேரம் அமர்ந்திருப்பான். சூரியன் கடுமையாக இருக்கிற அந்தி நேரத்தில், வெதுவெதுப்பாக

இருக்கிற கல்லின்மீது கன்னத்தை வைத்துக் காலை நீட்டி ஒருக்களித்துப் படுத்திருப்பான். கொஞ்சம் கண்ணை மூடி குட்டித் தூக்கமும் போடுவான்.

அப்படியானதொரு பிற்பகலில்தான் தூண்டில் போட்டு மீன்பிடிக் கிற ழியோர்தான் அறிமுகம் கிடைத்தது. அன்றும் இப்படித்தான் படுத் திருந்தான். சிமெண்ட் கற்களில் யாரோ நடந்து வரும் சப்தம் கேட்டது. பயந்து போனான், படுத்திருந்தவன் விருட்டென்று எழுந்து உட்கார்ந்தான், ஒளிவதற்குக்கூடத் தயாரானான். அப்போதுதான் தோளில் தூண்டிற் கம்பைப் போட்டபடி ஐம்பது வயது மதிக்கக்கூடிய மனிதர் ஒருவர் நடந்து வருவது தெரிந்தது. இவனைக் கண்டு அந்த நபர் பயப்படவில்லை. நெருங்கி வந்தவர், இவனைப்பார்த்துக் கை அசைத்ததில் தோழமை வெளிப்பட்டது.

“இங்கே என்ன செய்யற?”

வந்த மனிதர், மோந்தோவுக்கு அருகில் தனக்கென்று ஒரு கல்லைத் தேர்வுசெய்துகொண்டார். முரட்டுத் துணிப்பை ஒன்றிலிருந்து தூண்டில் போட உதவும் சுருட்டப்பட்ட நரம்புக் கயிறுகளையும் தூண்டில் முட்களை யும் எடுத்து வெளியில் வைத்தார். வந்த நபர் தூண்டில் போடப்போகிறார் எனத் தெரியவந்ததும் மோந்தோ அவர் பக்கத்தில் வந்தமர்ந்து, தூண்டி லுக்குச் செய்யும் ஆயத்தங்களை ஆர்வத்துடன் கவனித்தான். இரையைத் தூண்டில் முள்ளில் எப்படிச் சொருக வேண்டும், தூண்டில் கழியை எப்படி வீச வேண்டும். ஆரம்பத்தில் நிதானமாகவும் பின்னர் மெல்ல மெல்ல நரம்புக்கயிற்றைத் தேவைக்கேற்ப எவ்வாறு உபயோகிப்பதென் றெல்லாம் தூண்டில் ஆசாமி அவனுக்கு விளக்கினார். தூண்டில் கழியை அவனிடம் கொடுத்து, நரம்புக்கயிறுள்ள சிறு ராட்டினத்தை முன்பின் னாகச் சுழற்றுவது, தூண்டில் கழியைத் தடுமாறாமல் சிறிதுநேரம் வலம் சிறிது நேரம் இடமென்று தேவைக்கேற்ப லாவகமாகப் பிடிப்பதெப்படி என்றும் கற்றுக்கொடுத்தார்.

தன்னிடத்தில் கேள்விகள் கேட்காத தூண்டில் மனிதரை மோந்தோ வுக்கும் பிடித்தது. அவரது முகம், தகிக்கும் வெப்பத்தால் மேலும் சிவந்து சுருக்கங்களுடன் இருந்தன. கண்கள் பச்சை நிறத்திலிருந்தது இவனை வியப்பிலாழ்த்தியது.

சூரியன் மேற்குத்திசையில் அடிவானத்தை நெருங்கும்வரை தூண்டில் போட்டுக்கொண்டிருந்தார். மனிதரின் கவனம் முழுக்க முழுக்கத் தூண்டி லில் இருந்தது. அதிகம் வாய் திறக்கவில்லை. தூண்டிலை நெருங்கும் மீன்களைப் பயமுறுத்திவிடக் கூடாது என்பதுதான் காரணம். தூண்டிலில் மீன் சிக்குகிறபோதெல்லாம் அவருக்கு மகிழ்ச்சி. சிக்கிய மீனின் தாடை யைத் தூண்டிலிலிருந்து சேதமின்றி விடுவிப்பது, அகப்பட்ட மீன்களைத் தனது பையில் பத்திரப்படுத்துவதென அனைத்தையும் கச்சிதமாகச் செய்தார். அவரது தூண்டில் இரைக்கென்று சாம்பல் நிற நண்டுகளை அவ்வப்போது தேடிக்கொண்டுவருவது மோந்தோவாக இருக்கும்.

அலைகள் தொட்டு விளையாடுகிற கற்களின் கீழ்ப்பகுதி அவனது தேடும் வெளி. கடற்பாசிகளுக்கிடையே கண்கள் ஆராயும், அலை கற்களைத் தொட்டு விலகியதும் குறுநண்டுகள் ஓடி ஒளிய முற்படும், நொடியில் அவற்றைப் பிடித்துவிடுவான். தூண்டில் மனிதர் அவற்றைக் கற்களில் தட்டி உடைத்து, கையிலுள்ள துருப்பிடித்த சிறு கத்தியின் துணைகொண்டு சதைப்பகுதியைப் பிரித்தெடுப்பார்.

ஒருநாள், இவர்கள் அமர்ந்திருந்த இடத்திற்கு வெகு அண்மையில் சத்தமேதுமின்றிக் கறுப்புநிற சரக்குக் கப்பலொன்று போனது.

"அந்தக் கப்பலுக்கு என்ன பேரு?" மோந்தோ கேட்டான்.

தூண்டில் மனிதர் தனது கையை மடக்கிக் குடைபோல் கண்களுக்கு மேலாகப் பிடித்தார்.

'எரித்ரேயா' என வாய் திறந்து சத்தமாகப் படித்துச் சொன்னார். அவருக்குச் சந்தேகம் வந்திருக்க வேண்டும். "உன் கண்களில் ஏதும் பிரச்சினையா?" வியப்புடன் கேட்டார்.

"நீங்க நினைக்கிற மாதிரி இல்லை. உண்மையில் எனக்குப் படிக்கத் தெரியாது." மோந்தோவின் பதில்.

"அப்படியா?" தூண்டில் மனிதர் மீண்டும் வியப்பில் ஆழ்ந்தார்.

இருவரும் வெகுநேரம் கப்பல் தங்களைக் கடந்து செல்வதைப் பார்த்துக்கொண்டிருந்தார்கள்.

"கப்பலின் அந்தப் பெயருக்கு என்ன அர்த்தம்?" மோந்தோ வினவினான்.

"எரித்ரேயா என்ற பேரா? அதுவொரு நாட்டோட பேரு. செங்கடல் பகுதியைச் சேர்ந்த ஆப்பிரிக்க நாடொன்றின் பெயர்."

"அழகான பெயர். அந்நாடுகூட அழகாகத்தான் இருக்கணும்" என்ற மோந்தோ, சிறிதுநேரம் யோசிப்பதுபோல் பாவனை செய்தான்.

"அங்கிருக்கிற கடலை செங்கடல் என்றா சொல்றாங்க?"

ழியோர்தான் – தூண்டில் மனிதர் – அவனது கேள்வியைக் கேட்டுச் சிரிக்கிறார்.

"செங்கடலென்றதும், அங்கிருக்கிற கடலும் சிவப்பா இருக்குமென்று நினைக்கிறாயா?"

"எனக்குப் பதில் சொல்லத் தெரியல" மோந்தோ.

"சூரியன் மறையும்போது கடலும் சிவப்பா மாறுவது உண்மை. ஆனால் அக்கடலுக்கு அப்படியொரு பெயர்வர வேறு காரணத்தைச்

சொல்றாங்க. ஒரு காலத்தில் அங்கிருந்த மனிதர்கள் நல்ல சிவப்பா இருந்தாங்களாம்."

மோந்தோ, சரக்குக் கப்பல் மெல்ல மெல்ல விலகிச்செல்வதை சிறிதுநேரம் அவதானித்தான்.

"நீங்கள் சொல்வதுபோல அது ஆப்பிரிக்காவிற்குத்தான் போகுதென்று நினைக்கிறேன்."

"ஆமாம். அது வெகு தூரத்திலிருக்கிறது. கடுமையான வெப்பமுள்ள நாடு. வருடத்தில் பெரும்பாலான நாட்கள் சூரியனைப் பார்க்கலாம், கடற்கரைகள்கூட பாலைவனம்போல இருக்கும்."

"கடற்கரைகளில் ஒருவகை பனைமரங்கள் இருக்குமே, அங்குமுண்டா?"

"மணல்வெளிகள் நிறைந்த நீளமான கடற்கரைகள் அங்குண்டு. பகல் நேரங்களில் கடல் மிகவும் நீல நிறத்துடனிருக்கும். பாய்விரித்த மீன்பிடிப் படகுகள் சிறகு விரித்து நீந்துவதுபோலக் கடலோரங்களில், கிராமங்கள் தோறும் மிதப்பதைக் காணலாம்."

"அப்படியென்றால் கடற்கரையில் அமர்ந்தபடி படகுகள் கடந்து செல்வதைப் பார்த்துக்கொண்டிருக்கலாம்? நிழல் பார்த்து அமர்ந்து கடலில் செல்லும் படகுகளைப் பார்த்தபடி ஒருவருக்கொருவர் கதை சொல்லிக்கொண்டு உட்கார்ந்திருக்கலாம்?"

"ஆண்களென்றால் வேலை செய்வார்கள், வலைகளிலுள்ள ஓட்டை களைத் தைத்து அடைப்பார்கள். கரையில் நிறுத்தியுள்ள படகுகளில் அடையாளத் தகடு கழன்றிருக்கும் பட்சத்தில் மீண்டும் ஆணியடித்துப் பொருத்துவார்கள். படகிலுள்ள ஓட்டைகளை அடைப்பதற்கு உதவும் வச்சிரம் காய்ச்சவெனக் காய்ந்த சுள்ளிகளைத் தேடிச் சிறுவர் சிறுமியர் போவார்கள்."

தூண்டில் போட்டிருந்த ழியோர்தான் கவனம் மீன் பிடிப்பதிலில்லை. மோந்தோவிடம் சொல்லப்பட்டக் காட்சிகளை நேராகவே பார்த்துவிடுவது என்று தீர்மானித்தவர்போல அவரது பார்வை வெகுதூரத்தில் தொடுவானத்தில் பதிந்திருக்கிறது.

"செங்கடல் பகுதியில் ராட்சத சுறா மீன்களெல்லாங்கூட உண்டா?"

"இருக்காதா பின்னே, ஒன்றிரண்டாவது இருக்கும். அவ்வப்போது அவை படகுகளைத் தொடர்ந்து வரத்தான் செய்யும். ஆனால் அங்குள்ள மீனவர்களுக்கு அது பழகிவிட்டது. அதைக் கண்டு அவர்கள் பயப்படுவதில்லை."

"அப்போ, அவற்றால் ஆபத்தில்லை?"

“சுறாக்கள் குணத்தில் நரி மாதிரி. படகிலிருந்து தப்பித் தவறி ஏதேனும் தண்ணீரில் விழுந்தால்போதும், சட்டென்று கவ்விச் செல்லும். மற்றபடி அவற்றால் பயப்பட ஒன்றுமில்லை.”

“செங்கடல் ரொம்பப் பெருசா இருக்குமென்று சொல்றீங்க, அப்படித் தானே?”

“ஆமாம். நீ நினைப்பதைக்காட்டிலும் ஆகப்பெரியது. கடலையொட்டி நிறைய நகரங்கள், நிறைய துறைமுகங்கள். பெயர்களெல்லாம் மிகவும் வித்தியாசமாக இருக்கும். பாலுல், பராஸ்சாலி, தெபா . . . மஸ்ஸாவா. மஸ்சாவா பெரிய நகரம், நகரம் முச்சூடும் வெள்ளை வெளேரென்று இருக்கும். படகுகளெல்லாம் கடற்கரையையொட்டி, இரவு பகலென்று பாராமல் நாட்கணக்கில் பயணித்து வடபகுதியிலுள்ள ராஸ் கஸார்வரை செல்வதுண்டு. ஒரு சில படகுகள் நோரா தீவுக்கூட்டத்தைச் சேர்ந்த தலக் கெபிர் தீவுவரைகூடச் செல்வதுண்டு. ஏன், சில நேரங்களில் கடலின் மறுகரையிலுள்ள ஃபராசன் தீவுக்கெல்லாங்கூடப் போய்வருவதுண்டு.”

மோந்தோ தீவுகளை நேசிக்கிறவன்.

“ஆமாம் ஆமாம், சிவப்பு நிறத்தில் பாறைகளையும், மணல் மூடிய கடற்கரைகொண்ட தீவுகளை நானும் பார்த்திருக்கிறேன். அங்கே கடற் கரை ஓரங்களில் ஒருவித பனைமரங்களையெல்லாம்கூடக் கண்டிருக்கிறேன்.”

“மழைக்காலங்களில், புயற்காற்றெல்லாம்கூட வீசும். அந்நேரங்களில் நீ சொல்கிற மரங்களெல்லாம் வேருடன் பிடுங்கி எறியப்படும், வீட்டுக் கூரைகளெல்லாம் காற்றில் பறக்கும்.”

“படகுகளெல்லாம்கூடப் புயலால் தாக்குண்டு உடைந்து சிதறுமோ?”

“இல்லை. அது மாதிரி எதுவும் நடப்பதில்லை. பொதுவாக, அந்த நேரங்களில் மீனவர்கள் கடலுக்குச் செல்லாமல் பாதுகாப்பாக வீட்டி லேயே இருந்துவிடுவார்கள்.”

“அப்போ புயற்காற்று வந்தவேகத்தில் போய்விடும்.”

“ஒருமுறை, சிறிய தீவொன்றிலிருந்த கடற்கரைக் குப்பத்தில், பனை யோலை வேய்ந்த குடிசையில் மீனவக் குடும்பமொன்று வசித்துவந்தது. அவரது மூத்த மகன் நன்கு வளர்ந்திருந்தான், அநேகமாக உன் வயதிருக் கும். தன் தந்தை மீன்பிடிக்கப் போகிறபோதெல்லாம், துணைக்கு அவனும் செல்வான். தந்தையுடன் சேர்ந்து வலைவீசவும் செய்வான். கரை திரும்பு கிறபோது நிறைய மீன்களுடன் வருவார்கள். தகப்பனுடன் மீன் பிடிக்க வென்று கடலில் இறங்க அவன் தயங்குவதேயில்லை. பையன் திடகாத் திரமாக இருப்பான். காற்றறிந்து பாய்மரப் படகைச் செலுத்த அறிந்தவன். காலநிலை நன்றாக இருக்கிறபோது, கடலும் அமைதியாக இருக்குமென் றால் அருகிலுள்ள தீவுகளுக்குக் குடும்பத்தினருடன் சென்று உறவினர் களையும் நண்பர்களையும் பார்த்து வருவது தகப்பனின் வழக்கம்.

"படகு தன்பாட்டுக்கு முன்னேறும், எந்தச் சத்தமும் கேட்காது. கதிரவன் மேற்கில் மறையும் நேரமென்பதால் செங் கடலும் கூடுதலாகச் சிவந்திருக்கும்."

இவர்கள் பேசிக்கொண்டிருக்கிறபோதே, எரித்ரேயா என்ற பெயர் கொண்ட சரக்குக்கப்பல் நன்கு வளைந்து திரும்புகிறது. முன்பகுதி நீரைக் கிழித்துக்கொண்டு முன்னேற, சங்கொலியை ஒருமுறை சட்டென்று உயர்த்தி ஒலிக்கச்செய்து விடைபெறுகிறது.

"நீங்க எப்போது அங்கே திரும்பப் போகணும்?" மோந்தோ கேட்டான்.

"எங்கே, செங்கடலிருக்கும் ஆப்பிரிக்காவிற்கா?"

தூண்டிலுடன் மீன் பிடித்துக்கொண்டிருந்த ழியோர்தான் சிரிக்கிறார். நான் அங்கேயெல்லாம் போகமுடியாது. இங்குதான் இருந்தாக வேண்டும், இதோ, இந்த கல்தான் எனக்கு எல்லாம். இதைத் தவிர வேறு உலகம் தெரியாது.

"ஏன்?" – ஆர்வத்துடன் பதிலை எதிர்பார்த்தான்.

அது அப்படித்தான், நான் ஏழை மீனவன், எங்கிட்டே சொந்தமா படகு எதுவுமில்லை.

சொன்னவர் கவனம் மீண்டும் தூண்டிற்கழிக்குத் திரும்பியது.

சூரியன் தொடுவானத்திற்கு அருகில் வந்தபோது, தமது கையிலிருக்கும் தூண்டிற்கழியைக் கல்லில் கிடத்தினார். தமது பையிலிருந்து சாண்ட்விச் ஒன்றை எடுத்து பாதித் துண்டை மோந்தோவிடம் நீட்டினார். சூரிய ஒளி கடலில் பிரதிபலிப்பதை ரசித்தபடி இருவரும் ரொட்டியைக் கடித்துத் தின்றார்கள்.

இருட்டுவதற்கு முன்பாக மோந்தோ புறப்பட்டாக வேண்டும். இரவைக் கழிக்க எங்கேயாவது இடம் தேட வேண்டும்.

"அப்போ நான் புறப்படறேன்."

"நல்லது."

மோந்தோ விடைபெற்றான். அவன் சிறிது தூரம் சென்றிருப்பான், தூண்டில் மனிதர் உரத்தக் குரலில் சொன்னார்.

"திரும்பவும் ஒரு நாளைக்கு வா. படிப்பதற்குச் சொல்லித் தருவேன். ரொம்பச் சுலபம்."

நன்கு இருட்டும்வரை மீன் பிடித்துக்கொண்டிருந்தார். கலங்கரை விளக்கு நான்கு நொடிகளுக்கொருமுறை சீரான குறியொளியூடாகத் திசைகாட்டத் தொடங்கியது.

## 2

ஆக, மோந்தோவின் தினசரி வாழ்க்கையில் சிக்கல்களில்லை, நன்றாகத் தான் போய்க்கொண்டிருந்தது. ஆனால் சியாப்பாகான் விவகாரத்தில் எச்சரிக்கையாக இருக்க வேண்டியிருந்தது. சியாப்பாகான் என்பது பாது காப்பு கவசமிட்ட சாம்பல் வண்ண வாகனங்கள். ஒவ்வொரு நாளும் அதிகாலை நேரங்களில், நகரவீதிகளில் நடைபாதைகளையொட்டி, சத்த மின்றி மெதுவாக அவை வலம்வரும். உறக்கத்திலிருந்து விடுபடாத, மூடுபனி கவ்விய வீதிகளில் அவ்வாகனங்கள் உலா வருவதற்குக் காரணங் களிருந்தன. உடையவர்களின்றி வீதிகளில் அலையும் நாய்களையும் ஊர் சுற்றும் அநாதைச் சிறுவர்களையும் தேடிப்பிடித்து வண்டியில் ஏற்ற வேண்டிய கடமைகளே அவை.

ஒருநாள் மோந்தோ எதிர்பாராதவிதமாக அவ்வாறான வாகனமொன் றைக் கண்டுவிட்டான். அன்றைய தினம் கடலில் குளிக்கிறவர்களுக்காக நகராட்சி நிர்வாகம் கரையோரம் நிறுத்தியுள்ள மறைவிடமொன்றில் இரவைக் கழித்துவிட்டுத் தூக்கம் கலைந்து அப்போதுதான் எழுந்து வந்திருந்தான். நகராட்சி பூங்காவைக் குறுக்காகக் கடந்து போனவேளை. திடீரென்று, ஒரு வாகனம் இவனுக்குச் சில மீட்டர்கள்தூரம் முன்னால் நின்றது. புதருக்குள் சட்டென்று ஓடிமறைவதற்கு நேரமிருந்தது, ஒளிந்து கொண்டான். வாகனத்தின் பின்கதவு திறக்கப்பட சாம்பல் வண்ணச் சீருடை அணிந்த இரு ஊழியர்கள் கோணிப்பையும் கயிறுமாக வாகனத் தின் பின்கதவைத் திறந்துகொண்டு இறங்குவதைப் பார்த்தான். பூங்காவின் இருபுறமும் பார்வையைச் செலுத்தி தேட ஆரம்பித்தனர். அவர்கள் பேசிக்கொண்டு புதரைக் கடந்தபோது, அவர்கள் பேச்சு காதில் விழுந்தது.

“இப்படித்தான் போயிருக்கணும்.”

“நீ பார்த்தியா?”

“ஆமாம். இத்தனை சீக்கிரம் வேறெங்கும் போயிருக்க முடியாது. இங்கேதான் எங்கேயாவது மறைந்திருக்கணும்.”

சாம்பல் வண்ணச் சீருடை மனிதர்கள் இருவரும் ஆளுக்கொரு திசையில் விலகி நடந்தார்கள். புதருக்குப் பின்னே, மூச்சை அடக்கி அசையாமலிருந்தான். ஒருசில நிமிடங்கள் கழிந்திருக்கும், கரகரப்பான தொரு குரல் கேட்க விநோதமாக இருந்தது. வந்த கணத்தில் அடங்கியும் விட்டது. ஊழியர்கள் இருவரும் திரும்பவும் வாகனத்திற்கு வந்தபோது, கோணிப்பையில் ஏதோவொன்றை அடைத்து சுமந்து வந்தார்கள். கொண்டு வந்த பொதியை வாகனத்தின் பின்கதவைத் திறந்து உள்ளே ஏற்ற, செவிப்பறை அதிர மீண்டும் சப்தம். கோணிப்பையிலிருந்தது ஒரு நாய். சில நொடிகளுக்குப் பிறகு சாம்பல் நிற வாகனம் வழக்கமான நிதானத் துடன் ஊர்ந்து பொதுப்பூங்காவின் வளர்ந்த மரங்களுக்குப்பின்னே மறைந்து போனது. அவ்வழியாக வந்த நபரொருவர் அதனைச் சொந்தக் காரர்களின்றி வீதிகளில் அலைகிற நாய்களைப் பிடிக்கிற வாகனமென்றார்.

மோந்தோவை மிகக் கவனமாகச் சிறிது நேரம் பார்த்தவர், "பள்ளிக்குச் செல்லாமல் வீதியில் அலைகிற பிள்ளைகளையும் வாகனம் பிடித்துச் செல்வதுண்டு" என்றார். அன்றையிலிருந்து, வீதிகளில் நடக்கிறபோதெல்லாம் சாம்பல் நிற வாகனம் கண்ணிற்படுகிறதாவென நான்கு திசைகளிலும் நோட்டம் விட்டபடி மிகவும் எச்சரிக்கையுடன் நடப்பான்.

பள்ளிவிடுகிற நேரங்களிலும் பண்டிகை நாட்களிலும் பயங்கொள்ளத் தேவையில்லையென்பது அவன் அனுபவம் தந்த பாடம். வீதிகளில் அதிக மக்கள் நடமாட்டமில்லாத நேரங்களில் அதாவது, முன்காலையிலும் பின் மாலையிலும் எச்சரிக்கையாக இருக்க வேண்டியிருந்தது. நாய்போல் சீரின்றிக் காலெடுத்துவைத்து மோந்தோ நடப்பதற்குக்கூட அவ்வச்சமே காரணம்.

அவ்வாறான நாட்களில்தான் ழித்தான், கொஸாக்கு, அவர்களுடைய வயதான கூட்டாளி ததி ஆகியோரை மோந்தோ தெரிந்து வைத்திருந்தான். அவர்களுடைய உண்மைப் பெயர் என்னவென்று எங்கள் ஒருவருக்கும் தெரியாது, இவையெல்லாம் நாங்களாக அவர்களுக்கு வைத்த பெயர். ழித்தான் (நாடோடி) என்று அழைக்கப்பட்ட நபருக்கும் வேறு பெயர் இருந்திருக்க வேண்டும். பழுப்பு நிறமும் கறுத்த தலை மயிரும் பார்க்க கழுகுபோலவும் இருப்பார். திடலொன்றில் நிறுத்தியிருந்த பழைய மோட்டார் வாகனமொன்றைக் குடியிருப்பாக மாற்றிக்கொண்டு தெருத் தெருவாகச் செப்படிவித்தைகள் காட்டி பிழைப்பு நடத்துவதால், அப்பெயரை வைத்திருப்பார்களென்று நினைக்கிறேன். கொஸாக்கு கொஞ்சம் வித்தியாசமான ஆசாமி. மங்கோலியர்போலத் தெரிவார். உரோமத்தாலான தொப்பியுடன் கரடிபோன்றிருப்பார். பகல் முச்சூடும் மதுவின் போதையில் இருப்பார். இரவு நேரங்களில் காப்பி பார்களில் அக்கோர்டியன் வாசிக்கிறவர்.

மூவரில் மூப்படைந்த 'ததி'யெனில் மோந்தோவுக்குக் கூடுதற் பிரியம். ஒருமுறை கடற்கரை ஓரம் நடந்து சென்றபோது, தினசரி இதழொன்றை விரித்து அமர்ந்திருந்த ததியைக் கண்டான். கிழவர் ததி, தன்னைக் கடந்துபோகிறவர்களைப் பற்றிய கவலையின்றி வெயில் காய்ந்துகொண்டிருந்தார். அருகிலேயே மற்றொரு தாளில் இவனது ஆர்வத்தைத் தூண்டும் வகையில் ஓட்டைகளுடன் ஒரு மஞ்சள் நிற அட்டைப் பெட்டி. மனிதர் அமைதியான முகத்துடன், பார்க்க சாதுவாகத் தெரிந்தார். இவன் அச்சங்கொள்ளக் காரணங்களில்லை. மஞ்சள்நிறப் பெட்டியைப் பார்க்கவென்று நெருங்கினான், கிழவர் ததியிடம் கேட்டான்:

"உங்கள் பெட்டிக்குள் அப்படி என்னதான் இருக்கிறது?"

மனிதர் கொஞ்சமாகக் கண்களைத் திறந்தார். பதிலேதுமின்றிப் பெட்டியைத் தூக்கித் தமது மடியில் கிடத்தி அளவாய்த் திறந்தார். மர்மமான புன்னகையொன்றுடன் கைகள் பெட்டிக்குள் செல்கின்றன, அவை வெளிப்பட்டபோது இரண்டு வெண் புறாக்கள்.

"ரெண்டும் ரொம்ப அழகா இருக்கு? அதுகளுக்குப் பெயர்களுண்டா?"

கிழவர் ததி, இரண்டின் சிறகையும் மெல்லத் தடவிக்கொடுத்தார். பிறகு தமது கன்னத்தை அவற்றிடம் கொண்டு போனார்.

“இவனுக்குப் ‘பிலு’ண்ணு பேரு; அவள் ‘ஸோயே’.”

பறவைகளைக் கீழேவிடாமல் கைகளில் பிடித்தபடியிருந்தார். மெல்ல அவை இரண்டையும் தமது கன்னத்தினால் தடவிக் கொடுத்தார், பார்வை எங்கோ வெகுதூரத்தில் இருந்தது, அழகான ஈர மினுமினுப்புடன் கூடிய கண்கள், பார்வை குறையுள்ளவராக இருக்க வேண்டும்.

புறாக்களின் தலையை இப்போது மோந்தோவும் தடவிக் கொடுத்தான். கடுமையான சூரிய ஒளிக்கு அஞ்சியதைப்போல் பெட்டிக்குத் திரும்ப அவை விரும்பின. அவற்றைச் சமாதானப் படுத்துவதுபோல கிழவர் மெல்லிய குரலில் கொஞ்சுகிறார். பின்னர் பெட்டிக்குள்ளேயே திரும்பவும் அவற்றை விட்டு மூடினார்.

“ரெண்டுமே ரொம்ப அழகு” என்ற மோந்தோ, அங்கிருந்து புறப்பட்டுச் செல்ல, கிழவர் கண்களை மூடினார். செய்தித்தாளில் அமர்ந்தபடி உறங்கத் தொடங்கினார்.

இரவானதும் முதியவர் ததியைப் பார்க்கவென்று நான்கு வீதிகளும் சந்திக்கிற இடங்களுக்குச் செல்வான். ழித்தான், கொஸாக் ஆகியோருடன் இணைந்து வீதிகளில் வித்தைகாட்டும் தொழிலை அவர் செய்தார். ததி தமது உடமையான மஞ்சள் பெட்டியுடன் சற்றுத் தள்ளி அமர்ந்திருக்க, ழித்தான் பாஞ்சோ வாசிப்பான். கொஸாக் நடந்து செல்கிற பாதசாரி களை வித்தை பார்க்க கூவி அழைப்பான். பாஞ்சோவை வாசிக்கையில் கம்பிகளில் தனது விரல்கள் மேலும் கீழுமாக இயங்குவதை ரசித்தபடி ழித்தான் பாடுவான். இருண்ட அவன் முகம் தெருவிளக்கில் ஒளிர்வதுண்டு.

வேடிக்கை பார்க்கும் கூட்டத்தில் முன் வரிசையில் மோந்தோவைப் பார்க்கலாம். ததியைப் பார்த்ததும் கையை அசைத்துப் புன்னகைப்பான். அப்போதுதான் ழித்தான் தனது வித்தையை ஆரம்பித்திருப்பான். பார்வை யாளர்கள் முன் நின்றபடி தனது மூடிய கையிலிருந்து வண்ணக் கைக் குட்டைகளை, ஒன்றன்பின் ஒன்றாகக் கீழே நழுவச்செய்ய, அதன் வேகத் திற்கு ஈடுகொடுத்து அவற்றை மோந்தோ பொறுக்கியெடுப்பான், பின்னர் அடுக்கவும் செய்வான். வித்தைகாட்டும் நிகழ்ச்சியில் அப்பணி தனக்கானது என்பதுபோல மோந்தோ அதைக் கருதினான். சாவிகள், மோதிரங்கள், பென்சில்கள், படங்கள், பிங் – பாங் பந்துகள், சில நேரங்களில் பற்றவைத்த சிகரெட் துண்டுகளெனத் தொடர்ந்து புதிது புதிதாய் பொருள்களைக் கைகளில் கொண்டுவந்து ழித்தான் கூட்டத்தை வியப்பில் ஆழ்த்துவான். வேடிக்கை பார்க்கிற மனிதர்களுக்கு அவற்றை அவன் வினியோகிப்பது முண்டு. என்ன நடக்கிறது, எப்படி முடிகிறது என்பதை வேடிக்கை பார்க்கிறவர்களால் புரிந்துகொள்ளவே முடியாது, கைகளில் அத்தனை வேகம். பொதுமக்கள் கைகளைத் தட்டித் தங்கள் மகிழ்ச்சியைத் தெரிவிப் பார்கள், நாணயங்களைத் தரையில் எறியத் தொடங்குவார்கள்.

“பையா, அந்தக் காசையெல்லாம் பொறுக்கி எடு!” கொஸாக்கிட மிருந்து கட்டளை வரும்.

ழித்தான் கைகள் முட்டையொன்றை எடுக்கின்றன, அதைச் சிவப்புத் துணியில்வைத்து மூடுவான். பிறகு ஒரே ஒரு நொடி, கப் . . . சிப்.

“கவனமா பாருங்க!”

கைகளைத் தட்டிக் காட்டுவான். துணியில் போட்ட முடிச்சை அவிழ்க்கிறபோது முட்டை மாயமாக மறைந்திருக்கும். கூட்டத்தினர் முன்பைவிடக் கூடுதலாகக் கைதட்டுவார்கள். மோந்தோ மறுபடியும் தரையில் விழும் நாணயங்களைச் சேகரித்து அவற்றைச் சிறியதொரு இரும்புப்பெட்டியில் போடுவான். தரையில் விழுந்த நாணயங்களை எல்லாம் எடுத்தானதும் மோந்தோ குத்துக்காலிட்டு அமர்ந்து, ழித்தா னுடைய கைகள் கட்டுப்பாடின்றி இயங்குவதை ஆர்வத்துடன் கவனிப் பான். ழித்தான் மூடிய கையிலிருந்து முட்டைகளை வரவழைத்து, கணத்தில் மறையச்செய்கிறபோதெல்லாம் மோந்தோவைப் பார்த்துக் கண்ணைச் சிமிட்டுவான்.

“டப் . . . டப் . . .”

ழித்தான் வித்தைகளில் பலரையும் கவர்வது : பொதுமக்கள் பிரமிப் புடன் பார்த்துக்கொண்டிருக்க, கைகளில் இரண்டு முட்டைகளை நொடிப் பொழுதில் வரவழைத்து, அவற்றை மஞ்சளும், சிவப்புமான பெரிய கைக்குட்டைகளில் வைத்து மூடி, ஓரிரு நொடிகள் உயர்த்திப் பிடிப்பதும் பின்னர் அவற்றை நொடிப்பொழுதில் மறையச் செய்வதுமாகும். மக்கள் வியப்பில் சுவாசத்தையே மறந்திருக்கும் நேரமது.

“ஜா . . . க்கிரதை, இங்கே கவனியுங்க!”

ழித்தான், மெல்ல கைகளை இறக்கியவண்ணம் கைக்குட்டைகளைப் பிரிப்பான். இரண்டு வெண்புறாக்கள் வெளிப்பட்டு அவன் தலைக்கு மேலாகப் பறந்து கடைசியில் கிழவர் ததியின் தோளில் சென்று அமர்ந்து விடும்.

வேடிக்கை பார்க்கிற மக்கள் தங்களை மறந்து ஆரவாரம் செய்வார்கள் :

“ஓ . . !”

கைகளைப் பலமாகத் தட்டுவார்கள். நாணய மழை பொழியும். நிகழ்ச்சி முடிந்ததும் ழித்தான், சாண்ட்விச்சும் பீரும் வாங்கி வருவார், பிறகு எல்லோருமாகத் ததியின் மோட்டார் வாகனக் குடியிருப்பின் படிகளில் அமர்ந்துகொள்வார்கள்.

“நீ எனக்கு இன்றைக்கு நிறைய உதவியிருக்க.” மோந்தோவிடம் ழித்தான் கூறினான்.

பீரைக் குடித்துக்கொண்டிருந்த கொஸாக் திடீரென்று ஆச்சரியப் பட்டான்.

"ழித்தான் ... பையன் யார், உன்னோட மகனா?"

"இல்லை, என்னோட சிநேகிதன்."

"பையா! அப்போ உன்னுடைய நலனுக்காகக் குடிக்கிறேன்," கையி லிருந்த பீர் பாட்டிலை உயர்த்திக் காட்டினான். போதை தலைக்கேறி யிருந்தது

"உனக்கு சங்கீதம் வருமா?"

"தெரியாது சார்" மோந்தோவின் பதில்.

கொசாக் வெடித்துச் சிரித்தான்.

"தெரியாது சார். நம்புங்க சத்தியமாக எனக்குத் தெரியாது" திடீரென்று கத்திச் சொன்னான். ஆனால் கொஸாக், அவனுடைய பதிலைக் கேட்டுத் தொடர்ந்து சிரித்தான். சிரிக்குமளவிற்கு அப்படி என்ன சொன்னோம் என்று மோந்தோ யோசித்தான். அவனுக்குக் காரணம் விளங்கவில்லை.

கொஸாக், தனது சிறிய அக்கோர்டியனை எடுத்து வாசிக்க ஆரம்பித் தான். வழக்கமாக அப்படி வாசிப்பவனல்ல. பாடல் சலிப்பூட்டும் தன்மை யுடன் – சீரின்றி – சில நொடிகள் அதிவிரைவாகவும் சில நொடிகள் அடங்கி நிதானமாகவும் வித்தியாசமாகவும் அன்றைக்கு ஒலித்தது. கைகள் வாசித்துக்கொண்டிருக்க, கால்கள் தாளமிட்டன. அப்பாடலில் வேறு சொற்களெதுவும் அவனுக்குத் தெரியாதென்பதுபோல் கட்டைக் குரலில் ஒரேயொரு வார்த்தையைத் திரும்பத்திரும்பப் பாடிக்கொண் டிருந்தான்.

"அய், அய், யாயா, யாயா, அயாயா, யாயா, அயாயா, யாயா, அய், அய்!" மெல்ல அசைந்தபடி பாடிக்கொண்டே அக்கோர்டியன் வாசித்த, கொஸாக்கை அன்றைக்குப் பார்க்க கரடிபோல இருந்தான்.

அவ்வழியாகப் போனவர்களில் ஒரு சிலர் சிறிது நேரம் நின்று கேட்டுவிட்டுப் போனார்கள். கேட்டவர்களில் சிலர் சிரித்தார்கள், பிறகு தொடர்ந்து நடந்து போனார்கள்.

நடுநிசியானதும் வாசிப்பதை கொஸாக் நிறுத்திவிட்டு மீண்டும் ழித்தான் பக்கத்தில் அமர்ந்துகொள்வான். கறுப்புரகச் சுருட்டை மூவரும் பற்றவைத்துக்கொள்வார்கள். சுருட்டின் வாசம் கடுமையாக இருக்கும், சகிக்காது. பிறகு மூவரும் பீர் குடித்தபடி உரையாடுவார்கள். போர், பயணம் என்று பழைய நினைவுகளின் அடிப்படையில் பேச ஆரம்பிப் பார்கள், மோந்தோவுக்கு எதுவும் விளங்காது. முதியவர் ததி அதிகம் வாயைத் திறக்கிறவரல்ல. அப்படி வாய் திறந்தாரென்றால் பறவைகள், வெண்புறாக்கள், தகவல் பரிமாற்றப் புறாக்கள் பற்றிய கதைகளைச்

சொல்வதற்காக இருக்கும். எனவே மோந்தோ கிழவர் பேச்சை மாத்திரம் ஆர்வத்துடன் கேட்பான். அவர் பேச்சில் கிராமப்புறங்களில் நேரங் காலமின்றிப் பறந்துகொண்டிருக்கிற பறவைகள்; பூமிக்கடியில் நதிகள் நெளிந்தோடும் காலம்; சிவப்பு மற்றும் சாம்பல் வண்ணத்தில் கூரைகளைக் கொண்ட வீடுகள்; புல்வெளிகள், திறந்தவெளிகள், கற்கள் குவிக்கப்பட்டது போலத் தோற்றமுள்ள மலைகள் இடம்பெறும். மாலுமிகளையும் விமானி களையும்போல நட்சத்திரங்களை அடையாளம் வைத்தும் நிலவியல் காட்சிகளை வரைபடமாகக் கொண்டும் எங்ஙனம் பறவைகள் தங்கள் இருப்பிடம் திரும்புகின்றன என்பது பற்றியும் நிறைய சொல்லியிருக்கிறார். பறவைகளின் வீடுகள் கதவுகளின்றி கோபுரம்போல இருக்குமென்றும் கூரைக்கடியில் சிறிய சன்னல்களை மாத்திரம் கொண்டிருக்கும் என்றும் சொல்வார். வெக்கை கூடிய காலங்களில், அவற்றின் இல்லங்களில் காச்சுமூச்சென்று சத்தங்கள் வெளிப்படுமென்றும், அவற்றை வைத்துப் பறவைகள் வீடு திரும்பியிருக்கின்றன என்பதைத் தெரிந்துகொள்ள முடியு மென்பார்.

இரவு நேரமானதால் பளிச்சென்று கனிந்துகொண்டிருக்கும் சிகரெட் கங்கைப் பார்த்தபடி ததி சொல்லும் கதையை மோந்தோ கவனமாய்க் கேட்டுக்கொண்டிருந்தான். சுற்றியிருந்த வீதிகளில் அந்நேரத்திலும் மோட்டார் வாகனங்கள் அதிகச் சத்தமின்றி நீர்த்தாரைகள் போல ஊர்ந்தன. வீட்டுவிளக்குகள் ஒன்றன்பின் ஒன்றாக அணைக்கப்பட்டன. மோந்தோவுக்குத் தூக்கக் கலக்கம், இரவுபிறந்து வெகுநேரம் ஆகிவிட்ட தென்பதைப் புரிந்துகொண்டான். போய்ப் படுக்க வேண்டும். ழித்தான் அவனை மோட்டார் வாகனத்தின் பின்புறமிருந்த நீள் பலகையில் படுக்கச் சொன்னான். அன்றிரவை மோந்தோ அங்குதான் கழித்தான். ததியும் அவரிடத்திற்குத் திரும்பினார். ழித்தானும் கொஸாக்கும் மாத்திரம் உறங்காமல் வாகனத்தின் படியிலமர்ந்தபடி விடியவிடியக் குடிப்பதும் புகைப்பதும் கதைபேசுவதுமாக இருந்தார்கள்.

## 3

முழங்கால்களில் கைகளைக் கட்டிக்கொண்டு கடற்கரையில் அமர்ந்த படி சூரியன் உதிப்பதைப் பார்ப்பது மோந்தோவுக்கு மிகவும் விருப்பம். நான்கு ஐம்பதிற்கு, கடலுக்கு மேலே நீராவிபோல மிதக்கும் ஒன்றிரண்டு மேகங்களைத் தவிர்த்து, அதிகாலை நேரத்தில் பொதுவாக, வானம் சாம்பல் வண்ணத்தில் மாசுமருவற்றுப் பளீரென்றிருக்கும். சூரியன் ஒரு போதும் உடனே உதித்திடாது. ஆனால் தொடுவானத்தின் மற்ற பக்கத் தில், எரிகிற தீக்கொழுந்தாக மெல்ல மெல்ல அது எழுவதை மோந்தோ எப்படியோ மோப்பம் பிடித்திடுவான். முதலில் சற்றே வெளுத்த வளைய மொன்று அடிவானில் பெரிதாகிக்கொண்டுவரும். தொடுவானத்தை அதிர்வுகொள்ளவைக்கிற அந்நிகழ்வை அத்தனை எளிதாக அலட்சியப் படுத்திவிட முடியாது என்பதைப் போல நம் அடிமனத்திலும் விநோதமாக அதை உணர முடியும். நீருக்குமேலே சூரியத் தாம்பாளம் தெரியவந்ததும் ஒளிக்கற்றைகள் நேர்க்கோட்டில் வந்து கண்ணிற்புகும். கடலும் பூமியும்

சேர்ந்தாற்போல பேதமின்றி ஒரே வண்ணத்தில் காட்சியளிக்கும். அக் காட்சிக்குப் பிறகே முதல் வண்ணங்களும் முதல் நிழல்களும் தலைகாட்டும். தெருவிளக்குகளை அணைத்திருக்கமாட்டார்கள். அவை சோர்வுடன் மங்கலாய் எரிந்தபடியிருக்கும். காரணம், பகல் தொடங்கிவிட்டதென்று உறுதியாய்ச் சொல்வதற்கில்லை.

கடலுக்கு மேலே மேலே என வந்துகொண்டிருக்கிற சூரியனை மோந்தோ ரசித்தபடி இருந்தான். தலையையும் உடலையும் மெல்ல அசைத்தபடி மோந்தோ தன்னந்தனியாக கொஸாக்கிடம் கேட்ட பாடலொன்றை சூரியனுக்காகப் பாட ஆரம்பித்தான்.

– அயாயா, யாயா, யாயாயா, யாயா . . .

நீரில் மிதந்துகொண்டிருந்த ஒருசில கடல்நாரைகளைத் தவிர்த்துக் கடற்கரையில் ஒருவருமில்லை. சாம்பல், நீலம், வெளிர் சிவப்பென்று பல வண்ணத்தைப் பிரதிபலித்த தண்ணீர் ஸ்படிகம்போல இருந்தது. கற்கள் வெள்ளை வெளேரென்றிருந்தன.

நீர்வாழ் பிராணிகளான நண்டினங்கள், மீனினங்கள் ஆகியவற்றின் வைகறைப் பொழுது நீரில் எப்படியிருக்குமெனவும் மோந்தோ யோசித்தான். ஒருவேளை, நிலப்பரப்பில் காண்பதைப் போலவே நீரின் ஆழ்பரப்பும் மென் சிவப்பாய் மாறிவிடுமோ? கண்ணாடி போன்ற அலைகளே நீர்வாழ் பிராணிகளுக்கு வானமாக இருக்கக்கூடுமோ? மீன்கள் உறக்கம் கலைந்து, அதனடியில் மெல்ல அசைந்து நீந்தத் தொடங்கலாம். நீருக்குள்ளிருந்து பார்க்க மேலே ஆயிரக்கணக்கில் சூரியன்கள் ஆட்டமிடக்கூடும். நிறைய சூரியன்களுக்கிடையே வாழ்வதுகூட உண்மையில் மகிழ்ச்சியானதுதான். புத்தம்புது அதிகாலை ஒளியைக் கிட்டத்தில் பார்க்க விரும்பி கடற்குதிரைகள் பாசிவகைத் தாவரங்களின் தண்டைப் பிடித்தபடி ஆழ்பரப்பைவிட்டு மேலே வரக்கூடும். கிளிஞ்சல்கள்கூட மெள்ளத் திறந்து பரிதியின் ஒளியைத் தமக்குள் அனுமதிக்கலாம். கற்பனையை விரிக்க விரிக்க மோந்தோவின் சிந்தை முழுக்க மீனினங்களும் அவற்றின் காலைப் பொழுதும். அலைகள் கரையில் மெல்ல விழுந்து திரும்புகிறபோதெல்லாம், நீரில் நனைந்த கூழாங்கற்கள் ஜொலிப்பதையும் மோந்தோ கவனிக்கத் தவறவில்லை.

சூரியன் கொஞ்சம் மேலே வந்ததும் எழுந்துகொண்டான். இலேசாகக் குளிர் தெரிந்தது. ஆடைகளைக் களைந்தான். கரையில், காற்றில் நிற்பதைக் காட்டிலும், கடலில் இறங்கலாமென நினைத்தான். இளஞ்சூட்டுடனான கடல்நீர் சுகமானது. கழுத்தைத் தொடும்வரை நீரில் அமிழ்ந்தான். தலை கவிழ்த்தி, கண்களைத் திறந்து ஆழ்பரப்பைப் பார்த்தான். அலைகள் உடைந்து சிதறும் சலசலப்பு ஒருவித இசை லயத்துடன் காதில் விழுந்தது, கரையில் கிட்டாத அனுபவம்.

எவ்வளவு நேரம் தண்ணீரில் இருந்திருப்பானோ, விரல்களெல்லாம் வெளுக்க ஆரம்பித்திருந்தன. கால்களும் நடுங்கத் தொடங்கின. எனவே,

மீண்டும் கரைக்குத் திரும்பினான். சாலைக்கு அரணாகக் கடலையொட்டி எழுப்பியிருந்த சுவரில் சாய்ந்தவண்ணம் தனது உடலை வெப்பம் போர்த் தட்டுமெனக் கண்களை மூடி காத்திருந்தான்.

கடற்கரையிலிருந்து பார்க்க நகரத்திற்கு மேலாகத் தொடர்ச்சியாய் நீண்டிருந்த மலைகள், வெகு அண்மையில் இருப்பதுபோலத் தெரிந்தன. மரங்கள், செடிகொடிகள், பெரிய வீடுகளின் வெண்மை நிற முகப்பு களென்று அனைத்தும் ஒளிவெள்ளத்தில் அழகாய் ஜொலித்தன. 'அங்கே சென்று அவற்றைப் பார்த்தாக வேண்டும்' – மோந்தோ தனக்குள் சொல்லிக் கொண்டான். மீண்டும் ஆடைகளை அணிந்தவன் கடற்கரையிலிருந்து புறப்பட்டான்.

அன்றைய தினம் பண்டிகை நாள். சியாப்பாகன் பற்றிய அச்சம் தேவையில்லாதது. பண்டிகை நாட்களில் நாய்களும் சிறுவர் சிறுமியரும் விருப்பம்போல் தெருக்களில் சுற்றித் திரியலாம். ஒரேயொரு சங்கடம், பெரும்பாலான கடைகள் மூடப்பட்டிருக்கும். காய்கறிக் கடைக்காரர்கள் வியாபாரம் செய்வதில்லை. ரொட்டிக் கடைகளின் கதவுகளை இழுத்து அடைத்திருப்பார்கள். *'la boule de neige'* (பனியுருண்டை) என்ற பெயர் கொண்ட ஐஸ் கிரீம் கடையில், கோன் ஐஸ் ஒன்றை வாங்கிக்கொண் டான். அதைச் சப்பியபடி வீதிகளைச் சுற்றி வர ஆரம்பித்தான்.

நடைபாதைகளுக்கும் சூரியன் ஒளியைத் தந்திருந்தான். மக்கள் நடமாட்டம் குறைவாக இருந்தது, அவர்களுக்குத் தினசரி வாழ்க்கை அலுத்துப் போயிருக்கலாம். அரிதாகத்தான் மனிதர்களை வீதிகளில் எதிர்கொள்ள முடிந்தது. மோந்தோவைப் பார்த்துப் புன்னகைக்கிறவர்கள், உப்புப் பூத்திருக்கும் அவனது தலைமுடி, இமைகள், வெயிலால் பழுப்பு நிறத்திற்கு வந்திருக்கிற அவனுடைய முகம் ஆகியவற்றைக் கண்டு வியப்பில் ஆழ்கிறார்கள். அக்கோலத்தைக் கண்டு பிச்சையெடுக்கும் பையனென்று அவர்கள் நினைத்திருக்க வேண்டும்.

ஐஸ்கிரீமைச் சப்பியபடி, கடைமுகப்புகளின் கண்ணாடிகளைப் பார்த்தான். மின்சார ஒளியில் செம்மரத்திலான கட்டில், படுக்கை விரிப்பு, பூக்களுடன் கூடிய தலையணையென்று வைத்திருந்தார்கள். யாருக்கோ படுக்கை போட்டிருப்பதுபோல அலங்கரித்திருந்தார்கள். சற்றுத் தள்ளி வேறொரு கடை. அங்கும் கண்ணாடிக்குப்பின்னே ஆவலைத் தூண்டும் விதத்தில், வெள்ளை வெளேரென்று மின்சார அடுப்புகள், அட்டைக்கோழியொன்று கம்பியில் குத்தப்பட்டுத் தீயில் வாட்டப்படுவது போலவும் இருந்தது. தொடர்ந்து வேடிக்கை பார்த்தவண்ணம் நடந்தான். ஒரு கடையில் மூடிய கதவடியில், படங்களுடன் கூடிய இதழொன்றைக் கண்டான்.

அவ்விதழில் அச்சடிக்கப்பட்டிருந்த கதை வண்ணப்படங்களுடன் இருந்தது. அப்படங்களில் மெலிந்த மஞ்சள் நிறப் பெண்மணியொருத்தி சமைக்கிறாள், தனது பிள்ளைகளுடன் விளையாடவும் செய்கிறாள். மிகப்பெரிய கதை, மோந்தோ உரத்தக் குரலில் வாசித்தான். வண்ணப்

படங்களைக் கண்களருகே கொண்டு சென்றான். அவ்வாறு செய்கிற போது, வண்ணங்கள் கலப்பதுபோலத் தோற்றம் தந்ததை வெகுவாக ரசித்தான். கதையில் வரும் பையனின் பெயர் மூாக், சிறுமியின் பெயர் கமிலி. அவர்களின் அம்மா சமையலறையில் இருந்தாள், ரொட்டி, கோழி, கேக்குகளென்று விதவிதமாக அவளுடைய பிள்ளைகளுக்குச் சமைத்துத் தருகிறாள். 'இன்றைக்கு என்ன சாப்பிட விருப்பம்?' தம் பிள்ளைகளிடம் கேட்கிறாள். பெரிய அளவில் ஒரு ஸ்ட்ராபெர்ரி பழத்தில் தார்த் (ஒருவித அடை) செய்து தருவியா? – மூாக் கேட்கிறான். பெண்மணி, 'வீட்டில் ஸ்ட்ராபெர்ரி இல்லை. ஆப்பிள் பழங்கள்தான் இருக்கின்றன' என்கிறாள். எனவே மூாக்கும் கமிலியும் ஆப்பிள் பழங்களின் தோலைச் சீவி சிறுசிறு துண்டுகளாக்கிக் கொடுக்க, அவர்களுடைய அம்மா, கோதுமை மாவைச் சேர்த்து தார்த் செய்தாள். செய்ததை அடுப்பில் வைத்து வேகவைத்தாள், வீடுமுழுக்கக் கமகமக்கிறது. மின்சார அடுப்பில் வெந்துமுடிந்த தார்த் மேசைக்குக் கொண்டுவரப்பட்டது. பெண்மணி அதைத் துண்டுகளாக்கினாள். மூாக்கும் கமிலியும் வேண்டுமளவிற்குச் சாப்பிட்டு சூடாக சாக்லேட் பானம் அருந்தினார்கள். 'இப்படியான தொரு தார்த்தை வீட்டில் இதற்குமுன்பு சாப்பிட்டதில்லை' என்றார்கள்.

படித்து முடித்ததும் பூங்காவிலிருந்த புதரொன்றில், பிறகு எடுத்துப் படிக்கலாமென்ற எண்ணத்தில் இதழை ஒளித்து வைத்தான். அது போன்றதொரு மற்றொரு சித்திரக்கதையை குறிப்பாக, காடொன்றில் அக்கீமுடைய சாகசங்களைச் சொல்லும் கதைப் புத்தகத்தை வாங்கிப் படிக்க மோந்தோவுக்கு ஆசை. ஆனால் கடைகள் மூடியிருந்தன.

பொதுப்பூங்காவின் நீள் இருக்கையொன்றில், தபால் துறையிலிருந்து பணி ஓய்வு பெற்றிருந்த ஒருவர், நித்திரை கொண்டிருந்தார். அவரருகில் பிரித்து வைக்கப்பட்ட செய்திப் பத்திரிகை, அருகிலேயே ஒரு தொப்பி.

சூரியன் தொடுவானத்திலிருந்து மீண்டு மேலே வந்தபோது, மென்மையான ஒளி எங்கும் நிறைந்திருந்தது. வாகனங்கள் ஒலி எழுப்பிக் கொண்டு வீதிகளில் ஓடிக்கொண்டிருந்தன. பூங்காவின் மற்றொரு பக்கம், வாயிலருகே சிறுவனொருவன் சிவப்பு நிற மூன்று சக்கர சைக்கிளில் விளையாடிக்கொண்டிருந்தான்.

"சைக்கிள் உன்னுடையதா?" மோந்தோ கேட்கிறான்.

"ஆமாம்" பையன் சொன்னான்.

"கொஞ்ச நேரம் எனக்குக் கொடேன், விட்டுப் பார்க்கிறேன்."

பையன் தனது அத்தனை பலத்தையும் பிரயோகித்து சைக்கிளை இறுகப் பிடித்துக்கொண்டான்.

"முடியாது, போ . . . இங்கிருந்து போறியா இல்லை சத்தம் போடவா?"

"சைக்கிளுக்கு ஏதாச்சும் பேர் வச்சிருக்கியா?"

பையன் பதில் சொல்ல விருப்பமின்றி, தலையைக் குனிந்துகொண்டான். பிறகு என்ன நினைத்தானோ, சட்டென்று பதில் வந்தது:

"மினி."

"சைக்கிள் ரொம்ப அழகாயிருக்கு."

மோந்தோ கொஞ்சநேரம் அதையே பார்த்துக்கொண்டிருந்தான், சைக்கிளின் பிரேம் சிவப்பு வண்ணத்தில் இருந்தது. இருக்கை கறுப்பு நிறத்திலும் கைப்பிடியும் மட்கார்டும் குரோமியத்திலும் இருந்தன. சைக்கிளில் இருந்த மணியை இரண்டுமுறை அடித்து ஓசையை எழுப்பினான். ஆனால் பையன் பெடலை வேகமாய் மிதித்து அவனிடமிருந்து விலகிச் சென்றான்.

சந்தைகூடுமிடத்திலும் வழக்கமான மக்களில்லை. சிறுசிறு கும்பலாக மக்கள் தேவாலய பூசைக்கோ அல்லது கடற்கரைப் பகுதிக்கோ போய்க் கொண்டிருந்தார்கள். 'என்னைத் தத்து எடுத்துப்பீங்களா?' எனப் பிறரிடம் கேட்க வேண்டுமென்கிற ஆவல் அவனிடத்தில் அதிகம் வருவதும் இந்தப் பண்டிகை நாட்களில்தான். ஆனால் அப்படியானதொரு கேள்வியை அந்த நாட்களில் ஒருவரும் அவனிடம் கேட்டதில்லை.

அங்கிருந்த குடியிருப்புக் கட்டடத்தின் நுழைவாயிற் கூடத்திற்குள் காரணமின்றி மோந்தோ நுழைந்தான். காலியாக விருந்த குடியிருப்போரின் அஞ்சல் பெட்டிகளையும் அதனருகில், தீவிபத்தின்போது கடைப்பிடிக்க வேண்டிய விதிமுறைகளிருந்த பலகையையும் பார்த்தான். அளவீட்டு விசை *(Time switch)* ஒன்றிருந்தது. அதைத் திருக, எழுப்பிய டிக்-டாக் சத்தத்தைக் கேட்டான். நுழைவாயிற் கூடத்தில் கடைசியாக படிக்கட்டுகளின் ஆரம்பமும் மெருகேற்றப்பட்ட மரக் கைபிடிகளும் சுண்ணாம்புச் சாந்தினால் செய்த பொம்மைகளைக் கொண்ட பெரியதொரு நிலைக் கண்ணாடியும் இருக்கக் கண்டான். அங்கிருந்த லிஃப்டில் ஒருமுறை பயணிக்க விரும்பினான். பெரியவர்களில்லாமல் சிறுவர்கள் தனியே அதை உபயோகிக்கக்கூடாதென்பதை அவன் அறிந்திருந்ததால் யோசிக்க வேண்டியிருந்தது.

வெளிர்நிற கவுன் சலசலக்க, தேனின் நிறத்தில் நெளி நெளியாய் தலைமுடியுடன் இளம்வயதுப் பெண்ணொருத்தி அப்போது நுழைந்தாள். அவளிடத்தில் நல்ல மணம். திறந்திருந்த கதவுக்குப் பின்னால் நின்றிருந்த மோந்தோ அவள் பார்வையில் படும்படி முன்னால் வந்து நின்றான். இளம் பெண் அவனை அங்கே எதிர்பார்க்கவில்லை. திடுக்கிட்டாள்.

"உனக்கு என்ன வேணும்?"

"உங்ககூட லிஃப்டில் வரலாமா?"

இளம்பெண் சிரிக்கிறாள்.

"அதற்கா இப்படி? தாராளமா வரலாம்."

விசைத்தூக்கிக்குள் இருவரும் கால் வைத்ததும் படகு போன்று அது குலுங்கியது.

"எங்கே போற?"

"கடைசிமட்டும்."

"ஆறாவது மாடிக்கா? நானும் அங்கேதான் போகணும்."

விசைத்தூக்கி மெல்ல உயர்ந்தது, கண்ணாடி வழியே தளங்கள் ஒன்றன்பின் ஒன்றாகக் கீழிறங்குவதைப் பார்த்தான். ஒவ்வொரு அடுக்கிலும் குழப்பமான சத்தம். கதவுகள் அதிர்வதும் நடக்கிறது. விசைத்தூக்கியின் கம்பிவடங்கள் எழுப்பிய சீழ்க்கை ஒலிகளையுங்கூடக் கேட்க முடிந்தது.

"உங்க குடியிருப்பும் இந்தக் கட்டடத்திலதான் இருக்கா?"

கேட்டவள், வியப்புடன் அவனைப் பார்த்துக்கொண்டிருந்தாள்.

"இல்லைங்க."

"உன்னுடைய சிநேகிதர்கள் யாரையாவது பார்க்க வந்திருக்கியா?"

"இல்லைங்க. சும்மா தெருவில் போய்க்கொண்டிருந்தேன். கதவு திறந்திருக்க உள்ளே வந்தேன்."

"என்னது?"

இளம்பெண்ணுடைய பார்வை மோந்தோவை விட்டு அகலவில்லை. அவளுக்குக் கனிவான பெரிய கண்கள், அதில் கொஞ்சம் ஈரமும் தெரிந்தது. அவளது கைப்பையைத் திறந்து மெல்லிய தாள்சுற்றிய மிட்டாய் ஒன்றைக் கொடுத்தாள்.

விசைத்தூக்கி மேல்நோக்கிப் போய்க்கொண்டிருக்க, தளங்கள் ஒவ்வொன்றாகக் கீழ்நோக்கிச் செல்கின்றன.

"விமானத்தில் மேலே போவதுபோல இருக்கிறது" மோந்தோ.

"விமானத்தில் இதற்கு முன்ன போயிருக்கிறியா?"

"இல்லைங்க, இதுவரை போனதில்லை. விமானப் பயணம் ஜோராக இருக்குமென்று சொல்லக் கேட்டிருக்கிறேன்."

இளம்பெண் புன்னகைத்தாள்.

"விமானம், லிஃப்டைக் காட்டிலும் வேகமாகப் போகும், தெரியுமில்லையா?"

"நல்ல உயரத்திலும் போகும்."

"ஆமாம். ரொம்ப உயரத்திலே போகும்!"

விசைத்தூக்கி மெல்ல பொருமிக்கொண்டு நின்றது. கூடவே சின்ன தாக ஒரு குலுக்கல் வேறு. இளம்பெண் முதலில் வெளியேறினாள்.

"நீ வரலையா?"

"இல்லைங்க, உடனே இறங்கியாகணும்."

"உன் விருப்பம்போல் செய். ஆனால் இறங்குவதற்கு, கடைசி பொத்தா னுக்கு முன் பொத்தானை அழுத்தணும். கவனம் இருக்கட்டும், சிவப்புப் பொத்தானைத் தொட்டுடப்போற. அது எச்சரிக்கை மணிக்கானது."

விசைத்தூக்கியின் கதவுகள் மீண்டும் மூடிக்கொள்வதற்கு முன்பாக இளம்பெண் மறுபடியும் புன்னகைத்தாள்.

"பார்த்துப்போ, வாழ்த்துகள்!"

"நன்றிங்க."

கட்டடத்தைவிட்டு வெளியில் வந்தபோது சூரியன் தலைக்கு மேல் இருந்தது. கிட்டத்தட்ட உச்சிவேளை. காலைத் தொடக்கம் மாலைவரை கிடுகிடுவென நாள் போகிறது. அதுபற்றிய பிரக்ஞை இல்லையென்றால் பொழுது இன்னும்கூட வேகமாகக் கரைந்து போகக்கூடும். மக்கள் இப்படி அவசரகதியில் இயங்குவதற்கு அதுதான் காரணம். சூரியன் மீண்டும் இறங்கி வருவதற்கு முன்பாகச் செய்ய வேண்டியதையெல்லாம் முடித்திட முடியுமா என்கிற கவலை அவர்களுக்கு.

பின்னேரங்களில் மக்கள் கால்களை அகலவைத்து வீதிகளில் நடக் கிறார்கள், தங்கள் இருப்பிடங்களை விட்டு வெளியே வருகிறவர்கள், வாகனங்களில் ஏறுகிறார்கள், கதவுகளை அடித்துச் சாத்துகிறார்கள். 'ஏங்க கொஞ்சம் நில்லுங்க, நானும் வறேன்' என்று அவர்களிடம் மோந்தோ வுக்குச் சொல்ல விருப்பம். ஆனால் அவனை ஒருவரும் சட்டைபண்ணுவ தில்லை.

கடுமையாகவும் வேகமாகவும் அடித்துக்கொள்ளும் அவனது இதயத் தின் எதிரொலி அவனிடத்திலும் வெளிப்பட்டது. கைகளைக் கட்டிக் கொண்டு அசையாமல் சந்திகளில் நின்றான். தெருக்களில் நடந்துபோகிற கூட்டத்தைப் பார்த்தான். காலையில் அவனுடலில் இருந்த அசதி இப்போ தில்லை. கால்களால் ஓசை எழுப்பியபடியும் பேசிக்கொண்டும் கலகல வென்று சிரித்தபடியும் வேகமாய் நடக்கத் தொடங்கினான்.

கூட்டத்தில் ஒருத்தியாக, ஒரு வயதான பெண்மணி நடைபாதையில், மெல்ல நடந்துவந்துகொண்டிருந்தாள். அவள் முதுகு கூன் போட்டிருந்தது. தன்பாட்டுக்குக் குனிந்த தலை நிமிராமல் நடக்கிறாள். அவள் கையிலிருந்த பைமுழுக்க மளிகைப் பொருட்கள். சுமக்க முடியாமல் சுமந்து வந்தாள். அவள் அடியெடுத்து வைக்குந்தோறும் பை தரையைத் தொட்டது. மோந்தோ அவளை நெருங்கி, பையைக் கையில் வாங்கிக் கொண்டான். கிழவி சுவாசிக்குந்தோறும் அவள் விடுகின்ற மூச்சு இவனுக்குப்பின்னே தெளிவாய்க் கேட்டது.

சாம்பல் வண்ணக் கட்டடமொன்றின் எதிரே கிழவி நின்றாள். அவளோடு சேர்ந்து மோந்தோவும் படிக்கட்டுகளில் ஏறினான். மூதாட்டியை நினைக்க அவனுடைய பாட்டி அல்லது அத்தை ஞாபகம் வந்தது. அவளுக்குக் காது மந்தம் என்பதைப் புரிந்துகொண்டதால் அவளிடம் எதுவும் பேசவில்லை. நான்காவது மாடியிலிருந்த அவளது குடியிருப்பின் கதவைத் திறந்துகொண்டு உள்ளே நுழைந்தாள். கதவைத் திறந்ததும் நேராக சமையல் அறைக்குள் நுழைந்து, வாசனைப் பொருள்களிட்டுத் தயாரித்திருந்த ரொட்டியிலிருந்து ஒரு துண்டை வெட்டி மோந்தோவிடம் கொடுத்தாள். ரொட்டித் துண்டைக் கொடுக்கிறபோது அவள் கை நடுங்குவதைக் கவனித்தான். "கர்த்தர் உன்னை ஆசீர்வதிப்பாராக!" என்றபோது அவள் குரலிலும் நடுக்கமிருப்பதை அவன் கவனிக்கத் தவறவில்லை.

மீண்டும் தெருவில் இறங்கினான். சிறிது தூரம் நடந்திருப்பான். திடீரென்று தான் மிகவும் குள்ளமாய்ப் போனதாக உணர்வு. சுவரொன்றின் ஓரமாக நடந்துகொண்டிருந்தான். அவனைச் சுற்றியிருந்த மனிதர்கள் சட்டென்று வளர்ந்து மரங்கள்போல நிற்கிறார்கள். அவர்களது முகங்கள் கட்டடங்களில் இருக்கிற பால்கனிகளைப் போல எட்டாத உயரத்திலிருக்கின்றன. ராட்சத மனிதர்களுக்கிடையில் புகுந்து நடந்தான், அவர்கள் தாவுவதுபோல நடக்கிறார்கள். தேவாலயங்கள்போல நெடுநெடுவென்று வளர்ந்திருந்த பெண்களின் கால்களில் மிதிபடாமலிருக்க முயன்றான். பெண்கள் புட்டாபோட்ட பெரிய கவுன்களை அணிந்திருந்தார்கள், ஆண்கள் நீண்ட நீல நிறச் சராயும் வெள்ளை நிறத்தில் சட்டையும் அணிந்திருந்தார்கள். இவையெல்லாம் உச்சிவேளை சூரிய ஒளி செய்யும் விந்தை. பொருட்களைப் பெரிதுபடுத்தவும் நிழல்களைச் சுருக்கிக் காட்டவும் அதனால் முடியும். மோந்தோ அவர்களுக்கிடையே புகுந்து நடந்தான். கீழே பார்க்கிறவர்களுக்கு மட்டுமே அவன் தெரிய வருவான். அவ்வப்போது வீதிகளைக் குறுக்காகக் கடக்கிற நேரங்களைத் தவிர்த்து, மற்ற நேரங்களில் மோந்தோவுக்கு அச்சமென்பதே கிடையாது. நகரமெங்கும், பொது பூங்காக்களில் கடற்கரைப் பகுதிகளில் ஒருவரைத் தேடுகிறான். அவன் தேடுகின்ற நபர் யார்? எதற்காக அவரைத் தேடுகிறான் என்கிற விவரங்களெல்லாம் அவனுக்குப் போதாது. ஆனாலும் தேடுகிறான். அந்நபரிடம், "ஏங்க என்னை தத்து எடுத்துப்பீங்களா?" என்று கேட்பது எத்தனை முக்கியமோ அத்தனை முக்கியம், அந்நபரின் கண்களில் தெரியும் பதிலை வாசிப்பதும். ஆகவேதான் அந்நபரைத் தேடிக்கொண்டு திரிகிறான்.

## 4

தி–ச்சின் என்பவளை மோந்தோ சந்திக்க நேர்ந்ததும் பகற்பொழுது சுருக்கமாகவும் இரவுப்பொழுது நீண்டும் அனத்தலாகவும் இருக்கிற நாட்களிலொன்றில்தான். அன்றைய தினமும் அணையையொட்டிக் கடலில் குளிப்பவருக்கென நகராட்சி நிர்வாகம் அமைத்திருந்த மறைவிடத்தில் அனுமதியின்றி இரவைக் கழித்துவிட்டுப் புறப்பட்டிருந்தான். நிலத்தில் அனற்காற்று வீசிக்கொண்டிருந்தது. ஈரப்பதமற்ற காற்று தலை

முடியில் நிலை மின்சாரத்தைத் தந்திருந்தது. காடுகளிலுள்ள கார்க்-ஓக் மரங்கள் எளிதில் தீப்பிடித்து எரிந்தன. நகரத்துக்கு மேலாகத் தெரிந்த மலைப்பகுதிகளில் வெண்ணிறப் புகை வானிற் படிந்திருந்தது.

மோந்தோ சற்றுநேரம் கதிரவனால் பிரகாசிக்கிற மலைகளை நோக்கினான். பிறகு அதை நோக்கிச் செல்லும் பாதையில் இறங்கி நடந்தான். வளைந்தும் நெளிந்தும் செல்லும் அப்பாதையில் இடைக்கிடை காரை பூசப்பட்ட விளிம்புகளைக்கொண்ட அகலமான படிகளும் உண்டு. பாதையின் இருபுறமும் உருவாக்கியிருந்த நீர்த்தாரைகளில், சருகுகளும் கிழிந்த காகிதங்களும் அடைத்துக்கொண்டிருந்தன.

படிகளில் ஏறிச்செல்வதை மோந்தோ மிகவும் விரும்புவான். அப் படிகள் மலைகளூடாக அவசரமேதுமில்லை என்பதுபோலவும் சூன்ய வெளியைக் குறிவைத்தும் நீண்டிருந்தன. எங்கிருக்கிறோம் என்பதைக்கூட அறிய முடியாதபடி வழி நெடுக தலைப்பில் கண்ணாடி ஓடுகள் பதிக்கப் பட்ட உயரமான கற்சுவர்கள். நீர்த்தாரைகளைப் பார்க்க அங்கே சுவாரஸ்யத்தை தரக்கூடியது எதுவுமில்லை என்பதுபோல நிதானமாகப் படிகளில் மோந்தோ ஏறிக்கொண்டிருந்தான். எப்போதாவது சிலவேளைகளில் நாணயம், துருப்பிடித்த ஆணி, படம், விநோதமான பழமென்று அவற்றில் கண்ணிற்படும். .

நாம் மேலேமேலே பாதையில் போய்க்கொண்டிருக்க நீள்சதுரக் கட்டடங்களுடனும்; சிவப்பும் நீலமுமான வாகனங்கள் ஊர்ந்துசெல்கிற, நேர்நேராக அமைந்த வீதிகளுடனும் நகரம் சமமட்டமாகத் தோற்றம் தரும். மலைகளுக்குக் கீழே கடலுங்கூடத் தட்டையாகத்தான் தெரியும். வெண்ணிற இரும்புத்தகடுபோல அது மினுங்கும். அவற்றை மரக்கிளைகளூடாகவும் வீடுகளுக்கு மேலாகவும் காண விரும்பியவன்போல மோந்தோ அவ்வப்போது திரும்பிப்பார்த்து நடந்தான்.

படிகளில் ஆள் நடமாட்டம் இருப்பதில்லை. ஒருமுறை நீர்த்தாரையில் காட்டுப்பூனையொன்று சுருண்டு படுத்தபடி துருப்பிடித்த டப்பியொன்றிலிருந்து பதப்படுத்தப்பட்ட இறைச்சியின் மிச்சத்தைத் தின்றுகொண்டிருந்ததைப் பார்த்திருக்கிறான். பூனை தரையோடு தரையாகக் கிடந்தது, காதுகள் மடிந்திருந்தன. அதன் மஞ்சள் நிறக் கண்களின் வட்டமான கண்மணிகளிரண்டும் மோந்தோவின்மீது படிந்திருந்தன. பூனையை நெருங்கியதும் வாய் திறவாமல் அமைதியாகக் கடந்து சென்றான். வளைவொன்றில் திரும்பும்வரை, பூனையின் கண்மணிகளிரண்டும் தனது முதுகில் படிந்திருந்ததைப் போல அப்போது உணர்ந்தான்.

ஓசையின்றி ஏறிக்கொண்டிருந்தான். வழியிற்கிடந்த சுள்ளிகளையும் தெறித்துக்கிடந்த விதைமணிகளையும் மிதித்திடாமல் கவனமாக நடந்தான். நிழலைப்போல சுவடின்றி ஊர்ந்தான்.

படிகள் சொல்லிக்கொள்ளும்படி இல்லை. ஒவ்வொரு தடவை அவை குறுகியதாகவும் செங்குத்தாகவும் அமைந்திருக்க, கால் வைத்து ஏறுவது மிகவும் சிரமமாக இருந்தது, மூச்சிறைக்கிறது; ஒவ்வொரு

தடவை அவை சோம்பேறிபோல தனியார் நிலங்களுக்கும் அரசாங்க நிலங்களுக்குமிடையில் கால்நீட்டிக் கிடக்கின்றன; சிலவேளைகளில் தொடர்ந்துபோகாமல் திரும்ப விருப்பங்கொண்டதுபோல அவை இறங்கிப்போகின்றன.

மோந்தோவுக்கு அவசரமில்லை. பாதையின் வளைவும் நெளிவும் இவனிடமும் தொற்றிக்கொண்டது. இரண்டு பக்கங்களிலுமுள்ள சுவர் களைக் குறிவைத்து மாறிமாறி நடந்தான். இடைக்கிடை நீர்த்தாரைகளைப் பார்ப்பதற்கென்றோ மரக் கிளைகளிலிருந்து இலைகளைக் கொத்தாக பறிப்பதற்கென்றோ நிற்பதுண்டு. பேரிக்காய் மரத்தின் இலையொன்றைப் பறித்து, அதன் வாசத்தை நுகர்வதற்காக விரல்களுக்கிடையில் வைத்துக் கசக்கினான். மூக்கிலும் கண்களிலும் எரிச்சல்கண்டதுதான் பலன். ஹனிசக்கிள் மலர்களைப் பறித்து, மலர்க் காம்புகளில் சொட்டிய தேனைச் சுவைத்தான். கோரைப்புல்லை உதடுகளுக்கிடையில் வைத்து இசைத்தான்.

தன்னந்தனியாக இங்கே மலைகள் பக்கம் காலாற நடப்பது மகிழ்ச்சி தருவது. மோந்தோவும் அதை விரும்பினான். இவன் மேலே செல்லச் செல்ல சூரிய ஒளியும் மெல்ல மெல்ல மஞ்சள் நிறத்திற்கு மாறிக்கொண்டு வந்தது. சுகமாக இருந்தது. ஏதோ இத்தனை நேரம் தாவரங்களின் இலை களிலும் பழைய சுவர்களின் கற்களிலும் சிறைப்பட்டிருந்து இப்போதுதான் விடுபட்டதுபோல் சூரியனின் கதிர்கள். பகல்முழுக்க பூமியை நனைத்தது போதுமென்று நினைத்து வெளிப்பட்டிருந்தது. அத்தனை வெளியையும் வெப்பத்தால் நிறைத்தது, மேகங்களைக்கூட விட்டுவைக்கவில்லை. அவற்றை யும் ஊதிப் பெருக்க வைத்திருந்தது.

மலையில் ஒருவருமில்லை. பிற்பகல் முடிவுக்கு வந்திருப்பது காரண மாக இருக்கலாம். அதுவன்றி அப்பகுதியை மனிதர்கள் மறந்தும் ரொம்ப காலமாயிற்று. துருப்பிடித்த கம்பிக்கதவுகளும் வண்ணமுதிர்ந்து, ஒழுங்காக மூடவியலாமல் பழுதுபட்டுக் கிடந்த சன்னற்கதவுகளுமாக இருந்த வில்லாக் கள் மரங்களுக்கிடையில் பதுங்கிக்கிடந்தன. அவை துக்கத்திலிருக்கிற தெனச் சொல்வதற்கில்லை. மாறாக, தூக்கத்தில் இருக்கின்றன என்று சொல்லலாம்.

மரங்களில் பறவைகள் எழுப்பும் ஒலியையும் காற்றில் கிளைகள் அசைவதும் சிலநேரங்களில் உடைபடுவதுமான ஓசைகளையும் கேட்டான். குறிப்பாக, வெட்டுக்கிளியொன்றின் பரிதாபமான சீழ்க்கையொலி இவன் நடக்க நடக்க தொடர்ந்து வந்தது. அவ்வொலி அவனுக்கு வெகு அண்மை யிலும் கேட்டது, தொலைவிலும் கேட்டது. அண்மையில் சத்தம் வருகிற போதெல்லாம் ஒலியெழுப்பும் வெட்டுக்கிளியைப் பார்த்தாக வேண்டும் என்பதுபோல் திரும்புவான். ஆனால் கேட்ட சத்தம் இல்லையென்றாகி விடும். அந்நேரம் ஒலி அவனுக்கு முன்னாலோ அல்லது சுவர்களுக்கு மேலிருந்தோ வரும். உதடுகளுக்கிடையில் கோரைப்புல்லைக் கொடுத்து, சீழ்க்கையை எழுப்பி அதற்கு அழைப்பு விடுத்தான். வெட்டுக்கிளிக்கு மறைந்து வாழவே விருப்பம்போலிருக்கிறது. இவன் அழைப்புக்குச் செவி சாய்க்கவில்லை.

தூரத்தில், வெப்பத்தின் காரணமாக மலைகளுக்கு மேலே மேகங்கள் தெரிந்தன. அவை வடக்கு நோக்கி ஆக மெதுவாக நகர்ந்தன. அவை சூரியனை நெருங்கியபோது, தன் முகத்தில் நிழல்படிவதை மோந்தோ உணர்ந்தான். வண்ணங்கள் மாறின, அசைந்தன, அனைத்தும் மஞ்சள் ஒளியில் தோய்ந்தன, பிறகு அது இல்லை என்றானது. மலையின் உச்சியைப் பார்த்துவர வேண்டுமென மோந்தோவுக்குக் கனவுகளிருந்தன. கடற்கரை மறைவிடத்திலிருந்து மலைப்பகுதியை ரசித்திருக்கிறான். விதவிதமான மரங்கள், வில்லாக்களில் தெரியும் மின்சார விளக்குகள் எனக் கலந்த மலைத் தொடரை வானத்துடன் பார்க்க ஒரு பெரிய ஒளிவட்டம்போல் காட்சிதரும். அந்த ஒரு காரணத்திற்காகவே மலைமீது ஏற வேண்டுமென் கிற ஆசை. படிகளால் அமைந்திருந்த அப்பாதை நம்மை வானத்திடமும் ஒளியிடமும் சேர்க்கக்கூடும். கடலுக்கு மேலே, மேகங்களுக்கு வெகு அருகில் தெரிகிற மலைத்தொடர் உண்மையில் கொள்ளை அழகு. சாம்பல் நிறத்திலிருந்து விடுபடாமல், வெகுதூரத்தில் தெரிவது போலிருக்கிற காலை நேரங்களிலும் மாலை வேளைகளிலும் இரவு நேரங்களில் மின்சார விளக்குகளால் ஜொலிக்கிறபோதும் மலையைக் காண்பதற்கென்று மோந்தோ நேரத்தைச் செலவிட்டிருக்கிறான். இதோ மலையில் ஏறுகிற இக்கணமும் அவனுக்கு மகிழ்ச்சி தருவதே.

குவிந்திருந்த சருகுகளில் சுவர்களோரம் அரணைகள் இருக்கக்கூடும். சத்தமில்லாமல் அருகிற் சென்று அவற்றைத் திடுக்கிடவைக்க வேண்டு மென்று நினைத்தான். எனினும் இவன் நெருங்கி வருவது எப்படியோ அவற்றின் செவிகளை எட்டிவிடுகிறது, சட்டென்று ஓடி சந்து பொந்து களில் மறைந்துகொள்கின்றன.

பற்களுக்கிடையில் சீழ்க்கை எழுப்பி சலமாந்தர் பல்லிகளை அழைத் தான். ஒரே ஒரு சலமாந்தரையாவது பிடித்து, அவற்றுக்கு விருப்பமான தைக் கொடுத்து, தனது கால்சராய் பையில் பத்திரப்படுத்திக்கொண்டு நடை பழக வேண்டும். அப்படியொரு ஆசையும் அவனுக்குண்டு. அவ னுடைய சலமாந்தர் பசிக்கென்று ஈக்களைப் பிடித்துக் கொடுக்கலாம், கடற்கரை மணலில் இதமான வெயிலுக்காக அமரும்போதும் அல்லது அணையின் கற்களில் அமரநேரிடுகிறபோதும் ஜேபியிலிருந்து சலமாந்தரை எடுத்துத் தோளில் விட்டுக்கொள்ள, அதுவும் அமைதியாகத் தோளில் அமர்ந்துகொள்ளும். அப்போது அது எழுப்பும் மெல்லிய உருமலை அதன் நெஞ்சத்துடிப்பில் கண்டு மகிழலாம்.

பிறகு ‘பொன்னொளி வீடு’ என்று மோந்தோ பேர்சொல்லி அழைக் கிற வில்லாவின் கதவருகே வந்து நின்றான். அப்பெயரை முதன்முதலில் அந்த வில்லாவுக்குள் நுழைகிறபோது சூட்டியிருந்தான். அதுவே பின்னர் நிலைத்துவிட்டது. அழகான பழங்காலத்து வீடு, இத்தாலியர் வீடுகளைப் போன்றதொரு தோற்றம். மஞ்சளும் ஆரஞ்சு வண்ணமும் கலந்த சுண்ணாம்புக் காரையைப் பூசியிருந்தார்கள். காற்றுவாரிகள் மிகப்பெரிய தாக இருந்தன. அவற்றின் கதவுகள் இற்றுப்போன நிலையிலிருந்தன. திராட்சைக் கொடியொன்று வீட்டு முன்வாயிலை மூடியிருந்தது. சிறிய

தொரு தோட்டமும் இருந்தது. ஆனால் எங்கேதான் முடிகிறது என்று சொல்ல இயலாமல் எங்குபார்த்தாலும் புற்களும் முட்செடிகளுமாக மண்டிக்கிடந்தன. வெளியிலிருந்த இரும்புக்கதவைத் தள்ளிக்கொண்டு, சரளைக்கற்கள் பரப்பப்பட்ட பாதையில் முன்வாசற் கதவை நோக்கி சப்தம் எழுப்பாமல் மெல்ல நடந்தான். அலங்கார வேலைப்பாடுகள், சிற்ப வேலைப்பாடுகள் என்றில்லாமல் மஞ்சள் நிறத்திலிருந்த வீடு பார்க்க எளிமைத் தோற்றத்துடனிருந்தது. இது போன்றதொரு வீட்டை இதற்கு முன்பு தான் பார்த்ததில்லை என்ற முடிவுக்கு மோந்தோ வந்தான். ஒழுங்கற்றுக்கிடந்த தோட்டத்தில் வீட்டு முன்பாக, வீட்டுக்கூரையைக் காட்டிலும் கூடுதல் உயரத்தில் இரண்டு செம்பனைகள். காற்று வேகமாக வீசுகிறபோதெல்லாம், அவற்றின் ஓலைகள் ஓடுகளிலும் நீர்த்தாரைகளி லும் உரசுகின்றன. பனை மரங்களைச் சுற்றி புதர்போலச் செடிகள் மண்டிக்கிடந்தன. மரங்கள் நெடுக ஊதா நிறத்தில் காட்டுக்கொடிகள் பாம்புபோலப் படர்ந்திருந்தன.

அந்த வீட்டில் அழகென்று வர்ணித்தால் அது ஒளியால் மூடப்பட்ட வீட்டின் தரிசனம். தங்கத்தில் தகடு வேயப்பட்டது போலிருந்த அவ் வீட்டிற்கு 'பொன்னொளிர் வீடு' என்ற பெயரை மோந்தோ தேர்ந்தெடுக்க வும் அதுதான் காரணம். வீட்டை முதன்முதலாகப் பார்த்தபோதே அவன் மனத்தில் உதித்த பெயர். பிற்பகல் கதிரவனின் ஒளிசெய்த மாயம் அது. அவ்வொளியில் மென்மையுமுண்டு, சாந்தமுமுண்டு. பார்த்த தும் சட்டென்று மனத்திற் பதியக்கூடிய இலையுதிர்காலத்து பழுத்த இலைகள் அல்லது மணலுக்குண்டான நிறமென்று அவ்வொளியைக் கருதலாம். அவ்வொளிவெள்ளம் தரும் போதையில் திக்குமுக்காடிப் போவோம். அன்றைக்குச் சரளைக்கற்களால் மூடப்பட்ட பாதையில் அவன் மெல்ல நடந்தபோது, ஒளிக்கதிர் முகத்தை ஸ்பரிசித்ததை உணர்ந் தான். கண்கள் இருட்டிக்கொண்டு வந்தன, உறங்க வேண்டும்போல இருந்தது, இதயத் துடிப்பும் குறைந்திருந்தது, சுவாசம் தடைபட்டுப் போனது.

மீண்டும் வெட்டுக்கிளியின் சப்தம், பதுங்கி விளையாட்டுக் காட்டியது போதுமென்று நினைத்து புதரிலிருந்து வெளிவந்திருப்பதுபோல, இந்தமுறை கூடுதலாகவே கேட்டது. அவ்வொலியை சிறிது நேரம் நின்றுகேட்டவன் முன்வாசலை நோக்கி நடந்தான். நாய் ஏதேனுமிருந்து எதிர்ப்படுமானால் சமாளித்துச் சிட்டாய்ப் பறப்பதற்கும் தயாராகவிருந்தான். ஆனால் ஒருவருமில்லை. கடுமையான வெப்பம் இலைகளுக்கு அயற்சியைக் கொடுத்திருக்க வேண்டும், சுற்றியிருந்த செடிகொடிகள்கூட அசைவின்றி இருந்தன. புதர்போல மண்டிக்கிடந்த தாவரங்களுக்கிடையில் இறங்கி னான், கொப்புகளை விலக்கிக்கொண்டு நடந்தான். வளர்ந்திருந்த முட் செடிகளை ஒதுக்கினான். செடி கொடிகளால் மூடப்பட்ட மறைவிட மொன்று அங்குண்டு. தங்கம்போல மஞ்சள் நிறத்தில் ஜொலிக்கிற வீட்டை அங்கிருந்துதான் அவன் மெய்மறந்து ரசிப்பது வழக்கம். வீட்டின் முகப்பி லிருந்த வெளிச்சம் மெல்ல குறைந்துகொண்டு வந்தது. வெட்டுக்கிளியின் குரலையும் மோந்தோவின் தலையைச் சுற்றி வந்து கொசுக்களிடும் ரீங்

காரமுமின்றி வேறு சப்தங்களில்லை, எங்கும் நிசப்தம். புன்னைமரத்தின் அடர்ந்திருந்த இலைகளுக்குக் கீழே தரையில் அமர்ந்து வீட்டின் கதவை வெறித்துப் பார்த்தான். பிறகு முன்வாசலில் இருந்த பிறைநிலாபோலக் கட்டப்பட்டிருந்த படிகளைப் பார்த்தான். படிகளுக்கிடையில் புற்கள் முளைத்திருந்தன. கைமீது தலைவைத்து ஒருக்களித்து சிறிதுநேரம் படுத்திருந்தான்.

வாசமுள்ள மரத்தடியில், மனத்திற்குப் பிடித்த பொன்னொளி வீட்டிற்கு அருகாமையில், போவதும் வருவதுமாக இருக்கிற வெட்டுக்கிளியின் ஓயாத ரீங்காரத்தைத் துணைக்கு வைத்துக்கொண்டு அமைதியும் வெப்பமும் சூழ்ந்திருக்க நித்திரை வாய்ப்பது புண்ணியம். மோந்தோ உனக்கொன்று தெரியுமா? கண்மூடி உறங்கும்போதெல்லாம் நீ அங்கிருப்பதில்லை. உனது உடலைவிட்டு எங்கோ வெகுதூரத்திற்குப் பயணப்பட்டுவிடுகிறாய்... கற்கள் பரப்பிய பாதைக்கருகில் உடலை உறங்கப் போட்டுவிட்டு, ஊர்சுற்றப் போய்விடுகிறாய், அச்செயல்தான் எங்களை வியப்பிலாழ்த்துகிறது. மெல்ல சுவாசித்துக்கொண்டு, சரீரம் மாத்திரம் நிலத்தில் கிடக்கிறது, கண்கள் மூடி இருக்கின்றன. வீசும் காற்றால் முகத்தில் அவ்வப்போது படிந்து பின்னர் மறைந்துபோகும் மேகங்களின் நிழல். உன் கன்னங்களை ராட்சதக் கொசுக்கள் சுற்றிவருகின்றன, கட்டெறும்புகள் உனது ஆடைகளையும் கைகளையும் பரிசோதிக்கின்றன. பிற்பகல் காற்றில் உனது தலைமயிர் பறக்கிறது. ஆனால் நீ அங்கிருப்பதில்லை. எங்காவது தேசாந்திரம் போயிருப்பாய். அது அந்த வீட்டின் கதகதப்பான ஒளியாக இருக்கலாம், புன்னை இலைகளின் வாசமாக இருக்கலாம், மண் துகள்களில் ஒட்டிக்கிடக்கும் ஈரமாக இருக்கலாம். சிலந்திக் கூடுகளில் நடுக்கம், கூட்டிலுள்ள சிலந்திகள் தூக்கம் கலைந்து கண்விழிக்கும் நேரம். கறுப்பும் மஞ்சளுமான நிறங்களில், வயதான சலமாந்தர் பல்லிகள் சுவர்களின் ஓட்டைகளிலிருந்து வெளிப்பட்டு, ஓரிடமாய் நின்று, விரல்கள் பரத்திய பாதங்களில் உடலைக் கிடத்தி உன்னைத்தான் அவதானிக்கின்றன. ஆகக் கண்களை மூடிய உனது சரீரம் பலருக்கும் வேடிக்கைப் பொருளாகிறது. பிறகு தோட்டத்தின் மற்றொரு மூலையில் மண்டிக்கிடக்கும் பிளாக்பெரி (*blackberry*), ஹோலி (*holly*) முட்செடிகளுக்கிடையில், புங்கமரமொன்றின் கீழ் வண்டொன்று ஓயாமல் ரம்பம் கொண்டு அறுப்பதுபோல் சத்தமிடுவது காதில் விழுகிறதா? அதுகூட உன்னைத்தான் அழைக்கிறது, அதற்கு உன்னிடம் ஏதோ சொல்ல வேண்டுமாம். ஆனால் அவற்றையெல்லாம் நீ காதில் வாங்குவதில்லை, புறப்பட்டு உன்பாட்டுக்குக் கண்காணாத தேசத்திற்குப் போய்விடுகிறாய்.

“யார் நீ?” உரத்த குரல்.

மோந்தோவுக்கு முன்னால் ஒரு பெண்மணி. அவளை அவனால் நம்ப முடியவில்லை, பார்க்க ஒரு சிறுமிபோல இருந்தாள். முகத்திற்குப் பின்புறம் விழுந்திருந்த தலைமயிர் வட்ட வடிவத்தில் வெட்டப்பட்டிருந்தது. சாம்பலும் நீலமுமாக ஏப்ரனை உடலில் கட்டியிருந்தாள். சிரித்தாள்.

"எங்கிருந்து வர?"

மோந்தோ எழுந்து நின்றான். அவனைக்காட்டிலும் உயரத்தில் மிகச் சிறியவளாக இருந்தாள். இவனுக்குக் கொட்டாவி வந்தது.

"தூங்கினாயா என்ன?"

"மன்னிச்சுக்குங்க, உங்க தோட்டத்துக்குள்ளே வந்தேன், களைப்பாக இருக்கவே அப்படியே கொஞ்சம் தூங்கிட்டேன். தங்கமாட்டேன் உடனே கிளம்பிடுவேன்."

"உடனே போகணுமென்று ஏன் நினைக்கிற, தோட்டங்களென்றால் உனக்குப் பிடிக்காதோ?"

"ஐயய்யோ, எனக்கு ரொம்பப் பிடிக்கும். ரொம்ப பிரம்மிப்பா இருக்கு."

மோந்தோ பெண்மணியின் முகத்தில் கோபத்திற்கான அறிகுறிகள் தெரிகிறதாவென்று கவனித்தான். ஆனால் அவள் முகத்தில் தொடர்ந்து சிரிப்பு, பூனையின் கண்களில் நாம் காண்பதுபோல, ஒருவிதமான தேடலை அவளுடைய பார்வையில் காண முடிந்தது. அவள் கண்கள், வாயைச்சுற்றித் தெரிந்த சுருக்கங்கள், பெண்மணி வயதானவளென்பதைத் தெரிவித்தன.

"அப்போ உள்ளே வந்து வீட்டையும் பாரேன்,"

அவனுக்கு முன்பாக நடந்தவள், பிறைவடிவத்தில் அமைத்திருந்த வாசற்படிகளில் கால்வைத்து ஏறி முன்கதவைத் திறந்தாள்.

"தயங்காதே வா."

மோந்தோ அவளைப் பின்தொடர்ந்து சென்றான். பெரியதொரு வரவேற்பறை, உள்ளே பெரிதாய்ச் சொல்லிக்கொள்ளும்படி தளவாடங் களோ பொருட்களோ இல்லை, காலியாக இருந்ததென்று சொல்லலாம். அறைக்கு நடுவே ஒரு மேசையும் நாற்காலிகளுமிருந்தன. பளபளவென் றிருந்த தட்டொன்றில் தேநீர்க் குடுவையும் கோப்பைகளும் இருந்தன. மோந்தோ வாசற்படியில் நின்றவண்ணம் அறையையும் சன்னல்களையும் கவனித்தான். சன்னல்களில் தடித்த கண்ணாடிக் கதவுகளுடனிருந்தன. உள்ளே வந்திருந்த வெளிச்சத்தில் வெப்பமும் பொன்னிறமும் இன்னமும் தெரிந்தன. வேறெங்கும் இதுபோல் வெளிச்சம் ஒளிர்வதை மோந்தோ கண்டவனில்லை.

குள்ளப்பெண்மணி மேசைக்கு முன்பாக நின்றவள் கோப்பைகளில் தேநீரை நிரப்பினாள்.

"உனக்கு டீ பிடிக்குமா?"

"பிடிக்கும் மேடம்."

“அப்போ வா. உட்கார்.”

மெல்ல நடந்து வந்தவன் நாற்காலியின் விளிம்பில் பட்டும் படாமல் அமர்ந்தபடி தேநீரை அருந்தினான். தேநீர்கூடப் பொன்னிறத்தில் இருந்தது. உதட்டைச் சுட்டுக்கொண்டான், தொண்டையிலும் கொதித்தது.

“ரொம்பச் சுடுது.”

பெண்மணியும் அமைதியாகக் கொஞ்சம் அருந்தினாள்.

“எங்கிருந்து வந்தாயென்று சொல்லவில்லையே.”

அவளுடைய குரல் இசையின் நாதம்.

“எனக்கு மோந்தோண்ணு பேரு.”

பெண்மணியின் முகத்தில் இன்னமும் சிரிப்பு ஒட்டிக்கிடந்தது. நாற்காலியில் அமர்ந்தவுடன் ஆகக் குள்ளமாகத் தெரிந்தாள்.

“எனக்கு தின்–ச்சின் என்று பேரு.”

“உங்க நாடென்ன சீனாவா?”

பெண்மணி மறுப்பதுபோலத் தலையை ஆட்டினாள்.

“இல்லை எனக்கு வியட்நாம், சீனா இல்லை.”

“உங்க நாடு ரொம்ப தூரத்திலிருக்கா?”

“ஆமாம், வெகு தூரத்திலிருக்கு.”

மோந்தோ தேநீரைப் பருகினான். அவனுடைய களைப்பு போன இடம் தெரியவில்லை.

“உனக்கு எந்த ஊரு? உன்னைப் பார்க்க இந்தப் பக்கத்து பையன் மாதிரி தெரியலையே.”

என்ன பதில் சொல்வதென்று தெரியாமல், மோந்தோ விழித்தான்.

“நீங்க நினைப்பது சரி, நான் வெளியூர்.”

முன் தலையில் விழுந்திருந்த முடியை ஒதுக்கியவன், சட்டென்று தலையைக் குனிந்துகொண்டான். பெண்மணிக்கு எப்போதும்போல் சிரிப்பு. மாறாக அவளுடைய சிறிய கண்களில் சட்டென்று கவலை குடிகொண்டது.

“கொஞ்சநேரம் இருந்துட்டுப் போ. உடனே போயாகணுமென்று நிர்ப்பந்தங்களில்லையே?”

“உங்க தோட்டத்துக்குள் நுழைந்திருக்கக் கூடாது. கதவு திறந்திருந்தது. நானும் களைத்திருந்தேன்.”

"நீ செய்ததில் எந்த தப்புமில்லை. நீயும் பார்த்தியே. உன்ன குற்றம் சொல்லலியே? கதவைத் திறந்து வீட்டிற்குள் அழைத்தேனா இல்லையா?"

"அப்போ உங்க வீட்டுக்கு நான் வருவேனென்று முன் கூட்டியே தெரியுமா?"

பெண்மணியின் நடவடிக்கை அவனது அச்சத்தைக் குறைத்திருந்தது. அதை உறுதிப்படுத்திக்கொள்ள விரும்பினான்.

பெண்மணி ஆமாம் என்பதுபோலத் தலையாட்டினாள். ஒரு கிண்ணம் நிறைய மக்கரோன் கேக்குகள் கொடுத்தாள்.

"பசிக்கிறதா?"

ஆம், என்ற மோந்தோ, வெளிச்சம் உள்ளேவர காரணமான பெரிய சாளரங்களைப் பார்த்தபடி கேக்கிலொன்றை எடுத்துத் தின்றான்.

"ரொம்ப அழகா இருக்கு. எதனால இப்படி தங்கம்போல ஜொலிக்குது?"

"சூரியனின் கதிரொளிதான் காரணம்."

"அப்போ நீங்க பணக்காரிண்ணு சொல்லுங்க."

தி–ச்சின் சிரித்தாள்.

"எவருக்கும் உடைமையாக முடியாத தங்கம் இது."

இருவருமாக வெளிச்சமிடும் அழகை ரசித்தபடி கனவுலகில் மிதந்தார்கள்.

"எங்க நாட்டிலகூட இப்படித்தான் இருக்கும். அந்தி நேரத்தில் வானம் முழுக்க மஞ்சள் பூசிக்கொண்டதைப்போல மாறிடும், திட்டுத் திட்டாக இலேசாக மிதக்கும் கரும் மேகங்களைப் பார்க்கலாம். அம் மேகங்கள் பறவைகளின் இறகுபோல இருக்கும்."

அறைமுழுக்க பொன்னொளியால் நிரம்பியிருந்தது. தேநீர் குடித்து முடித்ததும் கிடைத்த தெம்பும் அமைதியும் மீண்டும் அவனுக்குள் குடிகொண்டது.

"என்னுடைய வீடு உனக்குப் பிடிச்சிருக்கா?"

"ரொம்பப் பிடிச்சிருக்கு,"

அவனுடைய கண்களில் சூரியனின் அத்தனை வண்ணங்களும் ஜொலித்தன.

தி–ச்சின் பெண்மணியும் பொன்னொளி வீடும் அவனுக்கு அறிமுகமாக நேர்ந்த கதை இதுதான். வெகுநேரமாய் வரவேற்பறையிலிருந்தபடி அன்றைக்கு சன்னல்களைப் பார்த்துக்கொண்டிருந்தான். மலைகளின் பின்புறத்தில் சூரியன் முற்றாக மறையும்வரை, அறை பொன்னொளியில்

மூழ்கிக் கிடந்தது. சொல்லப் போனால் அந்த நேரத்தில்தான் சுவர்களில் ஒட்டிக்கிடந்த ஒளிமாத்திரம், மங்காமல் அப்படியே வெகுநேரம் இருந்தது. பிறகு இலேசாக இருட்டு உள்ளே வந்திருந்தது: சுவர்கள், சன்னல்கள், மோந்தோவின் தலைமயிர் அனைத்தும் சாம்பல் நிறத்துக்கு வந்துவிட்டன. குளிரும் சேர்ந்து கொண்டது. விளக்கேற்ற வேண்டுமென்று பெண்மணி எழுந்துகொண்டாள். அதன் பிறகு மோந்தோவை அழைத்துக்கொண்டு இரவைப் பார்க்கலாமென்று தோட்டத்திற்கு வந்தாள். மரங்களுக்குமேலே நட்சத்திரங்கள் மின்னின, மெல்லிய பிறை நிலாவையும்கூடப் பார்க்க முடிந்தது.

அன்றிரவு, வரவேற்பறையிலேயே ஒரு பக்கமாக சிறு தலையணைகளைத் தலைக்கு வைத்துக்கொண்டு மோந்தோ உறங்கினான். அன்றிலிருந்து அந்த வீடு அவனுக்கு மிகவும் பிடித்துப்போயிற்று. அநேக இரவுகள் அங்கே உறங்கி இருக்கிறான். ஒருசில சமயங்களில், இரவு நேரங்களில், வெக்கையாக இருக்கின்ற நாட்களில் தோட்டத்தில் புன்னை மர இலைகளின் கீழோ முன்வாசல் கதவருகே படிகளிலோ உறங்குவதுமுண்டு. தி–ச்சின் அதிகம் பேசுவதில்லை. அதனாலேயே மோந்தோவுக்கு அவளைப் பிடித்திருந்தது. முதன்முதலாக அவன் பேரையும் ஊரையும் கேட்டதோடு சரி, அதற்குப்பிறகு அவளிடமிருந்து வேறு கேள்விகள் இல்லை. அவள் செய்வதெல்லாம் ஒன்றே ஒன்றுதான். அவ்வப்போது அவனுடைய கைகளைப் பிடித்தபடி தோட்டத்திலும் வீட்டிலும் இருக்கிற ஆச்சரியமான சங்கதிகளை அறிமுகம் செய்வாள். அவற்றுள் விதவிதமான தோற்றமும் விநோதமான சித்திரங்களும் கொண்ட கற்கள், மெல்லிய நரம்புகள் கொண்ட மரத்தின் இலைகள், பனையின் சிவந்த கொட்டைகள், கற்களுக்கிடையில் பூக்கும் மஞ்சள் வெள்ளை நிற மலர்களென எல்லாமுண்டு. அவள் அவனுக்கென்று வண்டுகள், மரவட்டைகளெனச் சேகரித்ததைத் தர, மோந்தோ பதிலுக்குக் கடலோரங்களில் சேகரித்த பறவைகளின் இறகுகள், கிளிஞ்சல்களெனக் கொண்டுவருவான்.

தி–ச்சின் அவன் சாப்பிடுவதற்கெனச் சோறும், சிவப்பும் பச்சையுமாக அரைவேக்காட்டில் காய்கறிகளும் சமைத்துத் தருவாள். பிறகு சீனக் களிமண்ணாலான வெண்மை நிறக் கோப்பையில் தேநீரும் கொடுப்பதுண்டு. கும்மிருட்டாக இருக்கும் இரவுவேளைகளில், படக் கதைகளுள்ள புத்தகத்தைக் கையிலெடுத்துக்கொண்டு ராஜா – ராணி கதைகளைச் சொல்வாள். அக்கதை மிகவும் பழமையானது, ஊர் பேர் தெரியாத தேசத்தில் நடக்கும் கதை. அக்கதையில் வருகிற கட்டடங்களில் கூரைகள் கூர்மையாக இருக்கும், தீகக்கும் டிராகன்கள் வரும், வேறு மிருகங்களும் உண்டு. அம்மிருகங்கள்கூட மனிதர்களைப் போல் பேசும் என்பதுதான் விந்தை. கதை மிகவும் சுவாரஸ்யமாக இருந்தாலும் மோந்தோ முழுக்கதையையும் கேட்டவனில்லை. கதையைக் கேட்டபடியே உறங்கிப் போவான். குள்ளப் பெண்மணியும் விளக்கை அணைத்துவிட்டு மெள்ள எழுந்து போய்விடுவாள். அவள் முதல் மாடியில் ஒரு சிறிய அறையில் உறங்குவாள். காலையில் அவள் எழுந்திருக்கிறபோது, மோந்தோ புறப்பட்டுப் போயிருப்பான்.

## 5

கோடை நெருங்கிக்கொண்டிருந்ததால் மலைகளில் தீ விபத்தென்பது அன்றாட நிகழ்வாகியிருந்தது. பகல்வேளைகளில் வானத்தைக் கறை படுத்துவதற்கென்றே தூண்கள்போல வெண்ணிறத்தில் புகைமண்டலம் எழும். இரவுவேளைகளில் சிகரெட் கங்குவைப்போல எங்களை அச்சுறுத் தும்வகையில் கனிந்தபடியிருக்கும் கனலைப் பார்க்கலாம். கடற்கரைப் பகுதிகளில் இருக்கும்போதும் சரி, தி–ச்சின் வீட்டிற்குப் போகவேண்டி படிகளில் மலைகளூடே ஏறிப்போகும்போதும் சரி, மோந்தோவின் கவனம் முழுக்க மலைகளில் தீ விபத்து திசையில்தானிருக்கும். ஒரு நாள் அப்படித்தான் பிற்பகல் நேரம். வழக்கத்திற்கு மாறாக வேளையாய் தி–ச்சின் வீட்டிற்கு வந்திருக்கிறான். அவளுடைய வீட்டைச் சுற்றி மண்டிக் கிடக்கிற புற்களை அகற்றிக்கொண்டிருந்திருக்கிறான்.

தி–ச்சின் அவனிடம், என்ன செய்துகொண்டிருக்கிறாய் என்று வினவி யிருக்கிறாள், ‘தீயை இங்கு வரவிடாமற் தடுக்க வேண்டுமில்லையா? அதற்காகப் புற்களை எடுக்கிறேன்’ என்றானாம்.

பொன்னொளி வீட்டின் அறிமுகத்திற்குப் பிறகு இரவு நேரங்களில் மோந்தோ உறங்குவதென்பது அந்த வீட்டிலோ அல்லது அந்த வீட்டுத் தோட்டத்திலோ என்றானது. அதற்குக் காரணமிருந்தது. தி–ச்சினுக்குச் சொந்தமான வீட்டில் பிள்ளைகளைப் பிடித்துச் செல்வதாகச் சொல்லப் படும் சாம்பல் நிற சியாப்பாகன் வாகனம் பற்றிய கவலையில்லை. கடற்கரைப் பகுதிகளில் அணைப்பக்கமிருந்த நகராட்சி மன்றங்களுக்குச் சொந்தமான மறைவிடங்களில் தேடிச்சென்று இரவைக் கழிப்பதும் அதன்பிறகு இல்லை. பொழுது புலர்ந்ததோ இல்லையோ பொன்னொளி வீட்டிலிருந்து புறப்பட்டு நேராகக் கடற்கரைக்கு வந்துவிடுவான். அவனுக் குக் காலையில் கடலில் இறங்கி நீந்த வேண்டும். தவிர காலை நேரத்துக் கடல் நீர் தெளிவும் நீரில் மூழ்குகிறபோதெல்லாம் கேட்கிற அலைகள் எழுப்பும் விநோதமான ஓசையும் அவனுக்குப் பிடித்திருந்தது. அங்கிருந்து சுமை தூக்கவும் கடைக்காரர்கள் விட்டுப்போகிற பழங்கள், காய்கறிகள் ஆகியவற்றைப் பொறுக்கிவரவுமென்று பின்னர் சந்தைப் பகுதிக்குப் புறப்பட்டுச் செல்வான். கிடைக்கின்ற பழங்களும் காய்கறிகளும் இரவு உணவுக்கென்று தி–ச்சின் வீட்டிற்கு வந்து சேரும்.

பிற்பகலில், ழித்தானிடம் சிறிதுநேரம் உரையாடிவிட்டு வரலாமென்று செல்வான். மோந்தோ தேடிச்செல்கிறபோதெல்லாம் அவன் தனது வாகனத்துப் படிகளில் அமர்ந்து கற்பனையில் மிதப்பான். இருவரும் அதிகம் பேசிக்கொள்ள ஒன்றுமில்லை என்றாலும், ழித்தானுக்கு மோந்தோ வைக் காண்பதில் மகிழ்ச்சி. இவர்கள் இருவரும் பேசிக்கொண்டிருக்கிற போது கொஸாக் மதுபோத்தலுடன் அவ்விடம் வருவான். குடிபோதை யிலிருக்கும் அவன், உரத்த குரலில், ‘ஏய் மோந்தோ, நண்பனே!’ எனச் சத்தமிடுவான். பிறகு அவ்விடம் உருண்டை முகமும் நிர்மலமான கண்களுமாக குண்டுப் பெண்ணொருத்தி எப்போதாவது வருவாள். வழியில் போகிறவர்களின் கைப்பிடித்து ஆருடம் சொல்கிறவள்.

மோந்தோவுக்கு அவளைக் கண்டால் ஆகாதென்பதால் அவள் வந்தவுடன் அங்கிருப்பதில்லை. புறப்பட்டுவிடுவான்.

பிறகு கிழவர் ததியைத் தேடிக்கொண்டு போவான். அம் மனிதரைக் கண்டுபிடிப்பது அத்தனைச் சுலபமல்ல. ஏனெனில் கிழவர் அடிக்கடி ஜாகையை மாற்றிக்கொள்கிறவர். மோந்தோ அவரைத் தேடிச் சென்ற போது, தினசரியொன்றை விரித்து அதன்மீது அமர்ந்திருந்தார், அவருடைய ஓட்டை மஞ்சள் பெட்டி அருகிலிருந்தது. அவ்வழியாகப் போனவர்கள், அவரைப் பிச்சை எடுத்துப் பிழைப்பவர் என நினைக்கக்கூடும். பொதுவாக மோந்தோ அவரைத் தேவாலயத்தின் எதிரிலே பார்ப்பது வழக்கம். மோந்தோ அவரருகில் அமர்ந்துகொள்வான். அவர் பேச்சு மோந்தோவுக்கு விருப்பமானது. அப்பேச்சில் தவிட்டுப் புறாக்கள், வெண்புறாக்கள் பற்றிய கதைகளிருக்கும். அப்பறவைகளின் நாடுகளைக் குறித்தும் சொல்வார். ஒருமுறை அவ்வாறான நாடொன்றின் மரங்கள், அமைதியான நதிகள், பசுமையான வயல்கள், அழகிய வானம் என்பது பற்றிப் பேசினார். வீடுகளுக்கு அருகாமையிலேயே நெடிய கோபுரங்கள் உண்டென்றும், சிவப்பும் பச்சையுமான ஓடுகளைக்கொண்டு அவற்றுக்குக் கூரை வேய்ந்திருப்பார்களென்றும், எல்லாவிதமான புறாக்களுக்கும் அங்குதான் இருப்பிடமென்றும் சொல்வார். அத்தனை கதையையும் முதியவர் ரொம்ப நிதானமாகத்தான் சொல்வார். அவர் பேச்சு வானத்தில் பறக்கின்ற பறவையானது நேராகப் பறந்து செல்லத் தயங்கி, திரும்பத் திரும்பக் கிராமங்களைச் சுற்றிவருவதுபோல இருக்கும். ஆனால் கிழவர் ததியிட முள்ள குணம், மோந்தோ அன்றி வேறொருவரிடம் அக்கதைகளைச் சொல்வதில்லை.

மோந்தோ தேவாலயத்து வாசலில் முதியவருடன் அமர்ந்திருக்கிற போது, அவ்வழியாக போகிறவர்களுக்கு கொஞ்சம் வியப்பாக இருக்கும். அவர்கள் நின்று கிழவரையும் பக்கத்திலமர்ந்திருக்கும் சிறுவனையும் வெண்புறாக்களையும் சிறிது நேரம் பார்ப்பார்கள். இரக்கப்பட்டு கைவசமிருக்கிற நாணயங்களைச் சிறிது கூடுதலாகவே கொடுப்பதுண்டு. ஆனால் அவரோடு இருந்துகொண்டு பிச்சை எடுப்பதை மோந்தோ விரும்புவதில்லை, உடனே புறப்பட்டுவிடுவான். அதுவும் தவிர, கேள்வி கேட்பதற்கென்று ஒன்றிரண்டு பெண்மணிகள் சிலசமயம் வந்துவிடுவார் கள். அத்தகைய பெண்களைக் கண்டால் மோந்தோவுக்கு ஆகாது. அதற் காகவும் அங்கிருந்து புறப்பட்டு விடுவான். பிறகு சியாப்பாகான் வாகனத் திடமும் எச்சரிக்கையாய் அவன் இருக்க வேண்டும். சாம்பல் வண்ண வாகனம் அவ்வழியாக வருமென்றால், கண்டிப்பாக சீருடையிலிருக்கும் நகரசபை ஊழியர்கள், வாகனத்திலிருந்து இறங்கிவந்து அவனைப் பிடித்துக் கொண்டு போகக்கூடும். அது போதாதென்று முதியவர் ததியையும் அவருடைய இரண்டு புறாக்களையுங்கூட அவனுடன் சேர்த்துக் கொண்டுபோகலாம்.

ஒருநாள் நன்றாகக் காற்று வீசிக்கொண்டிருந்தது. ழித்தான் மோந்தோ விடம், “புறப்படு, காற்றாடிச் சண்டையைப் பார்த்து வரலாம்” என்றான்.

குறிப்பாக, நன்கு காற்று வீசுகிற ஞாயிற்றுக்கிழமைகளுக்கு மட்டுமே காற்றாடிச் சண்டைகளுக்கான பாக்கியம் கிட்டும். இருவரும் கடற்கரைக்கு உரிய நேரத்திற்கு வந்திருந்தார்கள். ஆனால் பையன்கள் இவர்களுக்கு முன்பே அவரவர் காற்றாடிகளுடன் வந்துவிட்டார்கள். விதவிதமான பட்டங்கள் – சதுரம், நீள் சதுரம், கூம்பு ஒற்றை முகம், இரட்டை முகம், விலங்குகளின் தலைகள் வரையப்பட்டு, பல்வேறு வண்ணங்களில் இருந்தன. மிகவும் அழகானதொரு காற்றாடி என்று சொன்னால் ஐம்பத்திரண்டு வயது மதிக்கத்தக்க மனிதனொருவரின் காற்றாடியைச் சொல்ல வேண்டும். அவர் கடற்கரையின் மறுகோடியிலிருந்தார். அவரது காற்றாடி பெரிய இறக்கைகளைக்கொண்ட மஞ்சளும் கறுப்புநிறமுங்கொண்ட பட்டாம்பூச்சி போல இருந்தது. அதன் சொந்தக்காரன் அதைக் காற்றில் விட்டபோது, எல்லோருடைய கண்களும் அதன்மீதுதான் இருந்தன. ஒருவர்கூட அசைய வில்லை, பிரமித்து நின்றார்கள். கடலுக்குமேலே மஞ்சளும் கறுப்புமாக விருந்த அக்காற்றாடி, ஒருசில மீட்டர்கள் உயரத்தில் பறக்க ஆரம்பித்ததும் தாமதமின்றி அந்த மனிதர் பின்புறம் நடந்த வண்ணம் நூலை இழுப்பதும் விடுவதுமாக இருந்தார். பட்டாம்பூச்சி வடிவிலான அக்காற்றாடி தனது இறக்கைகொள்ளக் காற்றை வாங்கி மேலே ஏறத் தொடங்கியது. காற்றாடி இப்போது கடலுக்கு மேலே வானத்தில் மெல்ல மெல்ல உயர்ந்து கொண்டிருக்கிறது. வீசும் காற்றில் இறக்கைகளிரண்டும் படபடவென்று அடித்துக்கொண்டன. காற்றாடியைப் பிடித்திருந்த மனிதர் கரையில் அசைவின்றி இருந்தார். ராட்டையிலிருந்து நூலை சிறிது சிறிதாக விட்டுக் கொண்டிருந்தார், அவரது பார்வை முழுக்கக் கடலுக்கு மேலே ஆட்டம் போட்டுக்கொண்டிருக்கிற மஞ்சளும் கறுப்புமான காற்றாடியின் மீதிருந்தது. அவ்வப்போது நூலை இழுத்து ராட்டையில் சுற்ற பட்டம் இன்னும் உயரத்திற்குப்போனது. அங்கு பறந்த எல்லாக் காற்றாடிகளை யும்விட அம்மனிதரின் காற்றாடி அதிக உயரத்தில், கடலுக்கு மேலே, இறக்கைகள் இரண்டையும் பரத்திக்கொண்டு, அசைவின்றி நின்று, வேகமாக வீசும் காற்றுக்கு ஈடுகொடுத்து, பூமிக்கு வெகுதூரத்தில், நூலைப் பிடித் திருப்பதுகூடத் தெரியாமல் பறந்தது.

மோந்தோவும் ழித்தானும் நெருங்கிய மறுகணமே, பட்டத்தையும் நூல்கண்டையும் மோந்தோவிடம் கொடுத்துவிட்டு அம்மனிதர் ஒதுங்கிக் கொண்டார்.

“நன்றாகப் பிடி, விட்டுடப்போற,” எச்சரித்தார். பிறகு ஒரு ஓரமாக அமர்ந்து சிகரெட் ஒன்றைப் பற்றவைத்தார்.

காற்றுடன் தாக்குப்பிடிப்பது மோந்தோவுக்குச் சிரமமாக இருந்தது.

ரொம்ப இழுக்கிறதென்றால், நூலைக் கொஞ்சம் விட்டுப் பிடிக்கணும், பிறகு வேண்டுமானால் நூலைச் சுற்றிக்கொள்ளலாம்.

மோந்தோ, ழித்தான், காற்றாடிக்குச் சொந்தக்காரனென மூவரும் மாற்றிமாற்றி, காற்றாடியின் நூலை, அங்கிருந்த மற்றவர்கள் களைத்து நீரில் விழும்வரை பிடித்தபடி இருந்தார்கள். எல்லோருடைய கவனமும் மஞ்சளும் கறுப்புமாக இருந்த பட்டாம்பூச்சி வடிவ காற்றாடியின்மீதே

இருந்தது. அன்றைக்குப் பறந்த காற்றாடிகளுள் அதுதான் சிறந்த காற்றாடி என்று சொல்ல வேண்டும். அங்கு வந்திருந்த ஒருவருக்கும், அவ்வளவு உயரத்திற்கு பட்டத்தைக் கொண்டுபோகவும் தெரியவில்லை. அதிக அளவு நேரம் வானில் பறக்கவைக்கவும் முடியவில்லை.

கடைசியில் மனிதர் மெதுமெதுவாக, மிகப்பெரிய, அப் பட்டாம் பூச்சியைக் கீழே இறக்கினார். பட்டம் காற்றில் மேலே ஏறுவதும் கீழே இறங்குவதுமாக இருந்தது. பட்டத்தின் மீது காற்று மோதுகிறபோதெல்லாம் படபடவென்று சப்தம், நூலிலிருந்து சீழ்க்கையொலி. மிகவும் ஆபத்தான கட்டம். இழுவிசையால் நூல் அறுபடவும்கூடும். எனவே மனிதர், நூலைச் சுற்றியபடி முன்நோக்கி வருகிறார். கரைக்குமேலே வெகு அருகில் பட்டம் வந்ததும் மனிதர் பக்கவாட்டிற் சென்று, விசுக்கென்று இழுத்துப் பிடித் திருந்த நூலைத் தளர்த்தியதும், பரவிக் கடந்த கூழாங் கற்களில் சேதமின்றி ஒரு விமானத்தைப் போல அது மெல்ல தரை இறங்கியது.

மூவருமே களைத்திருந்ததால், கடற்கரை மணலில் உட்கார்ந்தவர்கள் எழ விருப்பமில்லாமல் இருந்தனர். ழித்தான் இறைச்சி வைத்த ரொட்டியை வாங்கிவந்தான். கடலைப்பார்த்தவண்ணம் மூவரும் தின்றனர். காற்றாடி மனிதர் பட்டங்களின் வால்களில் பிளேடுகளை வைத்து துருக்கிக் கடற் கரையில் நடத்தப்படும் சண்டைகள்பற்றிச் சொன்னார்.

“மிக உயரத்தில் பறக்கிறபோது அடுத்தவர் பட்டங்களை அறுக்க வேண்டி, ஒருவர் மற்றவர் பட்டத்தின் மீது விடுவார். வாலிலுள்ள பிளேடுகள் எதிரியின் பட்டத்தைக் கிழித்துவிடும். அப்படித்தான் ஒருமுறை நூலை அறுக்கப்போக பட்டம் சருகைப்போல் காற்றில் பறந்து, போனது போனதுதான். பட்டம்விட ஏதுவாக காற்று வீசும் நாட்களில், சிறுவர்கள் நூற்றுக்கணக்கான பட்டங்கள் விடுவதையும் விதவிதமான நிறத்தாலான பட்டங்களால் வானம் மறைக்கப்பட்டிருப்பதையும் காணலாம்.”

“கண்டிப்பா அந்தக் காட்சி மிகவும் அழகாக இருக்கணும்” மோந்தோ.

“ஆமாம், அது ஒரு காலம். இப்போதெல்லாம் ஒருவருக்கும் அதிலே ஆர்வமில்லை.”

காற்றாடி மனிதர், தனது கறுப்பு மஞ்சளுமான பெரிய பட்டாம் பூச்சியை பிளாஸ்டிக் தாளொன்றில் வைத்துப் பத்திரப்படுத்தினார்.

“அடுத்தமுறை ஒரு நல்ல பட்டம் செய்வதெப்படியென உனக்குச் சொல்லிக் கொடுக்கிறேன்.” செப்டம்பர் மாதம் அதற்கு ஏற்றது, நம்மைச் சிரமப்படுத்தாமல் ஒரு பறவையைப் போலப் பட்டம் காற்றில் மேலெழும் பும் காலம் அது – என்றார்.

“எனது காற்றாடி கடல் நாரைபோல வெள்ளை நிறத்திலிருக்கும்” மோந்தோ தனக்குள் சொல்லிக்கொண்டான்.

அவ்வப்போது மோந்தோ சந்திக்க வேண்டிய வேறு சிலரும் இருக்கத் தான் செய்தனர். அவர்களில் ‘ஒக்ஸித்தோன்’ என்ற படகுமொன்று.

பிற்பகலொன்றில் சுமார் இரண்டுமணி அளவில், சூரியனின் தாக்குதலுக் குத் துறைமுகம் உள்ளாகியிருந்த நேரத்தில் முதன்முறையாக அதைக் காண நேர்ந்தது. துறையையொட்டி நிறுத்தப்பட்டிருந்த அநேக படகுகளில் அதுவுமொன்றாய் நீரால் தாலாட்டப்பட்டுக்கொண்டிருந்தது. பிற படகு களில் உள்ள சுறாமீன் தலை அலங்காரம் அதற்கில்லை. வெள்ளைப் படுதாவைப் பாய்மரத்திற்குக் கொண்டிருக்கும் படகுகளைப்போல அது பெரியதுமல்ல. சிறிய பாய்மரங்கொண்ட வயிறுபெருத்த ஒரு குட்டிப் படகு அவ்வளவுதான், அதற்குமேல் பெரிதாகச் சொல்ல ஒன்றுமில்லை. ஆனால் அதைக் கண்டதும் அவனுக்குப் பிடித்துப் போயிற்று. துறைமுகப் பகுதியில் வேலைசெய்துகொண்டிருந்த ஒருவனிடம் படகின் பெயரைக் கேட்டான். படகின் பெயரும் அவனுக்கு மகிழ்ச்சியைத் தந்தது.

அதன் பிறகு, அது நிறுத்தப்பட்டிருந்த துறைகளிலெல்லாம் சென்று பார்த்து வருகிறான். துறையை ஒட்டி சிறிது நேரம் நின்றான், அதன் பெயரை மெல்ல சொல்லிப்பார்த்துக்கொண்டான். திடீரென்று உரத்த குரலில் பாடுவதுபோல் திரும்பத் திரும்ப அப்பெயர் சொல்லி அழைத்தான்.

“ஒக்ஸித்தோன் . . . ஒக்ஸித்தோன் !”

ஒக்ஸித்தோன் இழுபட்டது, துறையில் முட்டிப் பின்னர் விலகிச் சென்றது. படகின் மிதவை நீலம், சிவப்பென்று வண்ணம் பூசப்பட்டிருக்க, அதன் விளிம்பு வெள்ளை நிறத்திலிருந்தது. துறையில் படகு கட்ட உதவும் வளையத்தின் அருகே மோந்தோ அமர்ந்தான். ஆரஞ்சுப் பழமொன்றைத் தின்றபடி ஒக்ஸித்தோன் என்ற பெயர்கொண்ட படகை அவதானித்தான். நீரில் தெரியும் சூரியனும் படகுகளைத் தாலாட்டும் சிறு அலைகளுங்கூட மோந்தோவின் கவனத்தைப் பெற்றன. அதைப் பயன்படுத்திக்கொள்ள ஒருவரும் முன்வரவில்லை என்ற வருத்தத்தில் ஒக்ஸித்தோன் இருப்ப தாகப்பட்டது. புரிந்துகொண்டவன்போல மோந்தோ படகுக்குள் குதித்தான். படகிலிருந்த பலகையில் அமர்ந்தான். அலைகளின் அசைவை அனுபவிப்ப தற்காகக் காத்திருந்தான். படகு மெல்ல அசைந்து கொடுத்தது. அதன் பிணையிலிருந்து கரக்முரக்கென்று சத்தம், இலேசாகத் திரும்பியது. ஒக்ஸித்தோன் படகில் இன்னதிசை என்றில்லாமல் புறப்பட்டுப் போக அவனுக்கு விருப்பமுண்டு, அப்படிப் போகிறபோது மீனவன் ழிரோதானை உடன் அழைத்துக்கொள்ளலாம். அம்மீனவனுக்கு விருப்பமான செங்கடல் பக்கங்கூடப் போய்வரலாம்.

நீரில் தெரியும் சூரியனின் பிரதியையும் சிறியதொரு மீன் கூட்ட மொன்று அசைந்தசைந்து நீரில் முன்னேறிச் செல்வதையும் வெகுநேரம் வேடிக்கை பார்த்தபடி படகில் அமர்ந்திருந்தான். சிலவேளைகளில் படகுக்கென்று அவனால் கட்டப்பட்ட பாடலைப் பாடுவான்.

ஒக்ஸித்தோன் . . .
ஒக்ஸித்தோன் . . .
ஒக்ஸித்தோன்
வலையெடுத்துப் போவோமா

மீன் பிடித்து வருவோமா
அயளை, இறால், சூரை
மீன் பிடித்து வருவோமா . . .
வலையெடுத்துப் போவோமா . . .

அதன் பிறகு சரக்கேற்றும் கப்பல்கள் துறைபிடித்துள்ள பகுதிகளில் சிறிது நடந்தான். அங்கே சரக்கேற்றி இறக்கும் எந்திரத்தை இயக்கும் பெண் அவனுக்கு சிநேகிதம். ஆட்கள் அதிகம் நடமாட்டமுள்ள இடங்களைப் பொதுவாக மோந்தோ விரும்புவதில்லை. நின்று வெகுதொலைவில் பார்வையைச் செலுத்த உதவக்கூடிய திறந்தவெளிகள் அவனுக்குப் பிடித்தமானவை. திடல்கள், மைதானம், கடலுக்குள் நீண்டிருக்கும் துறைகள், நகரத்தின் சரக்கு வாகனங்களின் உபயோகத்திலிருக்கிற நீண்ட பெரிய சாலைகள் இவையெல்லாங்கூட அவனுக்கு மகிழ்ச்சியைத் தருபவை. அவனுக்கு விருப்பமான இதுபோன்ற இடங்களிற்றான், '–என்னைத் தத்து எடுத்தீப்பீங்களா?' –என்று வினவுவதற்கான மனிதர்களையும் அவன் சந்திக்க முடியும். அவர்கள் கனவுலகில் மிதக்கிற மனிதர்கள். கைகளைப் பின்புறம் கட்டிக்கொண்டு, சிந்தனையை எங்கோ வைத்து நடப்பவர்கள். அவர்களில் வானியலறிஞர்கள், வரலாற்றாசிரியர்கள், இசைக்கலைஞர்கள், சுங்க அலுவலர்கள் என்று எல்லோருமுண்டு. சிறியதொரு இருக்கையிலமர்ந்து படகுகள், மரங்கள், கதிரவன் மறைவு என்று சித்திரம் தீட்டுகிற ஞாயிற்றுக்கிழமை ஓவியர் ஒருவர்கூட மேற்கண்ட அவனது சந்திப்பு நண்பர்கள் பட்டியலில் இருந்தார். ஒருமுறை, அவர் தீட்டிய ஓவியத்தைப் பார்ப்பதற்கென்று அவரருகில் சிறிதுநேரம் அமர்ந்தான். அவனது திசைக்காய் திரும்பிய ஓவியர், 'படம் உனக்குப் பிடிச்சிருக்கா?' என்று கேட்டார்.

மோந்தோ, ஆமாம் என்ற பொருளில் தலையை ஆட்டினான். ஓவியரிடம், சற்று தூரத்தில் நாயை அழைத்துக்கொண்டு நடந்து சென்ற மனிதரைச் சுட்டிக்காட்டி, 'அவர்களையும் வரைவீர்களா?' என்றான்.

"உனக்கு விருப்பமென்றால் வரைவேன்."

தம்மிடம் இருந்த மிக மெல்லிய தூரிகை ஒன்றால், கறுப்பு வண்ணத்தில் மிகச் சிறிய உருவமொன்றைத் தீட்டினார். தோற்றத்தில் அதுவொரு பூச்சிபோல இருந்தது. மோந்தோ சிறிது நேரம் யோசித்தவன் : 'வானத்தைச் சித்திரமாக எழுத உங்களுக்கு வருமா?'" என்று கேட்டான்.

ஓவியர் தாம் வரைந்துகொண்டிருந்ததை அப்படியே நிறுத்திவிட்டு, இவன் பக்கம் திரும்பினார். அவர் முகத்தில் வியப்பு.

"வானமா?"

"ஆமாம் வானம். மேகங்கள், சூரியன் எல்லாம் அதிலிருக்கணும். ரொம்ப அழகாக இருக்கும் இல்லைங்களா?"

ஓவியருக்கு அப்படியொரு யோசனை எப்போதும் வந்ததில்லை. தலையை உயர்த்தி மேலே பார்த்தார். புன்னகைத்தார்.

“அதற்கென்ன என்னுடைய அடுத்த ஓவியம் வானமாக இருக்கும்.”

“அதிலே மேகங்கள், சூரியன் எல்லாம் இருக்குமில்லையா?”

“ம். நிறைய மேகங்கள், பிரகாசிக்கிற சூரியனென்று எல்லாவற்றையும் தீட்டுவேன்.”

“ஆமாம், அது எவ்வளவு நன்றாக இருக்கும்.”

ஆமோதித்த மோந்தோ, “எனக்கு அந்த ஓவியத்தை உடனே பார்த்தாகணும்போல இருக்கிறது” என்றான்.

ஓவியரின் பார்வை வானத்தைப் பார்த்தது.

“வானம் நாளைக்குத் தெளிவாக இருக்குமென்று நினைக்கிறேன். நீ விரும்பியதுபோல நாளைக்குப் படம் வரைந்து தருகிறேன்.”

“ஆமாம் நாளைக்குப் பொழுது நன்றாகத்தானிருக்கும்.”

இன்றைக்கு இருப்பதைக்காட்டிலும், வானம் நாளைக்கு அழகாகவே இருக்கணும் என்பது மோந்தோவினுடைய பதில். காலநிலையைக்கூடக் கணிப்பதற்கு மோந்தோ அறிந்திருந்தான்.

பிறகு நாற்காலிகளில் ஒயர் பின்னும் நபர் ஒருவரையும் அவன் தெரிந்துவைத்திருந்தான். அவரைப் பொதுவாகப் பிற்பகல் நேரங்களில் பார்ப்பது வழக்கம். அவர் பழைய கட்டடமொன்றின் கூடத்தில் முடைந்து கொண்டிருப்பார். அருகிலேயே பிப்போ, அவருடைய பேரன், தொம்பை போன்றதொரு ஜாக்கெட்டுடன் இருப்பான். நாற்காலிகளைப் பின்னுகிற போது, குறுக்கும் நெடுக்குமாகக் கோரைகளைக் கொண்டுசெல்வதும் முடிச்சிடுவதுமாக மனிதரின் விரல்கள் செய்யும் ஜாலங்களை வெகுவாக ரசித்துப் பார்ப்பான். ஜாக்கெட்டை ஓவர்கோட்போல அணிந்து அமைதியாக உட்கார்ந்திருக்கிற அவருடைய பேரனிடம் மோந்தோ சீண்டி விளையாடுவான். பையனுக்கென்று கடற்கரையோரம் கிடக்கிற விநோதமான கூழாங்கற்கள், கடற்பாசிகள், சிப்பிகள், உடைந்து கடல் நீரால் பளபளவென்றிருக்கிற பச்சைநிற, நீல நிற ஓடுகள் ஆகியவற்றை மோந்தோ கொண்டுவருவான். பிப்போ, மோந்தோ தரும் கற்களை சிறிதுநேரம் அவதானித்துவிட்டுத் தனது ஜாக்கெட் பைக்குள் பத்திரப்படுத்திக் கொள்வான். அவனுக்குப் பேசவராது. இருந்தபோதிலும் பெரியவர் அருகே அமைதியாக, சீனர் அங்கியைப் போன்றதொரு அளவிற்பெரிய சாம்பல் நிற ஜாக்கெட்டில் அவன் அமர்ந்திருக்கும் அழகை மோந்தோ ரசித்திருக்கிறான். அதனால் அவனை விரும்பவும் செய்தான். பேச்சேதுவுமின்றி, ஓரிடமாக அமர்ந்து, கொஞ்சம் கனவுகளுடனான கண்களுடன் வெயில்காய விரும்பும் மனிதர்களையும் மோந்தோவுக்குப் பிடித்திருந்தது.

எங்கள் நகரத்தில் மோந்தோ பலரையும் தெரிந்து வைத்திருந்தான். ஆனால் அவர்களெல்லாம் அவனுக்கு நண்பர்களா என்றால் இல்லை. அவன் சந்திக்க விரும்பும் மனிதர்களுக்கென குறைந்தபட்ச விதியொன்

றுண்டு. அவர்கள் பார்வையில் ஒளி இருக்க வேண்டும், அடுத்தவரை பார்க்கிறபோது, தங்கள் மனம் மகிழ்ச்சிகொள்கிறது என்பதைப் புன்னகைத்துத் தெரிவிக்கிற முகமும் அவர்களுக்கு வேண்டும். அப்படி யானவர் எதிர்ப்படுகிறார் என்று வைத்துக்கொள்ளுங்கள், மோந்தோ மேற்கொண்டு நடப்பதில்லை. அவர்களிடம் சிறிது நேரம் உரையாடுவான். ஒருசில கேள்விகளும் அவனிடம் வரும். அக்கேள்விகள் கடல், வானம், பறவைகள் பற்றியதாக இருக்கும். அம்மனிதர்கள் அவனைவிட்டு நீங்குகிறபோது அக்கேள்விகளின் தாக்கத்திற்கு உள்ளாகியிருப்பார்கள். கடினமான எதையும் அவன் கேட்பதுண்டா என்றால் இல்லையென்று தான் சொல்ல வேண்டும். வெகுகாலத்திற்கு முன்னரே மனிதர்களால் கைவிடப்பட்டவை அவை. மனித இனம் மறந்துபோனதைத்தான் அவன் நினைவுபடுத்துகிறான். எதனால் போத்தல்கள் பச்சையாக இருக்கின்றன, நட்சத்திரங்களில் எரிநட்சத்திரங்கள் இருப்பது எதனால், போன்ற கேள்வி களை அதற்கு உதாரணப்படுத்த முடியும். ஏதோ வெகுகாலமாக மனிதர் கள் சுருக்கமான சொற்களைக் கொண்ட இதுபோன்ற உரையாடலுக்குக் காத்திருப்பதுபோலவும் அவற்றைத் தெருக்களின் சந்திப்பில் தடுத்து நிறுத்தி சொல்கிறபோது அவர்கள் கேட்பதற்குத் தயாராக இருப்பது போலவும் அவ்வாறான சொற்களைக் கையாளும் ஞானம் இவனுக்கு உண்டென்பது போலவும் மோந்தோ நினைத்துக்கொண்டிருந்தான்.

அடுத்து கேள்விகேட்பதும் முக்கியம். அநேக மனிதர்களுக்கு நல்ல கேள்விகள் எதுவென்று தெரியாது. மோந்தோ அறிவான். ஊகித்தறிய முடியாத தருணங்களில், பொருத்தமான கேள்விகளைக் கேட்பதில் அவன் திறமைசாலி. இவன் வினாவைத் தொடுத்ததும் ஒருசில விநாடிகள் வினாவுக்கு உரியவர்கள் திகைத்து நிற்பார்கள்; கணத்தில் தங்களையும் தங்களுடைய பிரச்சினைகளையும் மறந்துபோவார்கள்; யோசிப்பார்கள். அவர்கள் கண்களில் இலேசாக மிரட்சி தெரியும். காரணம் இதற்குமுன்பும் அக்கேள்வி அவர்களிடம் பலமுறை கேட்கப்பட்டிருக்கும்.

வேறொரு நபரையும் மோந்தோ சந்திப்பதற்கு மிகவும் விரும்புவான். அவனொரு இளைஞன்; போதுமான உயரமும் திடகாத்திரமான உடம்பும் கொண்டவன். முகம் சிவப்பாகவும் கண்கள் நீல நிறத்திலுமிருக்கும். நீல நிறச் சீருடையில் இருக்கும் அவ்விளைஞன், கடிதங்கள் துருத்திக்கொண் டிருக்கும் ஒரு பெரிய கித்தான் பையைச் சுமந்தபடி வருவான். காலை வேளைகளில் மலைத்தொடர்களூடாகப் போகும் பாதையில் ஏறிக் கொண்டிருக்கிறபோது அவனை மோந்தோ சந்தித்திருந்தான். முதன்முத லாக அவனிடம் மோந்தோ கேட்டது : எனக்கேதேனும் கடிதம் இருக்கிறதா?

இளைஞன் மோந்தோவின் கேள்வியை வாங்கிக்கொண்டு சிரித்தான். மோந்தோ ஒவ்வொரு நாளும் வழியில் சந்திக்கிற போதெல்லாம், அவன் அருகில் சென்று அலுப்பில்லாமல் கேட்கிற ஒரே கேள்வி :

"இன்றைக்காவது எனக்குக் கடிதம் வந்திருக்குமா?"

இளைஞனும் உடனே தனது கித்தான் பையைத் திறந்து தேடுவான்.

“என்ன பேரு சொன்ன?”

“மோந்தோ.”

“மோந்தோ ... மோந்தோ ...ம் இல்லை. இன்றைக்கும் உனக்குக் கடிதமெதுவும் இல்லை.”

சில சமயங்களில் பையைத் திறந்து ஏதேனும் விளம்பரத் தாள்கள் கிடக்கும். அதிலொன்றை எடுத்து மோந்தோவிடம் தந்து, இன்றைக்கு உன்னுடைய பெயருக்கு வந்தது இதுவொன்றுதான் என நீட்டுவான். மோந்தோ கையில் வாங்கியதும் கண்ணைச் சிமிட்டிவிட்டு நடையைக் கட்டுவான்.

கடிதங்கள் எழுதி தபாலில் அனுப்ப வேண்டுமென்கிற ஆசையில் ஒருநாள், வாசிக்கவும் எழுதவும் கற்றுக்கொள்வதென்று நகரத்தின் வீதிகள், பொதுப்பூங்காவிருக்கும் இடங்களென்று ஆட்களைத் தேடினான். கடுமை யான வெப்பகாலமானதால், அஞ்சல் அலுவலகத்தைச் சேர்ந்த பணி ஓய்வுபெற்ற மனிதர்களென்று எவரையும் சந்திக்க முடியவில்லை. வேறு இடங்களைத் தேடிச் சென்றான். கடற்கரைக்கு வந்து சேர்ந்தான். சூரியன் கடுமையாகக் காய்ந்துகொண்டிருந்தது. கடலோர கற்களெங்கும் உப்பு பூத்திருந்தன. அவை வெயிலில் கண்ணாடிபோல ஒளிர்ந்தன. கரையோர நீரில் பிள்ளைகள் விளையாடிக் கொண்டிருந்தார்கள். அப்பிள்ளைகளின் உள்ளாடைகள் தக்காளிச் சிவப்பிலும் பச்சை ஆப்பிள் நிறத்திலும் விநோத மாக இருந்தன. பிள்ளைகள் விளையாட்டின்போது கூச்சலிடுவதற்கு அழுத்தமான நிறத்தில் அவர்கள் அணிந்திருக்கிற ஆடைதான் காரண மென்று நினைத்தான். ஆனால் அவர்களை நெருங்கும் எண்ணமெதுவும் அவனுக்கில்லை.

தனியாருக்குச் சொந்தமான கடற்கரைப் பகுதி, அங்கிருந்த மரத்தா லான குடிலையொட்டி முதியவரொருவர் பரம்புப் பலகையின் உதவி யுடன் கடற்கரை மணலை நிரவிக்கொண்டிருந்தார். அவர் உண்மையில் வயதானவராகத்தான் இருக்க வேண்டும். நிறைய கறைகளைக்கொண்ட வெளுத்துப்போன நீலச்சீருடையில் இருந்தார். தீய்ந்த ரொட்டியின் நிறத்துடனிருந்த தேகம், உழைத்துழைத்து உருமாறி சுருக்கம் கண்டிருந்தது. மூப்படைந்த யானைபோல இருந்தார். அங்கிருந்த சிறுவர்களைப் பற்றியோ, கடலில் குளிப்பவர்களைப்பற்றியோ கவலையின்றி, கீழிருந்து மேலாகக் கடற்கரையை நிரவிக்கொண்டிருந்தார். ஒளிரும் சூரியனை அவரது கால்களிலும் முதுகிலும் பார்க்க முடிந்தது. வியர்வை முகத்தில் வழிந்தபடியிருந்தது. அவ்வப்போது தனது காற்சட்டை பையிலிருந்து எடுத்த கைக்குட்டையால் முகத்தையும் கைகளையும் அழுந்தத் துடைத்துக் கொண்டிருந்தார்.

மோந்தோ, முதியவருக்கு முன்பாக சுவரில் சாய்ந்தவண்ணம் உட்கார்ந் திருந்தான். முதியவர் தமக்கான கடற்கரைப் பகுதியைச் சமப்படுத்தி முடிக்கும்வரை வெகுநேரம் காத்திருக்க வேண்டியிருந்தது. வேலையை முடித்து, சுவரருகே அமர்வதற்காக வந்த முதியவர் மோந்தோவைக்

கண்டார். மனிதரின் கண்களிரண்டும் நிர்மலமாக, வெளுத்த சாம்பல் நிறத்தில், அவரது பழுப்பு நிற முகத்தில் குழிகள் போலிருந்தன. தோற்றத்தில் இந்தியர் போலிருந்தார்.

மோந்தோவின் கேள்வியைப் புரிந்துகொண்டவர்போல அவரது பார்வை இருந்தது. ஆனால் வாய் திறந்து சொன்னது ஒரே ஒரு வார்த்தை : ஹாய்!

"எனக்கு எழுதவும் படிக்கவும் கத்துக்கணும், தயவுசெய்து, சொல்லித் தருவீங்களா?"

முதியவர் சிலையாக நின்றார். ஆனால் மோந்தோவின் கேள்வி அவரை வியப்பில் ஆழ்த்தியதாகத் தெரியவில்லை.

"நீ பள்ளிக்கூடம் போவதில்லையா?"

"போனதில்லைங்க"

முதியவரும் சுவரில் முதுகைவைத்துக் கடற்கரைமணலில் அமர்ந்தார். முகம் சூரியன் திசைக்காய் இருந்தது. முன்னால் பார்த்துக்கொண்டிருந்தார், மூக்கில் கோணலும் கன்னங்களில் சுருக்கங்களும் உண்டென்ற போதிலும், அவர் முகத்தில் கனிவும் நிதானமும் குடிகொண்டிருந்தது. அவனை ஊடுருவிச் செல்வதுபோல் பார்வை. கண்களில் தெளிவும் கூர்மையும் உண்டென்றாலும் அதில் ஒருவிதக் குறும்பு தெரிந்தது.

"உனக்கு எழுதவும் படிக்கவும் நான் கற்றுத் தர்ரேன், சந்தோஷமா?"

அவரது கண்களைப்போலவே குரலிலும் அமைதி. உரத்துப் பேசத் தயங்குவதுபோல, குரல் வெகுதூரத்திலிருந்து வருவதுபோல ஒலித்தது.

"ஆக, உனக்கு எழுத்தென்றால் என்னவென்று தெரியாது?"

"உண்மைங்க."

மனிதர் தம் தோளில் மாட்டியிருந்த பணிக்கான பையிலிருந்து சிறியதொரு பேனாக்கத்தியை எடுத்து, தட்டையாக இருந்த கற்களில் எழுத்துகளைக் கீறலானார். அவ்வாறு செய்கிறபோதே அவ்வெழுத்துகளைப் பார்க்கிறபோதும் கேட்கிறபோதும் என்னவெல்லாம் உணர முடியும் என்பது குறித்துச் சொன்னார். A என்ற எழுத்து இறக்கைகளைப் பின்புறம் மடித்த ஈ போன்றதென்றார். இரண்டுவயிறுகளைக் கொண்ட B வேடிக்கையானது; C யையும் D யையும் பிறைநிலாக்களென்று சொல்லலாம், நாட்களில்தான் வித்தியாசம்; மாறாக O கறுத்த வானத்தில் தெரியும் முழுநிலா; H என்பது உயரத்திற்கானது, மரங்களிலும் வீட்டுக் கூரைகளிலும் ஏற உதவும் ஏணி; E யும் F யும் முறையே பரம்பு *(rake)* என்றும், சிறு முறம் என்றும் கருதலாம்; G என்ற எழுத்து நாற்காலியில் அமர்ந்திருக்கும் குண்டு மனிதனை நினைவூட்டும்; J முன்காலை ஊன்றி ஆடுகிற பாலே கலைஞர் போன்றிருக்கிறது, கோட்டின் இருபுறமும் உடலைவிட்டுப் பிரிந்த சிறிய தலை தெரிகிறது பார்; K முடமான

கிழவன்; R பெரிய அகல கால் வைத்து நடக்கும் படைவீரன்; Y எழுந்து நின்று கைகளை உயர்த்தி அபயம் கேட்கும் மனிதன்; L கரையை ஒட்டி நிற்கும் மரம்; M பெரியதொரு மலை. N பெயரிட்டு அழைக்கவும் கைகொடுத்துக் கொள்ளவும் உதவுவது; P ஒற்றைக்காலில் நின்றபடி உறங்கும் மனிதன்; Q வால்மீது அமர்ந்துள்ளது; S பாம்பென்பது நமக்குத் தெரியும்; Z மின்னல்; T மிகவும் அழகானது, பாய்மரத்தை நினைவூட்டுகிறதில்லையா? Uவுக்கு ஜாடி போன்றதொரு தோற்றம்; Uயும் Vயும் பறக்கின்ற பறவைகள்; W நினைவூட்டல் குறி.

கத்திமுனையில் கீறிமுடித்து, எழுதப்பட்ட கற்களை மோந்தோவிடம் கொடுத்தார்.

"உன்னுடைய பெயர் என்ன?"

"மோந்தோ."

எழுத்திருந்த கற்களில் சிலவற்றை எடுத்து வரிசையாக வைத்து, 'பார்த்தியா, இதுதான் உன்னோட பேரு. இப்படித்தான் எழுதணும்' என்றார்.

"இதுலே அத்தனை அழகு இருக்குமா? ஒரு மலை, ஒரு முழுநிலா, பிறைநிலாவுக்கு வணக்கம் சொல்லும் ஒருவன், மீண்டும் ஒரு முழுநிலா. எதனாலே அவ்வளவு நிலாக்கள்?"

"உன்னோட பேருலே அத்தனை நிலாக்கள் இருக்கு, உனக்கு அப்படித் தான் பேரு வச்சிருக்காங்க. நிறைய நிலாக்களோடதான் உன்னுடைய பேரை எழுதணும்."

கற்களை மீண்டும் ஒன்றாக்கினான்.

"இப்போ நீங்க சொல்லுங்க, உங்க பேருலே என்னவெல்லாம் இருக்கும்."

முதியவர் ஒவ்வொரு கல்லாகச் சுட்டிக்காட்ட, மோந்தோ அவருக்கு முன்னால் வரிசைப்படுத்தினான்.

"ஆ! ஒரு மலை."

"ஆமாம் அங்குதான் நான் பிறந்தது."

"ஒரு ஈ."

"மனிதனாவதற்கு முன்பாக ஈயாக நான் இருந்திருக்கலாம்."

"ராணுவ வீரனொருவன் நடக்கிறான்."

"நான் ராணுவத்தில் இருந்திருக்கிறேன்."

"பிறைநிலாவும் இருக்கிறது."

"நான் பிறந்தபோது அதுதான் சாட்சியாக இருந்திருக்கிறது."

"ஒரு பரம்பு."

"பார்த்தியா, அதுவே எனக்குத் தொழிலாகிவிட்டது."

கையில் வைத்திருந்த பரம்புவைக் காட்டினான்.

"நதிக்கரையில் ஒரு மரம்."

"ம். இறந்ததும் இப்படித்தான் ஒருவேளை எழுந்துவரக் கூடும்: அழகான நதிக்கரையொன்றின் நெடுமரமாக . . ."

"வாசிக்கக் கற்றுக்கொள்வது நல்லதென்றுதான் நினைக்கிறேன். எனக்கு எல்லா எழுத்துகளையும் இன்னும் நன்றாக தெரிஞ்சுக்க ஆசை."

"என்னைப்போலவே நீயும் ஒரு நாளைக்கு எழுத முடியும்."

முதியவர் கத்தியைக் கொடுக்க, கடற்கரையில் கிடந்த எழுத முடிந்த கற்களில், பெரியவர் காட்டிய வடிவங்களை மோந்தோ கத்தியின் முனையால் கீறினான். பின்னர் அது என்ன பெயரைத் தருகிறது என்பதை அறிய விரும்பியவன்போல, கற்களை அருகருகே வைத்தான். நிறைய O க்களும் T களுமிருந்தன. அவை அவனுக்குப் பிடித்த கற்கள் போலிருக்கிறது. T, Z வடிவங்களும் பறவை வடிவங்கள் என்று சொல்லப்பட்ட V, W வடிவங்களும் அவற்றிலிருந்தன. முதியவர் வாசித்தார்:

"OVO OWO OTTO IZTI"

இருவரும் வாய்விட்டுச் சிரித்தார்கள்.

முதியவருக்கு விநோதமான வேறு சில சங்கதிகளும் தெரிந்திருந்தன. கடலைப் பார்த்தவண்ணம், மெல்லிய குரலில் அவற்றைக் கூறினார். கடலின் மறுபக்கம் வெகுதொலைவிலிருந்த ஒரு நாட்டைக் குறிப்பிட்டார். அது பெரிய நாடென்றும் அங்குள்ள மக்கள் நல்லவர்களென்றும் அழகானவர்களென்றும் கூறினார். போர் பற்றிய அச்சம் அந்த நாட்டிலில்லையென்றும், மரணம் கண்டு அங்குள்ளவர்கள் அஞ்சுவதில்லையெனவும் சொன்னார். அங்கு கடலைக்காட்டிலும் பெரிய நதி உண்டென்றும், வைகறைப் பொழுதில் நதியில் இறங்கி நீராடும் மக்கள், அந்தி சாயும்வரை கரைக்குத் திரும்புவதில்லை என்றார். அந்த நாட்டைப் பற்றிப் பேசிய போது குரல் மேலும் தாழ்ந்தது, நிதானமாக வெளிப்பட்டது, அந்த நதிக்கரைக்கே போனதுபோல் பார்வையின் எல்லை அதிகரித்திருந்தது,

"உங்களோட நானும் வரலாமா?" – மோந்தோ.

முதியவர் கை மோந்தோவின் தோளில் ஆதரவாக விழுந்தது.

"கண்டிப்பாக அழைத்துப் போவேன்."

"நீங்க எப்போ போவதா இருக்கீங்க?"

“தீர்மானிக்கலை. போதுமான பணம் சேர்ந்ததும் போகலாம். அநேகமாக ஒருவருடத்திலும் சாத்தியமாகலாம். ஆனால் போகும்போது உன்னையும் கூட்டிப்போவேன்.”

அதற்குப் பிறகு முதியவர் தமது பரம்புப் பலகையுடன் எழுந்தவர், வேலையைத் தொடர்ந்தார். மோந்தோ அவனுடைய பெயர்கொண்ட கற்களைத் தனது சட்டைப் பையில் போட்டுக்கொண்டான். முதியவரைப் பார்த்துக் கை அசைத்தான். அங்கிருந்து புறப்பட்டான்.

முதன்முறையாக நகரமெங்கும் எழுத்துகளைக் கண்டான்: சுவர்கள், கதவுகள், பலகைகள். வீதிகளில் நடக்கிறபோது சில வடிவங்களை அடையாளங்காணவும் முடிந்தது. ஓரிடத்தில் நடைபாதை காரையில் குறுக்குவாட்டில் NADINE என்றிருந்தது, Dக்கு மேலே DE என்றும் கீழே E என்றும் மேலிருந்து கீழாக இருந்தன. அவற்றைப் புரிந்துகொள்வது கடினமாகயிருந்தது.

இரவானதும், மோந்தோ ‘பொன்னொளி’ வீட்டிற்குத் திரும்பினான். கொஞ்சம் சோறும் காய்கறிகளும் தி–ச்சின் உடன் சேர்ந்து சாப்பிட்டான். பிறகு தோட்டத்திற்கு வந்தவன், குள்ளப் பெண்மணிக்காகக் காத்திருந்தான். பிறகு இருவரும் மெதுவாக சரளைக் கல் பாதையில் நடந்தார்கள். மரங்களும் புதர்களுமாக இருந்த இடத்திற்கு வந்திருந்தார்கள். தி–ச்சின் மோந்தோவின் கையை அழுந்தப் பற்றித் தமது கரங்களுடன் சேர்த்துக் கொண்டபோது அவனுக்கு வலித்தது. ஆனாலும் ஒளியற்ற இரவில், தட்டுத் தடுமாறி, விழுந்திடாமல், மிதிபடும் சரளைக் கற்களின் ஓசை வழிகாட்ட இருவருமாக நடப்பதில் சுகமிருந்தது. மோந்தோ வெட்டுக்கிளியின் கிறீச்சிடும் சீழ்க்கையை மறுபடியும் கேட்டான். இரவுவேளைகளில் மாத்திரம் இலைகளிலிருந்து விடுபடுகிற, புதர்களின் வாசத்தையும் நுகர்ந்தான். தலையை இலேசாகச் சுற்றுகிறது, அதைத் தவிர்க்க நினைத்தே அநேகமாக வியட்நாம் பெண்மணி மோந்தோவின் கைகளை இறுகப் பிடித்திருக்க வேண்டும்.

“பொதுவாக இரவுவேளைகள் நன்றாக இருக்கின்றன” – மோந்தோ.

“நாம பார்க்க முடிவதில்லை என்பதுதான் அதற்கான காரணம். நாம பார்க்க முடியாதபோது, நாம காதுகொடுத்துக் கேட்கிறோம், வாசத்தில் அக்கறை காட்டுகிறோம். உணர்வும் நன்றாக இருக்கிறது.”

பெண்மணி நின்றாள்.

“நட்சத்திரங்கள் தெரிகிறது பார்.”

வெட்டுக்கிளியின் சப்தம் ஆகாயத்திலிருந்து குதித்ததைப்போல இப்போது அவர்களுக்கு வெகு அண்மையில் கேட்டது. நட்சத்திரங்கள் ஒன்றன்பின் ஒன்றாக வரத் தொடங்கின. ஈரப்பதத்துடனான இரவென்பதால், நட்சத்திரங்களின் ஜொலிப்பில் கவர்ச்சியில்லை. தலையைச் சாய்த்து, சுவாசத்தை மறந்தவனாய் மோந்தோ அவற்றைப் பார்த்துக் கொண்டிருந்தான்.

"கொள்ளை அழகு. அவை ஏதாச்சும் நமக்குச் சொல்கிறதா?" – மோந்தோ.

"அவை நிறைய சொல்லத்தான் செய்கின்றன, நமக்குத்தான் அதுபற்றிய ஞானம் போதாது."

"படிக்கக் கற்றுக்கொண்டால், ஒருவேளை புரிந்துகொள்ளலாமா?"

"முடியாது. மனிதர்களுக்கு நட்சத்திரங்கள் என்ன சொல்கின்றன என்பதைப் புரிந்துகொள்ளவே இயலாது."

"ஒருவேளை வெகுகாலத்திற்குப் பிறகு என்ன நடக்கலாமென்பதைச் சொல்லிக்கொண்டிருக்கின்றனவா?"

"இருக்கலாம், அதுபோன்ற கதைகளைத்தான் அவை சொல்லிக்கொள் கின்றனவென்று நினைக்கிறேன்."

மோந்தோவின் கையை இறுகப் பற்றியபடி தி–ச்சின்னும் அசையாமல் நட்சத்திரங்களைப் பார்த்துக்கொண்டிருந்தாள்.

"ஒருவேளை நாம் போக வேண்டிய நாடுகளுக்கான பாதைகள் பற்றிப் பேசுமோ?"

மோந்தோ சிந்தனையில் ஆழ்ந்தான்.

"நேரம் ஆக ஆகக் கூடுதலாக ஜொலிக்கின்றன. அவற்றுக்கும் உயிர் இருக்கக்கூடும்."

தி–ச்சின் மோந்தோவின் முகத்தைப் பார்க்க விரும்பினாள். எங்கும் இருட்டாக இருந்தது. சட்டென்று அச்சத்திற்கு வசப்பட்டிருந்தாள். தேகம் நடுக்கங்கண்டது, அவனது கைகளை எடுத்து அவளுடைய மார்பில் வைத்துக்கொண்டாள். அவனது தோளில், அவளுடைய கன்னத்தைக் கிடத்தினாள். அவளுக்கு பாதகம் நேர்ந்ததுபோலப் பிதற்றத் தொடங்கினாள்.

"மோந்தோ . . . மோந்தோ . . ."

அவனது பெயரை உச்சரித்தபோது, வார்த்தை தடைபட்டது, சரீரம் குலுங்கியது.

"உங்களுக்கு என்ன ஆச்சு? இங்கேதான் இருக்கேன். உங்களை விட்டுட்டு எங்கும் போகமாட்டேன்."

பெண்மணியை அமைதிப்படுத்துவதுபோல மோந்தோ பேசினான்.

தி–ச்சின் முகம் தெரியவில்லை. ஆனால் அவள் அழுகிறாளென்பதை ஊகித்தான், அவள் உடல் நடுங்க அதுதான் காரணம். தான் கண்ணீர் சிந்துவதை மோந்தோ உணரக்கூடாதென்று நினைத்தவள்போல அவ னிடமிருந்து விலகிக்கொண்டாள்.

"மன்னிச்சிக்கோ, நானொரு பைத்தியம் . . ." என்றாளே தவிர தடுமாறி னாள். மேற்கொண்டு பேச்சு வரவில்லை.

“வருத்தப்படாதீங்க” என்றவன், அவளைத் தோட்டத்தின் மறுபக்கம் அழைத்துப்போனான்.

“மின்னொளியில் மூழ்கியிருக்கும் நகரை நாம வானிலிருந்து பார்க்கலாம், வாங்க.”

மரங்களுக்கு மேலே காளான்கள்போலத் தெரிந்த மென்மையான சிவப்பொளியைப் பார்ப்பதற்கு ஏதுவாக ஓரிடத்திற்கு வந்தார்கள். அங்கிருந்து பார்க்க விமானமொன்று விளக்குகளைச் சிமிட்டிக்கொண்டு பறந்துபோனது. அக்காட்சி அவர்களைச் சிரிக்க வைத்தது. கலகலவென்று இருவரும் சிரித்தனர்.

சரளைக் கற்கள்பாவிய பாதையில் இருவரும் கைகோர்த்தபடி அமர்ந்தார்கள். பெண்மணியிடத்தில் சற்றுமுன்பிருந்த துயரங்களில்லை. என்ன பேசுகிறோம் என்பது பற்றிய சிந்தனையின்றித் தொடர்ந்து பேசினாள். மோந்தோவும் அவன் பங்குக்குப் பேசினான். வெட்டுக்கிளியும் தம் பங்குக்கு இலைகளுக்கிடையே மறைந்தவண்ணம் விடாமல் கீச்சுக்குரலில் சத்தமிட்டுக்கொண்டிருந்தது. கருவிழிப்படலத்தில் நித்திரை உறுத்தும்வரை வெகு நேரம் மோந்தோவும் தி–ச்சின்னும் உட்கார்ந்தபடி இருந்தார்கள். பின்னர் இருவரும் தரையிலே நித்திரை கொண்டார்கள். கப்பலொன்றின் ஏறுபாதையைப் போல, தோட்டம் மெல்ல அசைந்துகொண்டிருந்தது.

## 6

இது கடைசியாக நடந்தது. கோடைக்காலம் நெருங்கிக்கொண்டிருந்த நேரம். அன்று அதிகாலையிலேயே சத்தமின்றி மோந்தோ புறப்பட்டுப் போயிருந்தான். மலைகளூடாகச் செல்லும் பாதையில் நிதானமாக இறங்கினான். மரங்கள், புல்வெளிகளென்று அனைத்தும் இளஞ்சிவப்பிலிருந்தன. கடலுக்கு மேலே அடர்த்தியான பனிமூட்டம், பழைய சுவரொன்றில் படர்ந்திருந்த கன்வொல்வுலஸ் கொடியின் அகன்ற இலைகளில் நீர்த்துளிகள் வைரம்போல ஜொலிப்பதைக் கண்டு நெருங்கினான். கொடியை நெருங்கி இலையைக் கவிழ்த்து தூய்மையான அந்நீர்த்துளிகளைப் பருகினான். சிறுசிறு துளிகள், ஆனாலும் வாயை நனைத்து, உடலெங்கும் கலந்து பரவியது. அவனது தாகத்தைத் தணிக்கவும் செய்தது. பாதையின் இருபுறமும் வெயிலில் காய்ந்திருந்த கற்சுவர்கள் சுடுகின்றன. இண்டு இடுக்குகளிலிருந்த சலமாந்தர்கள் மெல்ல வெளியில்வந்து பகற்பொழுதைத் தரிசிக்க ஆரம்பித்தன.

மலையிலிருந்து கடல்வரை இறங்கி வந்தான். ஆளரவமற்ற ஓரிடத்தில் அமர விரும்பினான். கடல்நாரைகளைத் தவிர்த்து வேறொருவரும் அங்கில்லை. அவை கடல் நீரில் மிதந்துகொண்டும் கரையோரம் பரவிக் கிடந்த கற்களில் ஆடி ஆடியும் நடந்துகொண்டிருந்தன. தங்கள் அலகுகளைப் பிரித்துப் பினாத்திக்கொண்டிருந்தன. பறப்பதும் சுற்றிச்சுற்றி வருவதும் பறந்து போய் தள்ளி உட்காருவதுமாக இருந்தன. கடல்நாரைகளுக்கு காலை நேரத்திற்கென்று வினோதக் குரலொன்றுண்டு, புறப்படு

வதற்குமுன்பாக மற்றவர்களைக் கூவி அழைக்கும் குரலுக்கு நிகரானவை அவை. சூரியன் புறப்பட்டு இளஞ்சிவப்பான வானில் சற்று மேலே வந்ததும், தெருவிளக்குகளை அணைத்திருந்தார்கள், நகரம் இரைச்சலிட ஆரம்பித்தது. வெகுதூரத்தில் கேட்ட அந்த இரைச்சல், நெடிதுயர்ந்த கட்டடங்களுக்கிடையில் ஒலிக்கிற வீதிகளுடைய ஓசையாக இருக்கலாம்; கடற்கரைக் கற்களை அதிர்வுறச்செய்யும் ஊமைச் சப்தமாக இருக்கலாம்; அனோராக் அணிந்து, கம்பளிக் குல்லாக்களுடனான ஆண்களும் பெண் களும் ஓட்டுகிற இருசக்கர வாகனங்களின் உறுமும் ஓசையாக இருக்கலாம்.

காற்றைச் சூரியன் சூடாக்கட்டுமென்று எதிர்பார்த்து மோந்தோ கடற்கரையில் காத்திருந்தான். அலைகளெழுப்பிய சப்தத்தைக் கரை யோரம் கிடந்த கூழாங்கற்களில் கேட்டான். மோந்தோவையும் கடல் நாரைகளையும் தவிர்த்து வேற்று மனிதர்களின் நடமாட்டமற்ற அக் கணத்தை மோந்தோ மிகவும் விரும்பினான். நகரத்து மனிதர்களையும் யார் யாரையெல்லாம் காண வேண்டுமென நினைக்கிறானோ அவர்களை யும் வானம், கடலென்று பொழுதைக் கழிக்கிற மனிதர்களையும் தனித் திருக்கிறபோதுதான் அவனால் நினைக்க முடிகிறது. அவனது அந்நிலைப் பாடு அவர்களை எட்டத்திலும் வைத்தது, அண்மையிலும் நிறுத்தியது. ஒருவகையில் அவர்களின் இருப்பை உறுதிப்படுத்த அந்நினைப்பே போது மானது என்பதுபோலவும் அல்லது அவர்களைக் கவனத்தில்கொள்ளத் தவறினால், அவர்கள் இனி இல்லையென்றாகிவிடுவார்கள் என்பதுபோல வும் நடந்துகொண்டான்.

வெறிச்சோடிக்கிடந்த கடற்கரையில் அமர்ந்தபடி வெகுதூரத்தில் இருக்கிற மனிதர்களிடம் உரையாடினான். தனக்கென அமைத்துக் கொண்ட பாணியில் அவ்வுரையாடல் நடைபெற்றது. சொற்களற்ற செய்தி. கேட்பவர்கள் இடந்தேடிச் செல்லும் தன்மைகொண்ட உரையாடல். ஒளியுடன் இரண்டறக் கலந்த கடலலைகளின் ஒலிகளால் ஆனது. எங் கிருந்து புறப்பட்டதென்ற கேள்வியில்லை, கேட்க ஆயத்தமாக இருந் தார்கள். ழித்தான், கொஸாக், நாற்காலி பின்னுகிறவர், ரோஸா, ரொட்டிக் கடை இடா, காற்றாடி போட்டி நடக்குமிடம், ஏன் கடைசியாக இவனுக்கு எழுதப் படிக்கக் கற்றுக்கொடுத்த பெரியவர் என அனைவருமே அக்கறை யோடு செவிமடுத்தார்கள். அவ்வுரையாடல் காதில்விழும் சீழ்க்கைபோல இருந்திருக்கும் அல்லது விமானத்தின் இரைச்சல்போலவும் இருந்திருக்க லாம். அது இன்னதென்று விளங்காது எனினும் தலையை அசைப்பார்கள். ஆனால் அவர்களுடன் அப்படியானதொரு உரையாடலை நடத்துவதில் – அதாவது கடல், சூரியன், வானமென்ற பேரில் அடுக்கடுக்காய் அனுப்பி வைப்படும் தகவல் போக்குவரத்தில் ஒருவிதக் குதூகலம் அடைவான்.

மோந்தோ கடற்கரையையொட்டி மரத்தாலான குடிலுள்ள தனியாருக்குச் சொந்தமான கடற்கரைப் பகுதிக்குச் சென்றான். அங்கிருந்த சுவரையொட்டி பெரியவர் எழுத்துகளைக் கீறிய கற்கள் கிடக்கிறதா வென்று பார்த்தான். வெகுநாட்களாக மோந்தோ அங்கு வரவில்லை. உப்பும் சூரிய ஒளியும் வடித்திருந்த எழுத்துகளைப் பாதிக்குமேல் தின்

றிருந்தன. ஒரு கூரான கல்லைக்கொண்டு கடற்கரையில் கிடைத்த வேறு கற்களில் தனது பெயரை 'M-O-N-D-O' எனக் கீறியவன், அவற்றை அங்கேயே விட்டுவிட்டுச் சென்றான். அக்கற்களைப் பார்க்கும் பெரியவர் தான் அங்கு மறுபடியும் வந்துபோனதைப் புரிந்துகொள்வார் என நம்பினான்.

எல்லா நாட்களும் ஒன்றுபோலவே அமைந்து விடுகிறதா என்ன? அன்றைய தினம் நகரத்து ஆசாமிகளில் ஒருவர் குறைந்திருந்தார். புறாக்களுடன் வீதிகளில் வித்தைகாட்டிப் பிழைக்கும் கிழவரை மோந்தோ தேடினான், இதற்கு முன்பு அவனுடைய இதயம் அப்படி அடித்துக் கொண்டதில்லை, காரணம் இனி அவரைப் பார்க்க முடியாதென்பது அவனுக்குத் தெரியும். வீதிகளில், சந்துகளில், சந்தைத் திடலில், தேவாலயங் களின் வாசல்களென எல்லா இடங்களிலும் அவரைத் தேடினான். அவரைப் பார்க்க வேண்டுமென்று துடித்தான். ஆனால் கடந்த நாள் இரவு சாம்பல் நிற வாகனம் வந்திருந்தது, சீருடை அணிந்த மனிதர்கள் ததிக் கிழவனை அழைத்துச் சென்றிருந்தார்கள்.

மோந்தோ, ததிக் கிழவனை நகரத்தின் அத்தனை இண்டு இடுக்கு களிலும் சளைக்காமல் தேடினான். நகரசபை அமைத்திருந்த கடற்கரை மறைவிடங்களை ஒன்றன்பின்னொன்றாகத் தேடுகிறபோதெல்லாம் அவனது இதயத்தின் படபடப்பு அதிகரித்தது. பெரிய கதவுகள், படிக் கட்டுகள், நீரூற்றுகளுக்கு அருகே, பொதுப்பூங்காக்கள், பழைய கட்டடங்களின் வாயில்களென கிழவன் இருப்பதற்குச் சாத்தியமுள்ள இடங்களிலெல்லாம் சென்று பார்த்தான். சிலநேரங்களில் செய்திப் பத்திரிகைகளின் ஓரிரு பக்கங்கள் நடைபாதையில் கிடக்கும். கிழவன் அதில் எப்படியும் உட்கார வருவானென நினைத்துச் சுற்றுமுற்றும் பார்த்திருக்கிறான்.

கடைசியில் கொஸாக் மூலம்தான் உண்மை தெரியவந்தது. சந்தைக் கருகே அவனை வீதியில் சந்தித்தான். வழக்கம்போல நல்ல குடிபோதை யிலிருந்த கொஸாக் சுவரை அவ்வப்போது பிடித்தபடி எதிர்ப்பட்டான். தெருவில் நடந்துசென்ற மக்கள் நின்றார்கள், சிரித்தபடி பார்த்தார்கள். கையில் வழக்கமாக வைத்திருக்கும் கறுப்பு நிற சிறிய அக்கோர்டியன்கூட இல்லை. குடியில் மயங்கிக் கிடந்தபோது திருடு போயிருக்கிறது. 'கிழவர் ததியும் அவருடைய புறாக்களும் போனவிடம் தெரியுமா?' என மோந்தோ அவனை வினவியபோது, அக்கேள்விக்கான பொருளை முதலில் அவன் புரிந்துகொள்ளவில்லை. பிறகு தட்டுத் தடுமாறி வார்த்தைகள் வந்தன:

"தெரியாது. அவங்கதான் கூட்டிப்போனாங்க . . . ராத்திரி . . ."

"கூட்டிப்போன இடம் தெரியுமா?"

"தெரியாது . . . மருத்துவமனையாக இருக்குமோ."

அதன்பிறகு கொஸாக் அங்கிருந்து மிகுந்த சிரமத்துடன் புறப்பட எத்தனித்தான்.

"நில்லுங்க! வெண்புறாக்கள் என்ன கதியாச்சு? அவற்றையும் சேர்த்துக் கொண்டு போயிட்டாங்களா?"

"வெண்புறாக்கள்? என்ன சொல்ற?"

கொஸாக் விழித்தான்.

"வெள்ளையா ரெண்டு புறாக்கள் ததி வச்சிருந்தாரே அதைச் சொல்றேன்."

கொஸாக் தோளை உயர்த்தினான். "ஓ அதுவா . . . எனக்குத் தெரியாது, கிழவனோட புறாக்களை அவங்க என்ன செஞ்சிருப்பாங்கண்ணு எனக்குத் தெரியலை. ஒருவேளை வெட்டிக் கறி சமைக்கும் எண்ணமிருக்கலாம்."

மீண்டும் தடுமாறியபடி சுவர்கள் ஓரமாகவே நடந்து போனான்.

அடுத்தகணம், தான் மிகவும் களைத்திருப்பதுபோல மோந்தோ உணர்ந்தான். மீண்டும் கடலோரத்திற்குத் திரும்பி, சிறிது கண்ணயரலா மென்று எண்ணினான். அதற்கு வெகுதூரம் நடக்க வேண்டும். இப்போதைய நிலையில் அது முடியாது போலிருந்தது. அவன் மிகவும் சோர்ந்திருந்தான். காலையிலிருந்து பட்டினிகிடப்பதோ இதுவரை கண்டிராத அச்சமோ இரண்டிலொன்று அல்லது இரண்டுமேகூடக் காரணமாக இருக்கலாம்.

வீதியில் அல்லது நடைபாதையில் எங்காவது உட்கார ஒரு இடம் கிடைக்குமாவென்று தேடினான். கிடைத்ததும் சுவரில் சாய்ந்தவண்ணம் உட்கார்ந்துவிட்டான். பிறகு காத்திருந்தான். சற்று தூரத்தில் மரத் தளவாடங்கள் விற்கிற கடை, தெருப்பகுதி மின்சாரத்தில் ஒளிர்வது கண்ணாடியில் தெரிந்தது. மோந்தோ உட்கார்ந்த இடத்தைவிட்டு அசைய வில்லை. இவனை நின்று பார்க்கிற அல்லது முன்னால் வீதியில் நடந்து போகிற மனிதர்களின் கால்களைக்கூடக் கவனித்தவனில்லை. மனிதர் களின் பேச்சுகளைக்கூடக் கேட்க விருப்பமில்லாமலிருந்தான். உடலில் சீதளம் பாய்ந்ததைப்போல உணர்ந்தான், உதடுகளிரண்டும் மரத்துப் போயின, கண்கள் நிலைகுத்தி நின்றன, கடைசியில் உணர்வற்ற மரக் கட்டைபோல் சாய்ந்தான்.

இதயத்தின் படபடப்புக் குறைந்திருந்தது, மிகவும் பலவீனமாகத் துடித்தது, சப்தம் வெகுதூரத்திலிருந்து வருவதுபோல இருந்தது. எந்த நேரமும் நின்றுபோகலாம் என்பதுபோல மெல்ல மெல்ல இதயத்துடிப்பு அடங்கிக்கொண்டுவந்தது. கடலோரம், வெள்ளை நிறப் பாறைகள், அணையின் கற்கள், பிறகு பொன்னொளி வீட்டின் தோட்டமென்று. அவன் நித்திரை கொள்கிற இடங்களையெல்லாம் வரிசையாக நினை விற்குக் கொண்டுவந்தான். ஒக்ஸித்தோன் படகும் அது துறையிலிருந்து விலகிக்கொள்ள எழுப்பும் பொருமலும் ஞாபகத்திற்கு வந்தன. செங்கடல்வரை போகலாம் என்கிற ஆவலும் அத்தனை எளிதாக மறக்கக் கூடியதல்ல. ஆனால் எடுத்து இரண்டடி வைக்கமுடியாதென்ற நிலையில், இப்போது அமர்ந்திருக்கிறானே இவ்விடத்தைவிட்டு அதாவது, இந்த

நடைபாதையைவிட்டு, சார்ந்திருக்கும் இச்சுவரைவிட்டு இனி வேறெங்கும் போகவியலாது என்பதைப்போல உணர்ந்தான்.

மனிதர்கள் அவனிடம் பேச்சுக்கொடுத்தும் தலை நிமிர்த்தியவனில்லை. முன்கைகளில் தலைசாய்த்து அசைவின்றிருந்தான். மனிதர்களின் கால்கள் இப்போது அவன் முன்னால் நின்றன. ழித்தான் வித்தைகாட்டுகிறபோது அவனைச் சுற்றி நிற்கிற கூட்டத்தைப்போல, அரணாக அவனுக்கு முன்னால் கால்கள். நிற்காமல் தொடர்ந்து அக்கால்கள் நடப்பது நல்லதென நினைத் தான். அவனுக்கு முன்னால் நிற்கிற கால்களைப் பார்த்தான்: ஆண்கள் கால்களில் தோலாலான ஷூக்கள், பெண்கள் கால்களில் குதி உயர்ந்த செருப்புகள். அவன் தலைக்குமேலே குரல்கள் கேட்கின்றன, ஆனால் அவை என்ன சொல்லவருகின்றன என்பது விளங்கவில்லை.

யாராச்சும் தகவல் சொல்லுங்க, என்கிறார்கள். தகவல் யாருக்குச் சொல்லணும்? வளர்ந்த உரோமங்களுடன் நடைபாதையில் சுருண்டு கிடக்கிற கிழட்டு நாயாக மோந்தோ தன்னை எண்ணிக்கொண்டான். ஒருவரும் அந்நாயைத் திரும்பிப் பார்க்கமாட்டார்கள், பழுப்பு நிறக் கிழட்டு நாயைப் பார்த்து என்ன ஆகப்போகிறது. தொடர்ந்து குளிர். கைகள், கால்கள், வயிறு, தலையென்று உடலெங்கும் பரவுகிறது.

எதிர்பார்த்ததுபோல் சாம்பல் நிற வாகனம் சியாப்பாகன் வந்து சேர்ந்தது. அரை மயக்கத்திலிருந்த மோந்தோவின் செவிகளில் வாகனம் வருகிற சப்தம், பிரேக்கிடும் சப்தம், கதவுகள் திறக்கப்படும் சப்தம் அனைத்தும் கேட்டன. அவன் அலட்டிக்கொள்ளவில்லை. எதுவேண்டு மானாலும் நடக்கட்டுமென்பதுபோலச் செயலற்றிருந்தான். இதுவரை கூடிநின்ற கால்கள் விலகிக்கொள்ள கடல் நீலநிறத்தில் அணிந்த நீண்ட காற்சராயும் தடித்த சப்பாத்துமாகத் தன்னை நெருங்குகிற கால்களைப் பார்த்தான்.

“உனக்கு என்ன உடம்புக்கு?”

சீருடை மனிதர்களின் குரல்கள். அக்குரல்கள் வெகுதூரம் கேட்டன.

“உன்னுடைய பெயரென்ன, எங்கே இருப்பிடம்?”

“எங்களோட நீ வரணும், கிளம்பு.”

மோந்தோ, நகரத்தைச் சுற்றிலும் மலைத் தாவரங்கள் எரிந்துகொண் டிருப்பதைப்பற்றி நினைத்தான். சாலையோரத்தில் அமர்ந்திருக்க, வெந்து கணிந்துகொண்டிருக்கிற நிலப்பரப்புகளும் பெரியபெரிய தீக்கொழுந்து களும் கண்முன்னே தெரிந்தன. எரியும் பிசினால் ஏற்பட்ட துர்நாற்றத்தை யும் அவன் நுகர்கிறான். வெண்மை நிறத்தில் வானத்தில் எழும் புகை, தீ அணைக்கும் படையினரின் சிவப்பு வாகனங்கள் புதர்களுக்கிடையே நிற்பது, நீளமான இரப்பர் குழாய்கள் அதன் சுற்றிலிருந்து பிரிக்கப்படுவதென எல்லாம் தெரிந்தன.

“உன்னால நடக்க முடியுமா?”

சீருடை மனிதர்களின் கைகள் மோந்தோவின் தோளுக்கடியில் ஊர்ந்து அவனை நிற்கவைத்தன. சிறு சுமையொன்றைத் தூக்கிச் செல்வதுபோல சுமந்துகொண்டு திறந்திருந்த வாகனத்தின் பின்கதவுகளுக்கு அருகில் கொண்டு சென்றனர். தனது கால்கள் நிலத்தில், படிகளில் இழுபடுவது தெரிந்தது. இருந்தும் மரப் பொம்மையின் கால்களுக்கு நேர்ந்ததாக நினைத்து நடப்பதெதுவும் தன்னோடு சம்பந்தப்பட்டதல்ல என்றிருந்தான். கதவுகள் இழுத்துச் சாத்தப்பட்டன. வாகனம் மெல்ல ஊர்ந்து மறைந்தது. அதன்பிறகு என்ன நடந்ததென்று ஒருவருக்கும் தெரியாது.

இரண்டு நாட்கள் கடந்திருந்தன. வியட்நாமை பூர்வீகமாகக்கொண்ட குள்ளப் பெண்மணி, காவல் துறைக் கண்காணிப்பாளர் அலுவலகத்திற்கு வந்தாள். தூக்கமின்மையால் அவளுடைய முகம் வெளுத்திருந்தது, கண்கள் சோர்ந்திருந்தன. இரண்டு இரவுகள் மோந்தோவுக்காகக் காத்திருந்தாள், பகலில் தேடவும் செய்தாள். பலனில்லை என்பதால் வந்திருந்தாள். கண்காணிப்பாளர் அக்கறையின்றி அவளைப் பார்த்தார்.

"உங்களுக்கு பையன் உறவா?"

'இல்லை . . . இல்லை,' என்றவள் என்ன சொல்லலாம் என யோசிப்பது போல இருந்தது.

"என்னுடைய நண்பன் என்று வேண்டுமானா வச்சுக்குங்க."

வயதானவள் என்பதை உறுதிப்படுத்துவதுபோல முகத்தில் நிறைய சுருக்கங்கள், ஆனாலும் பார்க்கச் சிறுமிபோல இருந்தாள்.

"அவன் எங்கே இருக்கிறானென்று உங்களுக்குத் தெரியுமா?"

அவளுக்கு உடனே பதில்சொல்ல வேண்டிய அவசியமில்லை என்பது போல அவளை அதிகாரி பார்த்துக்கொண்டிருந்தார். பொறுத்து பதில் வந்தது.

"அவன சமூகநல வாரியத்தின் பொறுப்பிலே வச்சிருக்கோம்."

பெண்மணிக்கு அவர் பதில் குழப்பமாக இருந்திருக்க வேண்டும். சத்தமிட்டாள். "சமூக நலவாரியமா? நீங்க செய்தது நியாயமே இல்லை"

"எது நியாயமே இல்லை?" – காவல் துறை அதிகாரி.

"சொல்லுங்க ஏன்? அவன் என்ன தப்பு செஞ்சான்?"

"அவன் தனக்குக் குடும்பமோ உறவினர்களோ இல்லைண்ணு சொன்ன தாலே சமூக நலவாரியத்திடம் ஒப்படைச்சிருக்கோம்."

"என்ன அநியாயம்! நீங்க செய்தது உங்களுக்கே நியாயமா தெரியுதா?"

காவல் துறை அதிகாரிக்குக் கோபம் வந்திருக்க வேண்டும், அவர் முகத்தில் இறுக்கம் தெரிந்தது.

"மேடம், நீங்கதான் நியாயத்தைப் புரிஞ்சுகொண்ட மாதிரி தெரியலை. வீடில்லை, பெற்றோர்களில்லை என்றிருக்கும் ஒரு சிறுவன் வீதியில் பிச்சைக்காரர்களுடன் சுற்றித்திரிவது எத்தனை கேவலம் தெரியுமா? அதுமட்டுமில்லை. தெரு நாய்போலக் கண்டதையும் தின்றுகொண்டு, எங்கே வேண்டுமானாலும் உறங்கிக்கொண்டும் திரிகிறான். அவனைப் பற்றிய தகவல்கள் வெகுநாட்களுக்கு முன்பே எங்களுக்குக் கிடைத்தன, ஒரு சிலர் புகார் மனுவும் கொடுத்திருந்தார்கள். நாங்களும் சமீபத்துலே அவன தீவிரமாகத் தேடி வருகிறோம். ஆனா பையன் ஜித்தன். தப்பிவிடு கிறான்."

பெண்மணியின் பார்வை காவலதிகாரியைவிட்டு விலகவில்லை. அவளுடல் நடுக்கமுற்றது. அவளை அமைதிப்படுத்துவதுபோலக் கூறினார்.

"மேடம் பையனை நீங்கதான் பார்த்துக்கிறீங்களா?"

ஆமாம் என்பதுபோல் பெண்மணி தலையாட்டினாள்.

"உங்களால் அவனைப் பார்த்துக்க முடியுமென்றால், நாங்க அவனை உங்ககிட்டே ஒப்படைக்கணுமென்றால், ஏற்பாடு செய்யலாம். அது நடக்கக்கூடியதுதான்."

"அதற்கு முன்னே, பையன் வெளியில் வரவேண்டாமா?"

"பையனின் நிலைமை சீராகும்வரை சமூக நல வாரியத்தின் பொறுப்பில்தான் இருப்பான், அதற்கு முன்னாலே முறையா நீங்க செய்ய வேண்டிய காரியங்கள் இருக்கின்றன. முதலாவதாக சமூக நலத் துறைக்கு விண்ணப்பமொன்று போடணும், விண்ணப்பத்தில் கேட் டிருக்கும் தகவல்களையும் நீங்க சமர்ப்பிக்கணும். ஆனால் அதுவொன்றும் இன்றைக்கோ நாளைக்கோ முடிகிற முயற்சியில்லை."

பெண்மணிக்கு என்ன பதில் சொல்வதென்று தயங்கினாள், உரிய சொற்கள் அவளுக்குக் கிடைக்கவில்லை.

"அதுவரை அரசாங்கத்துக்கிட்டே பொறுப்பை ஒப்படச்சுட்டு நீங்க நிம்மதியா இருங்க. பையனுக்கு என்ன பேரு?"

"மோந்தோ."

"அந்தப் பையன் சிறுவர் சீர்திருத்தப் பள்ளியின் பாதுகாப்பிலே இருக்கான். அவனைக் குணப்படுத்தியாகணும். கோப்பொன்று அவனுக் காகப் போட்டிருக்காங்க. உங்களுக்குத் தெரியுமா அவன் வயசுக்கு எழுதப்படிக்கத் தெரியாதுன்னு சொல்கிறான், பள்ளிக்கூடம் பக்கமும் ஒதுங்கினதில்லையாம்."

தி–ச்சின் அதிகாரியிடம் என்னவோ சொல்ல விரும்பினாள். ஆனால் தொண்டைக்குள்ளேயே சொற்கள் சிக்கிக்கொள்கின்றன. தட்டுத் தடுமாறி, கடைசியில் பேசினாள்.

"அவனை நான் பார்த்தாகணும், முடியுமா?"

“தாராளமா பார்க்கலாம், அரசாங்கம் தடுக்கவே தடுக்காது.”

இருக்கையைவிட்டு எழுந்த அதிகாரி, ‘இன்னும் கொஞ்ச நாளுல பையன் திருந்திடுவான், நிலைமையிலே மாற்றம் வரும், பிறகு நீங்க பார்க்கலாம். சமூக நலத்துறை இயக்குநரிடம் அனுமதி கேட்டு எழுதுங்க.’

“இன்றைக்கே . . . இன்றைக்கே நான் பார்த்தாகணும்”

துருப்பிடித்த குரலில் மீண்டும் மீண்டும் சத்தமிட்டாள்.

“வாய்ப்பே இல்லை மேடம். குறைந்தது நான்கு அல்லது ஐந்து நாட்களாவது ஆகும். அதற்கு முன்பு நீங்க பார்க்கவே முடியாது.”

“அவனுக்காகத்தான் நான் வாதிடறேன், தயவு பண்ணுங்க.”

அதிகாரி கதவுவரை அவளுடன் வந்து வழி அனுப்பினார்.

“ஐந்து நாள் பொறுத்துக்குங்க, அதன் பிறகு பையனைப் பார்க்கலாம்.”

கதவு திறக்கிற நேரத்தில், மனத்தை மாற்றிக்கொண்டவர்போல

“உங்க பெயரையும் முகவரியையும் கொடுங்க, தேவைப்பட்டால் தொடர்புகொள்வோம்.”

ஒரு சிறியதொரு கையேட்டில் அவற்றைக் குறித்துக்கொண்டார்.

“நல்லது இரண்டுநாள் கழித்து தொலைபேசியில் பேசுங்க, பையன் பிரச்சினைக்கு நாங்களும் கோப்பினை போட்டாகணும்.”

ஆனால் மறுநாளே காவல் துறை அதிகாரி தி–ச்சின் வீடு தேடி வந்தார். வாயிற் கதவைத் திறந்துகொண்டு சரளைக் கற்களால் மூடியிருந்த பாதையில் இறங்கி வீட்டின் முன்கதவருகே வந்து நின்றார். தி–ச்சின் கதவைத் திறந்ததும் உள்ளே நுழைந்ததில் அவருக்குள்ள அதிகாரம் வெளிப்பட்டது. வர வேற்பறையைப் பார்வையிட்டார்.

“உங்க மோந்தே॥.”

“அவனுக்கு என்ன நடந்தது?”

தி–ச்சின் கேட்டாள். இன்றைக்குக் கூடுதலாக அவளுடைய முகம் வெளுத்திருந்தது, அதிகாரியின் முகத்திற்கெதிராகத் திருப்பிய அவளுடைய பார்வையில் அச்சம் வெளிப்பட்டது.

“அவன் எங்கே போனானென்று தெரியலை.”

“என்ன சொல்றீங்க?”

“ஆமாம். அவனைக் காணவில்லை, மாயமாய் மறைந்து விட்டான்.”

தி–ச்சின் தலைக்குமேலே பார்வையை ஓட்டியவர் வீட்டை ஆராய்வது போல் பார்த்தார்.

“நீங்க அவனைப் பார்க்கலையா? இங்கே அவன் வரவில்லை?”

“இல்லை”

தி–ச்சின் கோபத்துடன் கத்தினாள்.

“அவனுடைய படுக்கைக்குத் தீ வச்சிட்டான், தீ விபத்தென்று எல்லோரும் கலவரப்பட்டுக்கொண்டிருக்க அதைப் பயன்படுத்திக்கொண்டு தப்பியிருக்கான். உங்களைப் பார்க்க இங்கே வந்திருக்க வேண்டுமென்று நான் நினைத்தேன்.”

“இல்லை... இல்லை எத்தனை முறை சொல்ல.”

இம்முறை அவளுடைய சின்னஞ்சிறிய கண்களிரண்டும் கோபத்தில் சிவந்து மின்னின, அதிகாரி பயந்தது உண்மை.

“கொஞ்சம் நிதானமா கேளுங்க, உங்களை எச்சரிக்கத்தான் நான் இங்கே வந்தேன். முட்டாள்தனமா அவன் ஏதாவது செய்வதற்குள் அவனைக் கண்டுபிடிச்சாகணும்.”

காவல் துறை அதிகாரி முன்வாசல் படியில் இறங்கி நடந்தார்.

“உங்க வீட்டிற்கு வந்தானென்றால் எங்களுக்குத் தகவல் சொல்ல மறத்திடக்கூடாது,”

எச்சரித்தபடி சரளைக்கற்கள் பாதையைப் பிடித்து வாயிற் கதவை அடைந்திருந்தார்.

“நான் உங்களிடத்தில் ஆரம்பத்திலேயே, அவன் சாதுவான பையனல்ல மிருகமென்று எச்சரித்திருக்கேன்.”

தி–ச்சின் வாசற்படியில் நின்றபடி அவர் சொல்வதைக் காதில் வாங்கிக்கொண்டாள். அவள் கண்களில் நீர் தளும்பியது, தொண்டை ஒட்டிக்கொண்டு சுவாசிக்கத் தடுமாறினாள்.

“உங்களுக்கெல்லாம் எதுவும் புரியாது.”

அவளது குரல் அடங்கி ஒலித்தது. காவல் துறை அதிகாரி வாயிற் கதவைத் திறந்துகொண்டு அங்கு நிறுத்தியிருந்த கறுப்பு நிற வாகனத்தை நோக்கி நடந்தார். தி–ச்சின் படிகளிலேயே உட்கார்ந்துவிட்டாள். உன்மத்தம் பிடித்தவள் அமர்ந்திருந்தாள். வெறிச்சோடிக்கிடந்த வரவேற்பறையை நிரப்பிக்கொண்டிருக்கும் பொன்னொளியைப் பற்றியோ, மறைந்தபடி வெட்டுக்கிளி எழுப்பும் சீழ்க்கை சப்தம் பற்றியோ அக்கறை இல்லாதவள்போல இருந்தாள். அழவும் செய்தாள். அழுகிறபோது கண்களிலிருந்து வழிந்த கண்ணீர் மூக்கின் வழியே அவள் கட்டியிருந்த நீல ஏப்ரனில் சொட்டுவது குறித்த பிரக்ஞையும் அவளுக்கு இல்லை

என்று சொல்ல வேண்டும். அவள் அனுபவத்தில் சாம்பல்வண்ண தலை முடிகொண்ட பிள்ளைகள் போனால் போனவர்கள்தான். நாளையென் றில்லை என்றைக்குமே திரும்ப மாட்டார்கள். கோடைக்காலம் நெருங்கி விட்டது எனினும் குளிர்காலம்போல இருந்தது. தி–ச்சின் என்றில்லை, எங்கள் நகரத்து மனிதர்கள் அனைவருமே குளிரை உணர்ந்தோம். மக்கள் வழக்கம்போல் போவதும் வருவதுமாக இருந்தார்கள். விற்றார்கள் – வாங்கினார்கள். மோட்டார் வாகனங்கள் சாலைகளிலும் வீதிகளிலும் வழக்கம்போல உறுமிக்கொண்டு ஓடின, ஒலி எழுப்பவும் அவை தவற வில்லை. அவ்வப்போது நீல நிற வானத்தில் ஊர்ந்து செல்லும் விமானம், அதன் வழித்தடம் வெண்மை நிற பாட்டையால் அடையாளப்படுத்தப் பட்டிருந்தது. வீதிமுனைகளிலும் தேவாலயங்களின் வாசல்களிலும் நகராட்சி வாசலிலும் பிச்சை எடுப்பவர்கள், தொடர்ந்து எடுத்துக்கொண் டிருந்தார்கள். ஆனால் அத்தனையிலும் ஒரு பேதம் இருக்கத்தான் செய்தது. அப்பேதம் ஊனக் கண்களால் உணர முடியாதது, நிலம் போர்த்திய பனிமூட்டத்திற்கு ஒப்பானது. அப்பனிமூட்டம் இருக்கும்வரை நிலத்திற்கு முழுமையாக ஒளி கிடைப்பதும் நடவாதுதான்.

வழக்கத்திற்கு மாறாக ஏதேதோ எங்கள் நகரில் அரங்கேறியது. சில மாதங்களுக்குப்பிறகு, வழியில் போனவர்களின் சட்டைப் பைகளில் தனது வித்தையைக் காட்ட முயன்றதன் பலனாக காவல் துறை ழித்தானை கைதுசெய்தது. குடிகார கொஸாக்கும் கொஸாக்காக இல்லை. ழியோர் தான், தூண்டிற்கழியை உடைத்திருந்தான். எரித்ரே மாத்திரமல்ல வேறு நாடுகளுக்குப் பயணப்படுவதுகூட அவனுக்கு சாத்தியமில்லாமல் போய் விட்டது. கிழவன் ததி, ஒருவழியாக மருத்துவமனையிலிருந்து வெளியில் வந்திருந்தான், அவனது புறாக்களைத் தொலைத்திருந்தான். இப்போதெல் லாம் அவனுக்குத் துணை ஒரு பூனை. ஞாயிற்றுக் கிழமை ஓவியர் வானத்தை வரைய எத்தனித்து வேண்டாமென்று கைகழுவினார். கடல், இயற்கையின் அழிவு என்று தீட்டலானார். தோட்டத்தில் சைக்கிள் விட்ட பையன் அவன் சிவப்பு நிற சைக்கிளைத் தொலைத்துவிட்டான். தனியார் கடற்கரையில் மணலை நிரவிக்கொண்டிருக்கும் இந்தியர் சாடையிலிருந்த பெரியவர் கங்கையை மறந்து நாளாகிறது. துருப்பிடித்த வளையமொன்றில், இழுத்துக் கட்டப்பட்ட ஒக்ஸித்தோன் தன்னந் தனியே மிதக்கும் டீசல் எண்ணெய் படலத்துக்கிடையே நீரில் தத்தளித்தது. அதிலேறி பாட்டுப்பாட ஒருவருமில்லை.

மோந்தோ இல்லாமலேயே வருடங்கள், மாதங்கள், நாட்கள் கடந் திருந்தன. கடந்திருந்த அக்காலத்தை யுகமென்றும் சொல்லலாம், நொடி யென்றும் கூறலாம். அக்காலகட்டத்தில், எங்கள் நகரத்தில் பலரும், சொல்ல வேண்டியதைத் துணிச்சலுடன் சொல்லக்கூடிய, எதையும் பெரிதுபடுத்தாத ஒருவனுக்காகக் காத்திருந்ததும்; அப்படியான ஒருவனைத் தேடி மனிதர் மந்தையிலும் வீதி முனையிலும் கதவுகள் அருகிலும் தேடி அலைந்ததும்; கடற்கரையின் வெண்மை நிறக் கூழாங்

கற்களையும் சுவரை நினைவூட்டும் கடலையுங்கூட அவனை நினைத்துச் சென்று பார்த்ததும் எப்படி நிஜமோ அப்படி நிஜம், இன்றைக்கு நாங்கள் அவனை மறந்திருப்பதும்.

வெகுகாலத்திற்குப் பிறகு ஒருநாள், மலைமீதிருந்த தன் வீட்டுத் தோட்டத்தில் வியட்நாம் பெண்மணி நடந்தாள். அங்கே கொசுக்கள் காற்றில் நடனமாடிக்கொண்டிருந்த புன்னைமரத்தினடியில் அமர்ந்தாள். விநோதமான கடற்கரைக் கூழாங் கற்கள் அங்கே கிடக்க அவற்றை ஒவ்வொன்றாக எடுத்தாள், கற்களின் பக்கவாட்டில் பல வரிவடிவங்களைக் கண்டாள். தூசிபடிந்து எழுத்துகள் பாதி கலைந்திருந்தன, படிந்திருந்த தூசியைத் தனது ஏப்ரனால் மிகவும் கவனமாக மெல்லத் துடைத்தபோது, அவளுடைய இதயம் வேகமாகத் துடிப்பதை உணர்ந்தாள். துடைத்து முடித்தபோது கோணலும் மாணலுமாக இரண்டு சொற்கள் :

*Toujours* (எப்போதும்)

*Beaucoup* (நிறைய)

●

# ஏன்?

அலன் ஸ்பீஸ்

முதன்முதலாக பஸ்ஸியிலுள்ள இக்காப்பகத்திற்குள் நுழைகிறபோதே "இங்கே உனக்கு எந்தக் குறையுமிருக்காது" என்றாள் வனெஸ்ஸா. எங்களை உள்ளே அனுமதித்ததும் இரண்டு முறை கிளிக்கிட்டபடி வாயிலில் இருந்த பெரிய கண்ணாடிக் கதவு தானாக மூடிக்கொண்டதைக் கேட்டதுமே உட்பக்கத்திலிருந்து கதவைத் திறந்துகொண்டு வாசற்படியைத் தாண்டி ஒருவரும் செல்ல முடியாதென்பது விளங்கியது. என் சகோதரியைப்போலவே மருத்துவர் சேர்னனுக்கும் தானியங்கித் தாழ்ப்பாள் எழுப்பிய ஒலி, திகைப்பை உண்டாக்கியிருக்க வேண்டும். எந்திரத்தனமாகத் தலையைத் திருப்பினார். எனது கைகளைப் பற்றிக்கொண்டு, "ஏன்? என்ன பிரச்சினை அவருக்கு?" என்று கேட்டார். எனக்கு முகத்தில் வியர்த்துக் கொட்டுமென்பதை அறிவேன். இத்தனைக்கும் இதமான வெப்பம் நிலவும் ஜூன் மாதத்திய இறுதி நாட்களில் ஒரு பிற்பகல். எங்கள் வீட்டில் எனது அறையிலும் அதுபோன்ற ஒலி கேட்டிருக்கிறது. ஒவ்வொரு நாளும் தவறாமல் என் தாயோ தந்தையோ என்னை உள்ளே வைத்து வெளிப்பக்கம் கதவைப் பூட்டுகிறபோது இதையொத்த ஒலியைத்தான் கேட்டிருக்கிறேன். "இரவில் நீ எங்கும் போய்விடக்கூடாது" என்று கதவைப் பூட்டிவைப்பதற்கான காரணத்தையும் சொல்வார்கள். பிற்பகல் அப்போதுதான் தொடங்கியிருந்தது, நுழைவுக்கூடத்தில் வேறு ஆட்களில்லை, வெறிச்சோடிக் கிடந்தது. என்னருகில் வனெஸ்ஸா, என் சகோதரி, சில நொடிகளுக்கு முன்புதான், "எங்கே வரவேண்டுமோ அங்கே வந்திருக்கிறோம்" என்று என்னிடம் தெரிவித்தாள். எனது மனக் கண்ணில், முன்னிரவுகளில், வீட்டில், கட்டிலில் அமர்ந்தபடி நடைக்கூடத்தில் எனது அறைக்காய் காலடிச்சத்தம் கேட்கிறதாவென்று எதிர்பார்த்துக் காத்திருந்த காட்சி. கதவின் வெளிப்பக்கம் சாவிகொண்டு பூட்டப்படும். நான் உறங்க வேண்டுமில்லையா? "நல்லது" என்றவாறு என்பக்கம் திரும்பிய மருத்துவர் "இனி உங்க சகோதரிக்கு ஒன்றும் வேலையில்லை, நீங்க மட்டும் என்னோட இருப்பீங்க" என்று

என்னிடத்திற் சொல்ல, வனெஸ்ஸா அவளுடைய வழக்கமான விடை பெறும் முறைப்படி, எனது தோளைத் தொட்டாள் 'நான் புறப்படுகிறேன்' என்று அதற்குப் பொருள். கண்ணாடிக் கதவை நோக்கி மெல்ல அவள் என்னிடமிருந்து விலகிக்கொண்டிருக்க, எனது பார்வை வெளியில் அமைத்திருந்த தோட்டத்தையும் அதைச்சுற்றி அரண்போல எழுப்பியிருந்த கற்களாலான சுற்றுச் சுவரிலும் படிந்திருந்தது. "இப்போதைக்கு இந்த இடந்தான் எல்லாம்" என்று எனக்குள் முணுமுணுத்துக் கொண்டேன். எதுவும் புதிதல்ல. வீட்டிலும் இரவு வேளைகளில், எனது அறைக்கதவின் வெளிப்பக்கம் பூட்டப்பட்டதும் ஒவ்வொரு கிறிஸ்துமஸின்போதும் பரிசாகக் கிடைக்கிற ஸிக்சா பஸல்ஸ் எனும் புதிர்த் துண்டுகளை வடிவப்படுத்தும் விளையாட்டை எடுத்து வைத்துக்கொண்டு 'எனக்கு இதுதான் எல்லாம்' என்று சொல்லிக்கொண்டிருக்கிறேன்.

ஒருநாள் இரவு எங்கள் வீட்டு வேலைக்காரப் பெண், இங்கிலாந்தைச் சேர்ந்தவள். எனக்கு இரவு உணவைக் கொடுத்து முடித்துத் தட்டுடன் வெளியேறியபோது, வெளிப்பக்கம் பூட்ட மறந்திருக்கிறாள். அன்றைக்கு நடைக்கூடத்தில் வனெஸ்ஸாவின் காலடிகளைக் கேட்டதாக நினைவு. "இன்றிரவு அவனது அறையில்தான் சாப்பிடணும்" என்று அம்மா சொல்கிற நாட்களுமுண்டு, அதைக்கேட்க எனக்கு மகிழ்ச்சியாக இருக்கும். அன்றைக்கு என்னுடைய தட்டில் சாலமன் மீன், இத்தாலியன் பனீர் அடைத்த ரவியொலி, சாக்லேட் என்று எல்லாமிருக்கும். சாப்பிட்டு முடித்தேன். விருந்தினர்கள் வீட்டிற்குள் நுழைந்ததும் பின்னர் சமைய லறைக்கும் உணவுக்கூடத்திற்குமாக அன்னா நடந்துகொண்டிருந்ததும், கடைசியாக புதிர்த் துண்டுகளை வடிவப்படுத்தும் விளையாட்டில், வானம் தொடர்பான ஒரு துண்டு குறைகிறதென நான் தேடிக்கொண் டிருந்தபோது, விருந்தினர்கள் சாப்பிட்டு முடித்து எனது அறைச்சுவரின் மறுபுறமிருந்த வரவேற்பறையில் சலசலவென்று பேசிக்கொண்டிருந்தது மென அனைத்தையும் கேட்டேன். 'கொஞ்சம் பொறுங்க' என்ற மருத்துவர் சென்னன் வனெஸ்ஸாவைப் பார்த்துக் கூறியபோது, அவளுடைய கை கண்ணாடிக் கதவின் கைப்பிடியில் இருந்தது. கண்களில் நீர்கோர்த்து மிருந்தது. கதவின் தானியங்கி தாழ்ப்பாள் திறக்கப்படட்டுமென சில நொடிகள் காத்திருந்தாள். வீட்டில் இசை நிகழ்ச்சி ஏற்பாடாகியிருந்த இரவை நினைத்துக்கொண்டேன். கண்கள் வனெஸ்ஸாவின் மீதிருந்தன. விருந்தினர்கள் வருவதற்கு முன்பாகவே எனது அறைக்கதவின் வெளிப் பக்கம் பூட்ட மறந்திருக்கிறார்கள் என்பதை அறிந்திருந்தேன், வனெஸ்ஸா பியானோ வாசிப்பதை எப்படியாவது பார்த்துவிடுவதென்று தீர்மானித் திருந்தேன். அப்பியானோ அன்றைய தினம் காலையில்தான் வீட்டிற்கு வந்து சேர்ந்தது. எனக்கு வாசிக்கச் சொல்லித் தருகிறேனென அவள் முன்பொருமுறை காட்டிய பியானோவைவிடப் பெரியது, பெரிய பெரிய இசை நிகழ்ச்சிகளில் உபயோகப்படுத்துகிற ரகம். "நீ பேசமாட்டேங்கிற, விரும்பினா நீ கூட வாசிக்கலாம்" என்று சொன்னவள், விரல்களை வைத்து வாசித்துக் காட்டினாள். நான் உடனே எனது கைகளை வைத்துப் பலமாய் அழுத்த, பியானோ முக்காலியிலிருந்து என்னை அகற்றுவதற்கு உதவிதேடி ஓடினாள். அன்றையிலிருந்து, அவளுடைய அறைக்குள்

நுழைய எனக்கு அனுமதியில்லை என்றானது. அவள் வாசிப்பதைக்கூட நான் அருகிற் சென்று கேட்கக்கூடாது. “அவளுக்கு இடைஞ்சல் செய்யக் கூடாதாம்” அம்மா கூறினாள். அதன் பிறகு வெகுகாலம் வனெஸ்ஸாவின் பியானோ வாசிப்பை எனது அறையிலிருந்துதான் கேட்க வேண்டியிருந் தது. நிகழ்ச்சி ஏற்பாடு செய்திருந்த இரவு, முதல் இசையை வாசிக்கத் தொடங்கும் முன்பே மெல்ல நழுவி நடைக்கூடத்திற்கு வந்திருந்தேன். வனெஸ்ஸா வரவேற்புக்கூடத்தில் வாசிப்பதை, ஒருக்களித்து மூடப்பட் டிருந்த வரவேற்பறை கதவுகளூடாகப் பார்த்தேன். பஸ்ஸியிலுள்ள காப்பக நுழைவுக்கூடத்தில் ஜூன் மாதத்தின் ஒரு பிற்பகலில் தனித்து நின்றபடி, நுழைவாயிற் கண்ணாடிக் கதவின் தானியங்கி தாழ்ப்பாள் திறப்பதற்கான விசைப்பொத்தானை மருத்துவர் அழுத்த, கதவுகள் விடுபடுவது காதில் கேட்டது. வனெஸ்ஸா வெளியேறினாள். அவளுக்கு விடுதலை, திரும்பிப் பார்க்காமலேயே நடந்துபோன அக்கணத்தில் பாரீஸில் எங்கள் வீட்டில் இசை நிகழ்ச்சி முடிந்திருந்த தருணத்தை நினைத்துக்கொண்டேன். எல்லோரும் கைதட்டிக்கொண்டிருக்க நான் அவளை நோக்கி ஓடினேன். வனெஸ்ஸாவின் கவனம் கைதட்டுபவர் களிடம் இருந்ததால் பியானோவிற்கு அருகில் போனதும் நான் நிற்க வேண்டியிருந்தது, அவள் மெல்ல புன்னகைத்தபடி இருந்தாள். பின்னாளில் மேடைகளில் இசைக் கச்சேரி செய்வதற்கான ஒத்திகையாக எனக்குத் தோன்றியது. நான் அருகிலிருப்பதை உணராதவள்போல இன்னமும் அவள் கவனம் எதிரிலிருந்த மனிதர்களிடமிருக்க, எனது தோளில் கையொன்று விழுந்திருப்பதை அறியாமல் நின்றேன். “வாங்க” என்றபடி மருத்துவர் செர்னன் எனது கைகளைப் பற்றினார். பஸ்ஸி காப்பகத்திற்கு வந்த முதல்நாள் மருத்துவர் எனது கைகளைப் பிடித்து நுழைவாயிற் கூடத்திலிருந்து அழைத்துச் சென்றது போலத்தான் பல வருடங்களுக்கு முன்பு, எங்கள் வீட்டு விருந்தினர்களை முதன்முறையாக நான் நேரில் பார்த்த அன்று, பாரீஸ் வீட்டு வரவேற்புக் கூடத்திலிருந்து வேலைக்காரப் பெண் அன்னா என்னைக் கைப்பிடித்து அழைத்துப் போனாள். அதற்கு முன்பு விருந்தினர்களின் குரலை மட்டும் எனது அறையிலிருந்து கேட் டிருக்கிறேன். மற்றபடி நேரில் கண்டதில்லை. வந்திருந்த விருந்தினர் களுக்குச் சொல்லக் கடமைப்பட்டவள்போல அம்மா, “அவனது தங்கை பிறந்ததிலிருந்து அவனுக்குப் பேச்சு நின்றுபோனது” என்றாள்.

இன்றைய தினம் அனேக வருடங்களுக்குப் பிறகு, மருத்துவர் செர்னன் மோட்டார் வாகன விபத்தில் இறப்பதற்குச் சிலமாதங்களுக்கு முன்பாக வனெஸ்ஸாவுடன் இக்காப்பகத்திற்கு வந்ததை நினைத்துப் பார்க்கிறேன். புதிர் விளையாட்டின் தந்தத்தினாலான துண்டுகளிலிருந்து பார்வையை அகற்றியவன், இங்கே பஸ்ஸி காப்பகத்திற்கு வந்த நாள் முதல், அறை யிலிருந்தபடி சன்னல் வழியாக காப்பகத்திலிருக்கும் தோட்டத்தைப் பார்த்திருக்கின்றேனேயொழிய, அதற்குள் ஒருமுறைகூட நுழைந்ததில்லை என்பதை நினைத்துக்கொண்டேன். வனெஸ்ஸா எனது அறைக்குள் வந்து கட்டிலில் அமர்ந்து தோளைத் தொட்டு, “இரவு அம்மா இறந்து விட்டாள்” என்று சேதி தெரிவித்த காலைப் பொழுதும் ஞாபகத்தில் இருக்கிறது. செய்தியைக் காதில் வாங்கியதும் சட்டென்று கண்களை

மூடிக்கொண்டேன், அமைதியாக இருந்தேன். கடந்த சில ஆண்டுகளாக நானும் அம்மாவுமாகப் புழங்கிய அந்த வீட்டை உடனடியாகக் காலி செய்ய வேண்டியிருக்குமென நினைத்துக்கொண்டேன். எனது சகோதரி பாரீஸுக்கு வரநேர்ந்து தங்கநேரும் குறுகியகால இடைவெளியில், ஒரு முறையாவது வீட்டிற்கு வந்து எங்களுடன் உணவு அருந்துவதுண்டு. அவள் வீட்டிற்கு வருகிற அன்று முழுக்க முழுக்க சமைப்பது அம்மாதான். அன்றைய இரவு ஏதோ வீட்டில் பண்டிகைபோல அக்கறை எடுத்துக் கொண்டு அம்மா நடத்துவாள். முதலில் பூவேலைப்பாடுகள் கொண்ட மேசை விரிப்புகள் வெளியில் வரும். பின்னர் அப்பா உயிரோடிருக்கும் வரை, நான் அறிந்திராத விசேட நாட்களில் உபயோகிக்கப்பட்ட வெள்ளி முலாம் பூசப்பட்ட தம்ளர்களுங்கூட மேசைக்கு வரும். வனெஸ்ஸா தான் அண்மையில் இசைநிகழ்ச்சி நடத்தி முடிந்திருந்த நகரங்களென்று இலண்டன், ம்யூனிச், ஜெருசலம் பற்றிப் பேசுவாள். "ஆமாம் ஆமாம்... எனக்கு நினைவிருக்கிறது, உன்னுடைய அப்பாவும் நானும்..." என்பது அம்மாவின் பேச்சாக இருக்கும். எனது முகத்தில் வேர்த்துக் கொட்டு வதைப் பார்த்து, எதிர்ப்புறத்தில் அமர்ந்திருக்கும் வனெஸ்ஸா தனக்கு அருகிலிருக்கிற வெள்ளியாலான மெழுகுவர்த்தி பிடிப்புத் திரிகளை அணைக்க விரும்ப, எனது நினைப்பெல்லாம் சற்றுமுன்னர் பரிசாகக் கொடுத்திருந்த புதிர் விளையாட்டில் இருந்தது. வீட்டிற்குள் நுழையும் போதே "உனக்காகத்தான் வாங்கி வந்தேன்" என்று சொல்லிக் கொடுத் ததைக் கையில் வாங்கினேனோ இல்லையோ அடுத்த கணம் எனது அறையிலிருந்தேன். அவசர அவசரமாக, சுற்றியிருந்த உறையைக் கிழித்து எறிந்தேன். சிறிய பெட்டியினுள் என்னென்ன இருக்கின்றன என்பதைப் பரிசோதிக்கும் முன்பாக அட்டையில் எழுதப்பட்டிருந்த புதிர் விளை யாட்டின் தலைப்பு, உருவாக்க வேண்டிய வடிவம், எத்தனைத் துண்டுகள் என்பவற்றை வாசித்துத் தெரிந்துகொண்டேன்.

இன்றைக்குத் தோட்டத்தைச் சுற்றியிருந்த பெரிய மதில் சுவரைப் பார்க்கிறநேரத்தில், குறுகிய காலத்தில் வெளிக்காற்றைச் சுவாசிக்க வேண்டுமென்கிற விருப்பத்தை நான் தொலைத்திருப்பது மனதிலோடியது. வனெஸ்ஸா புதிர் விளையாட்டு ஒன்றைக் கடைசியாகக் கொடுத்தபோது உண்டான ஏமாற்றமும் நெஞ்சில் இருக்கிறது. வெகுநாட்களாக *Pott and Hardby* நிறுவனத்தின் பட்டியலில் பார்த்த பத்தாயிரம் துண்டுகளைக் கொண்ட நார்தர்ன் மூர்ஸ் என்ற ஜிக்சா பஸல்ஸை வாங்கித் தருகிறே னென்று சொல்லிவந்தவள், ஏதோ ஊர்பேர் தெரியாத ஒன்றைப் பரிசாகக் கொடுக்க வாங்கிக் கட்டிலில் போட்டது போட்டபடிக் கிடக்கிறது. பல வருடங்களாக அல்லும் பகலும் புதிர்த் துண்டுகளை ஒட்டவைப்பதி லேயே நாட்களைக் கழித்திருந்த எனக்கு, அம்மா இறந்த அன்று காலை யும் அவ்வப்போது நினைவுக்கு வருகிறது. அம்மாவின் மரணத்தை அறிவித்துவிட்டு, கட்டிலிலிருந்து வனெஸ்ஸா எழுந்ததும் நான் அநாதை போல உணர்ந்தேன், "இனி எனக்கென்று ஒருவருமில்லை; வெளியில் அழைத்துப்போக, என்னுடன் உரையாட, என்மீது அன்பைச் செலுத்த ஒருவருமில்லை." அடுத்த சில நாட்களில் ஜூன் மாதத்தின் ஒரு பிற்பகல் வேளையில் நுழைவாயிற்கூடத்தில் ஒற்றையாக நின்றபடி, காப்பகத்தின் வாசற்படிகளைக் கடந்துசெல்லும் வனெஸ்ஸாவைப் பார்த்துக் கொண்

டிருந்தேன். காப்பகத்திற்கு வருவதற்கு முதல்நாள், பாரீஸ் வீட்டில் புதிர்த் துண்டுகளை ஒட்ட நான் உபயோகித்துவந்த மேசையை, இங்கிருந்த எனது அறைக்குக் கொண்டுவர ஏற்பாடு செய்திருந்தார்கள். ஆனால் ஏனென்று சொல்லத் தெரியவில்லை, இங்கு வந்த புதிதில் நான் கொண்டு வந்திருந்த ஸிக்சா பஸல்ஸ் பெட்டிகளைத் தொடுவதில்லை என்றிருந்தேன். மருத்துவர் செர்னன் இறக்கும்வரை கட்டிலில் படுத்தபடி, மருத்துவ விசாரணைக்கென்று அவர் அழைக்கிறபோது போவதுமாத்திரம் அப்போது தவறாமல் நடந்தது. உலகில் பெரும்பாலான மருத்துவர்களைப் போலவே, அவரும் என்னைப் பேசவைக்க முடியுமென்று நம்பினார். ஆனால் அவருக்குப் பின்வந்தவர்களுக்கு அது மாதிரியான நம்பிக்கைகள் எதுவு மில்லை. வனெஸ்ஸா என்னைப் பார்க்க வருவதுண்டு. பிறகு அவள் இசைக்கச்சேரி நடத்திய நகரங்களைப் பற்றிய வண்ணப் படங்கள்கொண்ட அஞ்சலட்டைகளை எப்போதாவது அனுப்பிவைப்பாள். மருத்துவர் செர்னன் இறந்தபிறகு ஒருநாள், அலமாரியிலிருந்து ஒரு ஸிக்ஸா பஸல்ஸ் பெட்டியைத் திறந்து மரத்தாலான ஒன்றுசேர்க்க வேண்டிய துண்டுப் பகுதிகளை மேசையில் பரப்பினேன். அந்திவேளை சூரியனால் சிவந்து தெரிகிற இதோ இந்தப் பெரிய கற்சுவரை இடைக்கிடை பார்த்தவண்ணம் காலையில் ஆரம்பித்து மாலைவரை மிகவும் பொறுமையாக, துண்டுப் பகுதிகளை ஒன்றுசேர்த்து முடித்தேன். இனி என்னைப் பார்ப்பதற்கு வனெஸ்ஸா வரமாட்டாள் என அறியவந்த நாளிலிருந்து *Puzzle makers Pott and Hardby* யின் பட்டியலை நாள்தவறாமல் புரட்டி வேண்டியதைப் பெற ஏற்பாடு செய்வேன். வேறு எவரும் என்னைப்போல் சாதித்திருப் பார்களா என்று தெரியவில்லை. பஸ்ஸியிலுள்ள இக்காப்பகத்தில் முதல் மாடியிலிருக்கும் எனது அறையில் என்னைச் சிறைவைத்துக்கொண்டு – மனநலக் காப்பகத்தின் ஏவலர், செவிலியர் நீங்கலாக – கட்டில் விரிப்பை மாற்ற, மருந்து மாத்திரைகளைக் கொடுக்க, எனது முகத்தை அழுந்தத் துடைக்கவென்று அறைக்குள் வருகிறார்கள் – வேறு எவரையும் சந்திக் காமல், இலண்டன் நிறுவனம் தயாரித்திருந்த எழுபத்தைந்து வடிவங்களை, ஏழாயிரத்து ஐந்நூறு துண்டுப்பகுதிகளை ஒன்றிணைத்து உருவாக்கியிருக் கிறேன். சரியாக எட்டு நாட்களுக்கு முன்பு, கைவசமிருந்த கடைசிப் புதிர் வடிவத்தையும் ஒன்றிணைத்து முடித்தேன். இருப்பதிலேயே மிகக் கடினமானதென்று சொல்ல வேண்டும் பெயர் *Northern Moors.* இறுதி யாகக் கையிலிருந்த துண்டுபபகுதியைச் சேர்த்ததும் கிடைத்த யார்க்ஷயரின் கரம்பைநில வடிவத்தைப் பார்த்தமாத்திரத்தில் இறுதியாக அம்மா இறப்பதற்கு முன்பாக எங்களைப் பார்க்கவென்று வனெஸ்ஸா பாரீஸ் வீட்டிற்கு வந்த இரவன்று நடந்ததை நினைத்துக்கொண்டேன். அன்றிரவு வனெஸ்ஸா வீட்டிற்குள் நுழைந்ததும் கறுப்புவண்ணக் காகிதம் சுற்றியிருந்த சிறுபெட்டியைக் கொடுத்ததும் அது தந்த ஏமாற்றத்தில் நான் எரிச்சலுற்றதும் நினைவுக்குவர, கட்டிலில் பிரிக்கப்படாமற் கிடந்த அச்சிறிய பொதியை ஒரு வாரத்திற்கு முன்பு, விருப்பமில்லாமலேயே பிரித்தேன். பிரித்ததும், சிவப்பு மையில் தடித்த எழுத்துகளில், *Indian Delights* என்று எழுதியிருந்ததை வாசித்த மறுகணம், செல்ஸாவிலுள்ள பழம்பொருள் அங்காடியொன்றில் அப்புதிரை வாங்கினதாகவும் அதிலுள்ள துண்டுப்பகுதிகளை ஒன்றிணைக்கத் தேவைப்படும் திறனளவு குறித்துத்

தனக்கெதுவும் தெரியாதென்றும் அவள் கூறியது நினைவுக்கு வந்தது. ஆனால் இன்றைக்கு எனக்கு அதைப் பற்றித் தெரியும். தந்தத்திலான ஏராளமான துண்டுகளைக் கொண்டு உருவாக்க வேண்டிய அப்புதிர் வடிவம், நான் இதுவரை ஒன்றுசேர்த்து உருவாக்கிய புதிர்வடிவங்களில் மிகக் கடினமான விளையாட்டு என்பதைப் புரிந்துகொண்டேன்.

ஒவ்வொரு நாளும் கையில் உருப்பெருக்கிக் கண்ணாடியொன்றை வைத்துக்கொண்டு, நீல நிறத்தில் ஒன்றுபோலவே இருக்கும் துண்டுகள் கூட்டத்திலிருந்து ஒவ்வொன்றாக எடுத்து வடிவம் கொடுக்க முயன்றதில், இதுவரை சிறிதளவுகூட முன்னேற்றமில்லை, ஏழுநாட்கள் ஓடிவிட்டன, கற்பனையில்கூட *Indian Delights* ஐக் கொண்டுவருவது முடியாது என்ற நிலையில் அலுத்து கண்களுக்கு ஓய்வு கொடுக்க நினைத்து மீண்டும் தோட்டத்தைப் பார்க்கிறேன். அவ்வாறு பார்க்கிறபோது, மீண்டும் மனம் ஜூன் மாதம், பிற்பகலென்று தேடி ஓடுகிறது. என் கையைப்பிடித்து வனெஸ்ஸா மருத்துவர் செர்னன் நிருவாகத்திலிருக்கிற இக்காப்பகத்தில் தங்கவைப்பதென்று அழைத்துவந்தபோது கண்ணெதிரே தெரிகிற இத் தோட்டத்தைக் கடந்துதான் உள்ளே வந்தேன். “உனக்கு இங்கே எந்தக் குறையுமிருக்காது” என்று வனெஸ்ஸா கூறியதும் அப்போதுதான். அவள் சொல்லும்போதே இங்கே நான் தனிமையில், பிறரிடமிருந்து மறைந்து வாழ்ந்தாக வேண்டுமென்று எனக்குத் தெரியும்; உண்மையில் வனெஸ்ஸா என்னைப் பார்க்க வருவதை நிறுத்திக்கொண்டபிறகு, மருத்துவர் செர்னன் இறந்த நாளிலிருந்து, ஒருவரையும் சந்திக்காமலேயே பல ஆண்டுகளாக காப்பகத்தின் முதல் மாடியிலிருக்கும் இவ்வறையில் முடங்கிக்கிடக்கிறேன். வார்த்தைகளின்றி இருக்கிறேன். அதாவது முன்பு பாரீஸிலிருந்த எங்கள் வீட்டில், எனதென்று சொல்லப்பட்ட அறையில், வனெஸ்ஸாவுக்கு இடைஞ்சல் கூடாதென்று, வீட்டிற்கு வருகிற விருந்தினர்கள் பயப்படப் போகிறார்களென்று முடங்கிக்கிடந்ததுபோல, வேலைக்காரப் பெண் அன்னா, மோன்சோ பூங்காவிற்கு என்னையும் வனெஸ்ஸாவையும் அழைத்துச் சென்றபோது, வனெஸ்ஸா என்னைத் தவிர்த்துவிட்டுப் பிற சிறுவர் சிறுமியுடன் விளையாடிக்கொண்டிருப்பதைக் கண்டு, “அவளை உன்னோடு விளையாடக் கூப்பிடு” என இடைவிடாமல் நச்சரித்துக் கொண்டிருந்த மனதை, சொல்லத் தெரியாது தவித்துக் கடைசிவரை ஊமையாய் நின்றதுபோல, இன்றைக்கும் நிற்கிறேன், எதிரில் உயர்ந்து நிற்கும் மதிற் சுவரைப் பார்த்தபடி. குற்றவுணர்வுடன் கூடிய அப்பா அம்மாவின் முகம், வனெஸ்ஸாவின் கனிவான புன்னகை, அன்னா எனது முகத்தைத் துடைக்க உபயோகப்படுத்துகிற லினன் கைக்குட்டை என மனத்திரையில் தெரிய, தலையில் ஒரு குரல், முன்னெப்போதும் இல்லாத அளவிற்கு வேதனையில் தோய்ந்து ஒலிக்கிறது. அக்குரல் எனக்கு அந்நியமான குரலல்ல, நான் அறிந்த குரல், வெகுகாலமாய் என்னுள் சிறைபட்டிருந்த குரல். எனது பலத்தையெல்லாம் உபயோகித்து இன்றைக்கு விடுவிக்க விரும்பினேன், உரத்துக் கூவினேன் :

எனக்கு மட்டும் எதனால்? ஏன்?

●

# எவ்லன் கான்லன்
# (Evelyn Conlon)

(b. 1952)

தொன்மத்தின் உரத்த குரலை, வருத்திக்கொள்ளாமல் ஓசைப்படுத்தத் தெரிந்த அபூர்வ எழுத்தாளர்.

*The Times* (London)

எவ்லன் கான்லன் அயர்லாந்தில் பிறந்த பெண்மணி. பதினேழு வயதில் *New Irish Writings* இல் இவரது கதைகள் இடம்பெற்றன. இந்த வாய்ப்பு மிக அரிதாகவே பிரிட்டிஷ் எழுத்தாளர்களுக்கு வாய்த்திருக்கிறது. *My Head is Opening* என்கிற முதல் சிறுகதைத் தொகுப்பு 1987ஆம் ஆண்டு வெளிவந்தது. 'விபச்சாரியைப் பெண்ணென்று அங்கீகரிப்பதும் ஆசானும்' *(Taking Scarlet as a Real Colour)* என்ற இச்சிறுகதைத் தலைப்பையே நூலின் தலைப்பாகக்கொண்ட தொகுப்பு 1993ஆம் ஆண்டு வெளிவந்தது. கதையாசிரியரின் இதர முக்கிய நூல்கள் :

1. *Stars in the Daytime* (Novel – 1989),
2. *A Glassful of Letters* (Novel – 1998),
3. *Telling* (Short stories – 2000),
4. *Skin of Dreams* (Novel – 2003).

# பத்ரிக் மொதியானொ
## (Patrick Modiano)

(b. 1945)

மனச்சாய்வு ஆசாமி, அவரது அகப்பாடல்கள் முடிவற்றவை. முகப்புகளை அந்நியமாக நினைக்கிற மொதியானொ, நினைவுத் துணுக்குகளை நம்பி சுவடுகள் தேடுபவர்.

**பியர் அசூலின் *Lire* - 2003 இதழொன்றில்**

*பத்ரிக் மொதியானொவின் குடும்பம் புலம்பெயர்ந்த ஒன்று. பால்ய வயது விடுதி வாழ்க்கையில் கழிந்தது. 1967 இலிருந்து எழுதிவருகிறார். முதல் நவீனம் La place de l'Etoile, ரோஜர் இலக்கியப் பரிசைப் பெற்றது. 1978இல் எழுதப்பட்ட Rue des boutiques obsqures நவீனம் கொன்க்கூர் இலக்கியப் பரிசை வென்றுள்ளது. 'சேன் நதி' என்ற இச்சிறுகதை ஓர் இலக்கிய மாத இதழில் 1981ஆம் ஆண்டு பிரசுரமானது. இதுவரை சிறு கதைகள் நவீனமென்று இருபதுக்கும் மேற்பட்ட படைப்புகள் வெளி வந்துள்ளன. இவரது படைப்புகள் திரைப்பட வடிவம் பெறுகிறபோ தெல்லாம் அவற்றிற்குப் பணியாற்றி வருகிறார்.*

# மார்க்கெரித் துராஸ்
# (Marguerite Duras)

(1914 - 1996)

துராஸ், மறந்துபோன பிளாட்டோவின் அச்சங்களை நமக்கு நினைவூட்டு பவர். அவரது எழுத்து எரிச்சலும் தரும், அச்சுறுத்தவும் செய்யும்; குழப்ப மும் தரும், கிளர்ச்சி கொள்ளவும் செய்யும். எனினும் உள்ளுணர்வில் நம்பிக்கை வைத்தும் முரண்களை நியாயப்படுத்தியும் பொதுவான நெறி முறைகள், வறட்டுக் கற்பிதங்களுக்கு எதிராகக் கலகக்குரல் எழுப்பியவர்.

கிறிஸ்த்தியான் புலோத் – லாபரியேர்

*மார்க்கெரித் துராஸ், சமகாலப் பிரெஞ்சுப் பெண் படைப்பாளிகளுள் மிக முக்கியமானவர். இடதுசாரி, பெண்ணியவாதமென்ற கோட்பாடு களுடன் எழுத வந்தவர். இவரது 'காதலன்' (The Lover) மேற்கத்திய உலகில் பெரும் பரபரப்பை ஏற்படுத்திய நவீனம். இளம் வயது துராஸின் சொந்த அனுபவங்களைப் பேசுகிறது. 1984ஆம் ஆண்டு கொன்க்கூர் இலக்கியப் பரிசை வென்றது. பின்னர் திரைப்படமாகவும் உருவாகி வரவேற்பைப் பெற்றது. துராஸ் சிறுகதைகள், நவீனங்கள், நாடகங்கள், கட்டுரைகள், திரைப்படத் துறை என அனைத்திலும் கால்பதித்தவர். உயிர்க்கொல்லி (The Malady of Death) என்ற இச்சிறுகதை (La maladie de la mort) 1982ஆம் வருடம் வெளிவந்தது. இவரது படைப்புகள் ஐம்பதுக்கும் மேற்பட்டவை. The Sea Wall* (1967); *The Sailor from Gibraltar* (1966); *India Song* (1976); *The Rivers and the Forests* (1964); *The Square La Musica* (1975) *குறிப்பிடத்தகுந்தவை.*

# லெ க்ளேஸியோ
# (Le Clézio)

(b. 1940)

இன்றைய மனிதகுலப் பண்பாட்டிற்கு அப்பாற்பட்ட ஒரு புதிய மானுடத் திறகான தேடுதல் வேட்டையில், கவித்துவத் துணிச்சலும் உணர்ச்சிக் களிப்பும் ஒருங்கே அமைந்த படைப்பாளி.

நோபெல் பரிசுக் குழுவினர்

*2008ஆம் ஆண்டு இலக்கியத்திற்கான நோபெல் பரிசு ழான்–மரி குஸ்த்தாவ் லெ க்ளேஸியோ* (Jean - Marie Gustave Le Clézio) *என்ற நீண்டபெயருக்குச் சொந்தக்காரரான பிரெஞ்சு எழுத்தாளருக்கு வழங்கப்பட்டிருக்கிறது. ஒன்றுக்கு இரண்டென பெயர்கள் (ழான்–மரி, குஸ்த்தாவ்) அவருக்கு உண்டென்றாலும், Le Clézio என்னும் குடும்பப் பெயரிலேயே சுருக்கமாகப் பிரெஞ்சு இலக்கிய உலகில் இவர் அறியப்பட்டிருக்கிறார். முதல் நாவல் Le Procés - Verbal* (The Interrogation) *1963ஆம் ஆண்டு வெளிவந்தபோது இருபத்துமூன்று வயது இளைஞர். அந்த ஆண்டிற்கான ரெனொதொ இலக்கியப் பரிசையும்* (Prix Renaudot) *அந்நாவலுக்காக வென்றார். அன்றிலிருந்து கடந்த நாற்பத்தைந்து ஆண்டுகளாக அயர்வுறாமல் எழுதி வருகிறார். இன்றைய தேதியில் சிறுகதைகள், நாவல்கள், கட்டுரைகளென்று ஐம்பதுக்கும் மேற்பட்ட படைப்புகள். நோபெல் பரிசுக்கு முன்பாகப் பிரெஞ்சு இலக்கிய உலகத்தின் ஆறு முக்கியப் பரிசுகளை வென்றிருக்கிறார்.*

# அலன் ஸ்பீஸ்

## (Alain Spiess)

### (1940 - 2008)

அலன் ஸ்பீஸ் சுபிட்ச வாழ்க்கையை எழுதுபவரல்ல. எனினும் அவரது எழுத்து தனித்துவம் பெற்றது. அவரது கதைசொல்லிகள் சட்டென்று வாசகர்களுடன் கைகோர்ப்பவர்கள்.

லொரான் தாந்திரியே

*அலன் ஸ்பீஸ் சிறந்த சிறுகதை எழுத்தாளர் மற்றும் மொழிபெயர்ப்பாளர். ஐந்து நவீனங்களும் இரண்டு சிறுகதைத் தொகுப்பு களும் பிரெஞ்சு இலக்கிய உலகிற்கு இவரது பங்களிப்புகள். 1998ஆம் ஆண்டு வெளிவந்த இவரது 'ஏன்' என்கிற சிறுகதைத் தொகுப்பு,* Renaissance de la nouvelle *பரிசை வென்றது. இக்கதையையே நூலின் தலைப்பாகக்கொண்ட தொகுப்பினுள் வேறு ஏழு சிறுகதைகளும் உள்ளன. கதைமாந்தர்கள் வெளியுலகத்திலிருந்து விலகி நிற்கிறார்கள். உயிர் வாழ்க்கைமீது அவ நம்பிக்கை கொண்டவர்கள், மன உளைச்சலில் தவிப்பவர்கள்.*

www.ingramcontent.com/pod-product-compliance
Lightning Source LLC
La Vergne TN
LVHW040753051026
849519LV00007BA/2539